നഷ്ടസ്വപ്നങ്ങളുടെ കാശ്മീർ

nastaswapnangalude kashmir
study

•

dr. jijipaul s

•

first edition
september 2019

•

typesetting
sreebhadra, thiruvananthapuram

•

published
chintha publishers, thiruvananthapuram

•

cover
vinod mangoes

വിതരണം

ദേശാഭിമാനി ബുക്ക് ഹൗസ്
H O തിരുവനന്തപുരം-695 035
phone: 0471-2303026, 6063026
www.chinthapublishers.com
chinthapublishers@gmail.com

ബ്രാഞ്ചുകൾ

ഹെഡ്ഡാഫീസ് ബ്രാഞ്ച് കുന്നുകുഴി • സ്റ്റാച്യു തിരുവനന്തപുരം • കെ എസ് ആർ ടി സി ബസ് സ്റ്റേഷൻ ആലപ്പുഴ • കെ എസ് ആർ ടി സി ബസ് സ്റ്റേഷൻ എറണാകുളം • മച്ചിങ്ങൽ ലെയ്ൻ തൃശൂർ • ഐ ജി റോഡ് കോഴിക്കോട് • മാവൂർ റോഡ് കോഴിക്കോട് • എൻ ജി ഒ യൂണിയൻ ബിൽഡിങ് കണ്ണൂർ • സെൻട്രൽ ബസ് ടെർമിനൽ കോംപ്ലക്സ് താവക്കര കണ്ണൂർ

CO - 2856 / 5123
ISBN - 978-93-89410-17-4

നഷ്ടസ്വപ്നങ്ങളുടെ കാശ്മീർ
(പഠനം)

ഡോ. ജിജിപോൾ എസ്

ചിന്ത പബ്ലിഷേഴ്സ്
തിരുവനന്തപുരം-695 035

ഡോ. ജിജിപോൾ എസ്

ജെ സ്റ്റീഫൻസൺ (ഗവൺമെന്റ് ഉദ്യോഗസ്ഥൻ, റിട്ട.) ഇ റോസമ്മ (ടീച്ചർ, റിട്ട.) എന്നിവരുടെ 3 മക്കളിൽ ഒന്നാമ നായി 1968 ൽ തിരുവനന്തപുരത്ത് ജനിച്ചു. മൂന്നാംമൂട് ഗവ. എൽ പി സ്കൂൾ, സെന്റ് ജോസഫ് സ്കൂൾ, കൺകോഡിയ ലൂഥറൻ ഹൈസ്കൂൾ, സാൽവേഷൻ ആർമി ഹൈസ്കൂൾ, തിരുവനന്തപുരം മഹാത്മാഗാന്ധി കോളേജ്, യൂണിവേഴ്സിറ്റി കോളേജ്, കാര്യവട്ടം പൊളിറ്റിക്കൽ സയൻസ് ഡിപ്പാർട്ട്മെന്റ് എന്നിവിടങ്ങിൽ വിദ്യാഭ്യാസം. 2011 ൽ കേരള സർവ്വകലാശാലയിൽനിന്ന് പി എച്ച് ഡി നേടി. 2004 ൽ അംബേദ്കർ ഫെലോഷിപ്പ്, 2007 ൽ ജോതിബാഫുലെ ഫെലോഷിപ്പ് എന്നിവ നേടി. 2017 ഫെബ്രുവരി 24 ന് നൈജീരിയയിലെ ജോസ് നഗരത്തിൽവച്ച് യുണൈറ്റഡ് നേഷൻസിന് കീഴിലുള്ള ചേലി എന്ന സംഘടനയിൽനിന്ന് 'അംബാസിഡർ ഫോർ പീസ് ആന്റ് ഹ്യുമാനിറ്റി' അന്തർദ്ദേശീയ പുരസ്കാരം ലഭിച്ചു. ഇപ്പോൾ തൃശൂർ - കുന്നംകുളം മാർ ഡയനേഷ്യസ് കോളേജിൽ പൊളിറ്റിക്കൽ സയൻസ് അദ്ധ്യാപകനായി ജോലി നോക്കുന്നു. യു എൻ വോളന്റിയർ (റോസ്റ്റർ നമ്പർ 1345433); കാലിക്കറ്റ് സർവ്വകലാശാലയുടെ അംഗീകൃത റിസർച്ച് ഗൈഡ് ആണ്.

പ്രധാന കൃതികൾ: *Baba Saheb Dr. BhimRao Ambedkar: The Soul of Dalits (2010), Kashmir, The Valley of Lament (2012), Socio-Economic conditions of Kashmiri Pandits (2015), Human Rights and Administration.* (2017).

ഭാര്യ : ബബീന ഗോപിനാഥ്
മക്കൾ : നസ്രീൻ പോൾ
കരോളിൻ പോൾ
മൊബൈൽ : 9447763771
E-mail : jiji_tvmp@yahoo.com.

ഉള്ളടക്കം

പ്രസാധകക്കുറിപ്പ്

ഇന്ത്യൻ സ്വാതന്ത്ര്യ നിയമമനുസരിച്ച് സ്വേച്ഛയാൽ ഇന്ത്യയോടു കൂടിച്ചേർന്ന ഒരു മുൻനാട്ടുരാജ്യമാണ് ജമ്മുകാശ്മീർ. ഇതേത്തുടർന്ന് ഇന്ത്യാ ഗവൺമെന്റും കാശ്മീർ രാജാവ് ഹരിസിങ്ങും ഒപ്പുവച്ച ഒത്തുതീർപ്പനുസരിച്ച് നിലവിൽ വന്നതാണ് ഭരണഘടനയിൽ കാശ്മീരിനെ സംബന്ധിച്ച പ്രത്യേക നിബന്ധനകൾ. സാധാരണ നിയമനടപടികളിലൂടെ പലതും പലപ്പോഴായി മാറിയിട്ടുണ്ടെങ്കിലും കാശ്മീരി ജനതയെന്ന സവിശേഷ സ്വഭാവം ഇല്ലായ്മ ചെയ്യുന്ന ഒരു ഭരണഘടനാ ഭേദഗതിയും മുമ്പ് ഉണ്ടായിട്ടില്ല. തന്നെയുമല്ല ഭരണഘടനയുടെ 371-ാം വകുപ്പ് അനുസരിച്ച് മറ്റു പല സംസ്ഥാനങ്ങൾക്കും ഇത്തരം സവിശേഷ പദവി നല്കപ്പെട്ടിട്ടുമുണ്ട്.

കാശ്മീരിനെ വിഭജിക്കാനും 370-ാം വകുപ്പു വഴി നല്കിയിട്ടുള്ള പ്രത്യേക പദവി റദ്ദു ചെയ്യാനുമുള്ള തീരുമാനം മോദി-അമിത് ഷാ കൂട്ടുകെട്ടിന്റെ ഗൂഢാലോചനയുടെ ഫലമാണ്. രാജ്യത്തെയാകെ ഇരുട്ടിൽ നിർത്തി രഹസ്യമായാണ് കേന്ദ്ര സർക്കാർ ജമ്മുകാശ്മീരിനെ രണ്ടായി പകുക്കുന്നത്. ഭിന്നിപ്പിച്ചു ഭരിക്കുകയെന്ന കൊളോണിയൽ തന്ത്രം തന്നെയാണ് മോദി സർക്കാരിന്റെയും മാർഗ്ഗരേഖ.

ഇന്ത്യയുടെ ബഹുസ്വരതയാണ് ഈ രാജ്യത്തിന്റെ സവിശേഷത. ഈ സവിശേഷതയാണ് ഇന്ത്യ ഒരു മഹത്തായ രാഷ്ട്രമായി നിലനില്ക്കുന്നതിനടിസ്ഥാനം. ഭരണഘടനയുടെ ഫെഡറൽ സ്വഭാവമാണ് ഈ ബഹുസ്വരതയ്ക്ക് ആധാരം. ഇവിടെ ഫെഡറൽ തത്ത്വങ്ങൾ നിർല്ലജ്ജം നിരാകരിക്കപ്പെട്ടിരിക്കുന്നു.

ചിന്ത പബ്ലിഷേഴ്സ്

ആമുഖം

പറുദീസയുടെ താഴ്‌വരയായ കാശ്മീരിൽ മുഗൾ രാജാക്കന്മാർ നിർമ്മിച്ച ഷാലിമാർ പൂന്തോട്ടത്തിൽ വച്ചാണ് കാശ്മീരി സുന്ദരിയെ കണ്ടു മുട്ടിയത്. വെള്ള ടീഷർട്ടും ജീൻസും ധരിച്ച അവളെക്കുറിച്ച് കൂടുതലായി അറിയാൻ ആഗ്രഹിച്ചു. നിഷ്കളങ്കതയും, ജീവിക്കാൻ വേണ്ടി നടത്തുന്ന നാടകങ്ങളും ഒക്കെ തന്നെ എന്നെ വിഷാദത്തിലാഴ്ത്തി. ജീവിതത്തിലെ നഷ്ടസ്വപ്നങ്ങളും മനസ്സിലേറ്റിക്കൊണ്ട് കാശ്മീരിൽ സ്വപ്നാടകയെ പ്പോലെ അവൾ സഞ്ചരിക്കുകയാണ്. മരണത്തിന് മാത്രമേ ഈ അവ സ്ഥയിൽനിന്ന് അവളെ രക്ഷിക്കാൻ കഴിയൂ.

"എന്റെ പേര് റീമ ഫർഹാൻ. എനിക്ക് 19 വയസ്സായി. സ്കൂൾ വിദ്യാ ഭ്യാസം പൂർത്തിയാക്കി. മാതാപിതാക്കൾ മരണപ്പെട്ടു. തെരുവോരങ്ങളി ലാണ് ഞാൻ താമസിക്കുന്നത്. നിങ്ങളുടെ ആശയങ്ങൾക്കോ മതേതര ത്വത്തിനോ ജനാധിപത്യത്തിനോ യാതൊരു വിലയും ഇല്ല. തീവ്രവാദികൾ എന്റെ മാതാപിതാക്കളെ കൊന്നു, സഹോദരനെ തട്ടിയെടുത്തു. എന്റെ ഭവനം നശിപ്പിക്കപ്പെട്ടു. ഞാൻ തെരുവിലേക്ക് എറിയപ്പെട്ടു. എന്നെ രക്ഷി ക്കാൻ യാതൊരു മതങ്ങളുമില്ല. ഒരു ദൈവങ്ങളും ഇല്ല. പ്രതീക്ഷകളും സ്വപ്നങ്ങളും ആഗ്രഹങ്ങളും നഷ്ടപ്പെട്ട് തെരുവോരത്ത് എന്റെ ശരീരം നാണയത്തുട്ടുകൾക്കായി വിറ്റുകഴിയുന്നു. എന്നെപ്പോലെ എത്രയോ പേർ ഈ താഴ്‌വരയിൽ ഉണ്ടെന്നറിയാമോ? ഞങ്ങൾ ഒരിക്കലും മാതൃരാജ്യത്തെ ഒറ്റിക്കൊടുക്കുകയില്ല. ഞാൻ എപ്പോഴും അഭിമാനിക്കും ഇന്ത്യക്കാരിയാ ണെന്നതിൽ. എന്റെ അവസാനശ്വാസം വരെയും ഇന്ത്യയുടെ ഉയർച്ച യ്ക്കായി സമർപ്പിക്കും. പക്ഷേ, നിങ്ങളോ?"

ഇന്ത്യയുടെ തലയായ കാശ്മീർ ഇന്നും ഇന്ത്യയുടെ അവിഭാജ്യ ഘടകമായി നില്ക്കുന്നത് ഇത്തരം രാജ്യസ്നേഹികളുടെ സമർപ്പണം

കൊണ്ടാണ്.

2004 മുതൽ ഈ നിമിഷം വരെയും എനിക്ക് കാശ്മീരുമായിട്ടുണ്ടായ മാനസികബന്ധത്തിന്റെ പ്രതിഫലനമാണ് ഈ പുസ്തകം. ഇതിൽ ആരെയും ഉയർത്താനോ താഴ്ത്താനോ ശ്രമിച്ചിട്ടില്ല. 72 വർഷമായി കാശ്മീർ പ്രശ്നത്തിന്റെ പുറകിൽ സഞ്ചരിക്കുന്ന ചില സത്യങ്ങളെ തുറന്ന് കാണിച്ചിട്ടുണ്ട്. എ കെ 47, ഗ്രനേഡ്, റോക്കറ്റ് ലോഞ്ചർ, സ്പെഷ്യൽ ആക്ടുകൾ, ലക്ഷക്കണക്കിന് ആർമിക്കോ കാശ്മീരിൽ സമാധാനം നേടാൻ കഴിയില്ല. ഇന്ത്യയിൽ അനശ്വര സമാധാനവും സുരക്ഷിതത്വവും സ്ഥാപിക്കാനായി ജീവൻ സമർപ്പിച്ച എല്ലാ ധീര രക്തസാക്ഷികളുടെയും ഓർമ്മയ്ക്ക് മുന്നിൽ ഈ പുസ്തകം സമർപ്പിക്കുന്നു. അതോടൊപ്പം യൂണിവേഴ്സിറ്റി കോളേജിലെ റിട്ട. പൊളിറ്റിക്കൽ സയൻസ് അദ്ധ്യാപിക ഡോ. സ്വയംപ്രഭ ടീച്ചറിന്റെ സഹായങ്ങളും ഓർമ്മിക്കുന്നു.

ഡോ. ജിജിപോൾ

കാശ്മീരിന്റെ ചരിത്രം

ഭൂമിയിലെ പറുദീസയായ കാശ്മീർ ഇന്ന് നരകാവസ്ഥയിലാണ്. അതിർത്തി കടന്നെത്തുന്ന തീവ്രവാദവും, മനുഷ്യാവകാശ ലംഘനങ്ങളും, മൈൻ സ്ഫോടനങ്ങൾ, ബോംബ് സ്ഫോടനങ്ങൾ, ഭീകരരുടെയും സൈനികരുടെയും വെടിയേറ്റുള്ള മരണങ്ങൾ എന്നിവ ദൈനംദിന സംഭവങ്ങളാണ്. ഇതുകൂടാതെ പതിനായിരങ്ങൾ കാണാതാവുകയും ചെയ്യുന്നു. ജീവിച്ചിരിപ്പുണ്ടോ, മരണപ്പെട്ടോ എന്ന് ആർക്കും അറിഞ്ഞുകൂടാ. ഓരോ വർഷവും സമാധാനവും സുരക്ഷിതത്വവും സൃഷ്ടിക്കാനായി കോടികളാണ് സർക്കാർ ചെലവഴിക്കുന്നത്. കപട രാഷ്ട്രീയതയും അവസരവാദ നയങ്ങളും ധാർഷ്ട്യങ്ങളും അവസാനിപ്പിച്ച് സമർപ്പണത്തിന്റെയും ത്യാഗത്തിന്റെയും സ്നേഹത്തിന്റെയും പാതയിലേക്ക് അധികാരികൾ എന്ന് മടങ്ങിവരുമോ അന്ന് മാത്രമേ ശാശ്വത സമാധാനം കാശ്മീരിൽ സാദ്ധ്യമാകൂ. അല്ലാതെ എ കെ 47, ഗ്രനേഡ്, സ്പെഷ്യൽ ആക്ടുകൾ, ആർമി, ഒന്നുകൊണ്ടും സമാധാനം സൃഷ്ടിക്കുവാൻ സാധിക്കുകയില്ല.

1148–49 ൽ രചിക്കപ്പെട്ട കൽഹണന്റെ *രാജതരംഗിണി*യാണ് കാശ്മീർ ചരിത്രത്തെക്കുറിച്ച് വിവരങ്ങൾ നല്കുന്നത്. ഹിന്ദു ഭൂരിപക്ഷമായിരുന്ന കാശ്മീരിൽ 11–ാമാണ്ട് മുതലാണ് ഇസ്ലാം പ്രചരിച്ചു തുടങ്ങിയത്. കാശ്മീർ താഴ്‌വരയുടെ ഉത്ഭവവുമായി ബന്ധപ്പെട്ടൊരു ഐതിഹ്യമുണ്ട്, “നാഗങ്ങൾ കാത്ത് സൂക്ഷിച്ച തടാകമാണ് ഇന്നത്തെ കാശ്മീർ.” ജംബുലോചനൻ എന്നൊരു അസുരൻ തടാകത്തിലെ നാഗങ്ങളെ കൊന്നുതിന്ന് തുടങ്ങിയപ്പോൾ, പിതാവായ കപിലമഹർഷിയോട് നാഗങ്ങൾ പരാതിപ്പെടുകയും മഹർഷി ശിവനോട് സഹായമഭ്യർത്ഥിക്കുകയും ചെയ്തു. തുടർന്ന് തടാകത്തിന്റെ പടിഞ്ഞാറ് ഭാഗത്തെ കരമുറിച്ച് കളഞ്ഞ ശിവൻ അസുര

നായ ജംബുലോചനനെ വധിക്കുകയും ചെയ്യുന്നു. ഈ പ്രദേശമാണ് ഇന്നത്തെ കാശ്മീരായതെന്നാണ് പറയപ്പെടുന്നത്. ദൈവം അമാനുഷികമായി നല്കിയ സൗന്ദര്യമാണ് കാശ്മീർ താഴ്വരയ്ക്കുള്ളത്. സുന്ദരി, സുന്ദരന്മാരുടെയും നാടാണ് കാശ്മീർ. വ്യത്യസ്ത ആചാര അനുഷ്ഠാനങ്ങളും സംസ്കാരങ്ങളും പുലരുന്നു. പീർ പഞ്ചാൽ മലനിരകളാണ് കാശ്മീരിനെയും ജമ്മുവിനെയും വേർതിരിക്കുന്നത്. 631 എ ഡിയിൽ കാശ്മീർ സന്ദർശിച്ച ഹുയാൻസാങ് കാശ്മീരിനെ രേഖപ്പെടുത്തിയിരിക്കുന്നത് "കാഹിമിലോ" എന്നാണ്.

പാകിസ്ഥാനുമായി അതിർത്തി പങ്കിടുന്ന സംസ്ഥാനമായതുകൊണ്ടും, കനത്ത മഞ്ഞുവീഴ്ച കാരണവും തീവ്രവാദി സംഘടനകൾക്ക് കാശ്മീരിനെ അസ്ഥിരപ്പെടുത്താൻ കഴിഞ്ഞിട്ടുണ്ട്. വസീറിസ്ഥാൻ, ഇസ്ലാമാബാദ്, മുസാഫറാബാദ് വഴി പാകിസ്ഥാന് കാശ്മീരിലെ ഉറി, ബാരാമുള്ള മേഖലകളിൽ മിനിറ്റുകൾക്കുള്ളിൽ പ്രവേശിക്കുവാൻ കഴിയും. ഇത്തരം ഭൂമിശാസ്ത്രപരമായ നേട്ടങ്ങൾ പലപ്പോഴും ഇന്ത്യയോട് നിഴൽ യുദ്ധം നടത്താൻ പാകിസ്ഥാനെ പ്രേരിപ്പിക്കാറുണ്ട്.

ഭൂപ്രകൃതി

ജമ്മുകാശ്മീരിനെ 4 മേഖലകളായി തിരിച്ചിരിക്കുന്നു. കുന്നുകൾ, മൊട്ടക്കുന്നുകൾ എന്നറിയപ്പെടുന്ന കണ്ടിറ്റ്മേഖല, സിവോലിക്ക് മേഖല, പീർപഞ്ചാൽ മലനിരകൾ. ഇന്ത്യയുടെ വടക്കുഭാഗത്തായിട്ടാണ് ഈ സംസ്ഥാനം സ്ഥിതി ചെയ്യുന്നത്. കിഴക്ക് ടിബറ്റും തെക്ക് പാകിസ്ഥാനും വടക്ക് ചൈനയും അതിർത്തി പങ്കിടുന്നു. മഞ്ഞുകാലത്ത് തലസ്ഥാനം ശ്രീനഗറിൽനിന്നു ജമ്മുവിലേക്കും വേനൽക്കാലത്ത് തലസ്ഥാനം ശ്രീനഗറിലേക്കും മടങ്ങിവരും. ലേയ് മേഖലയിലാണ് തണുപ്പ് കൂടുതൽ. ജമ്മുവാകട്ടെ ചൂട് കൂടിയ പ്രദേശമാണ്. ഔദ്യോഗികപരമായി ചിന്നാർ വൃക്ഷത്തെയും വാൾനട്ടിനെയും അംഗീകരിച്ചിരിക്കുന്നു. മഞ്ഞുകാലം ആരംഭിക്കുന്നതിന് മുമ്പായി വൃക്ഷങ്ങളിലെ ഇലകൾ നിറം മാറി ചുവന്ന നിറത്തിൽ കാണുന്നതും ഇവിടത്തെ പ്രത്യേകതയാണ്. 78,114 ച. കി. മീ. പാകിസ്ഥാനും 37,555 ച. കി. മീ ചൈനയും അനധികൃതമായി ഇന്നും കൈവശം വച്ചിരിക്കുന്നു.

ഭൂമിശാസ്ത്രപരമായ വ്യാപ്തി	-	2,22236
ജില്ലകളുടെ എണ്ണം	-	22
ജനസംഖ്യ (2001)	-	10.069 917
ഭാഷകൾ	-	ഉറുദു, ഹിന്ദി, ഇംഗ്ലീഷ്, കാശ്മീരി, ടോഗ്രി
ഗ്രാമജനസംഖ്യ (2001) മൊത്ത ജനസംഖ്യയിൽ	-	75.12%
പട്ടണങ്ങളുടെ എണ്ണം	-	75
ഗ്രാമങ്ങളുടെ എണ്ണം	-	6652

സാക്ഷരത നിരക്ക് (2001) - 54.46%
പ്രധാന വരുമാനമാർഗ്ഗം - കൃഷി
പ്രധാന വ്യവസായങ്ങൾ - കുടിൽവ്യവസായങ്ങൾ, ഹാന്റ് ലൂം

ജമ്മുകാശ്മീർ അനേകം താഴ്വരകളുടെ കൂട്ടമാണ്. തവി, ചിനാബ്, കാശ്മീർ, പുഞ്ച്, സിന്ധ്, ലൈഡർ എന്നിങ്ങനെ. ഇതിൽ 15520.3 കി. മീ. വിസ്തീർണ്ണമുള്ള കാശ്മീർ താഴ്വരയാണ് വലുത്. സമുദ്രനിരപ്പിൽനിന്ന് 18.8705 ച. അടി ഉയർന്ന സിയാച്ചിൽ, ഗ്ലെയിസർ മേഖലകളാണ് കനത്ത മഞ്ഞുവീഴ്ച പ്രദേശമായി കണക്കാക്കിയിരിക്കുന്നത്. ഇന്ത്യയിൽനിന്ന് വിദേശത്തേക്ക് കയറ്റുമതി ചെയ്യുന്ന ബസുമതി അരി ആർ എസ് പുരയിലും കുങ്കുമപ്പൂവ് പാംപോറിലും വൻതോതിൽ കൃഷി ചെയ്യുന്നു.

തടാകങ്ങൾ

കാശ്മീർ താഴ്വരയിൽ പ്രധാനമായും 11 തടാകങ്ങളാണ് ഉള്ളത്. 29 ച. കി. മീ വ്യാപ്തിയുള്ള മാനസബ്ബർ ആണ് മുന്നിൽ. മഞ്ഞ് ഉരുകുന്നതുകൊണ്ട് വേനൽക്കാലത്തും സുഭിക്ഷമായി ജലം നിറയുന്നു. പൂച്ച മത്സ്യം, റോഹു, കടല എന്നീ മത്സ്യങ്ങൾ വൻതോതിൽ തടാകങ്ങളിൽ കൃഷി ചെയ്യുന്നു.

പ്രധാന തടാകങ്ങൾ

പേര്	ഉത്ഭവിക്കുന്ന സ്ഥലം	വ്യാപ്തി
വൂളർലേക്ക്	സോപ്പോർ&ബന്ദിപ്പൂർ	16 കി.മീ.
ഡാൽതടാകം	ശ്രീനഗർ	8 കി.മീ.
ആങ്കർ	ഗന്ധർബാൽ	8 കി.മീ.
മാനസബ്ബർ	സോപ്പോർ	29 കി.മീ.
ഹർവൻ	ശ്രീനഗർ	21 കി.മീ.
ഹൊക്രോസ്സാർ	ബാരാമുള്ള	13 കി.മീ.
കൊൺസരാങ്	ഷോപ്പിയാൻ	5 കി.മീ.
ഗംഗാബാൽ	ഹർമുഖ് മലനിരകൾ	6 കി.മീ.
ശീഷ്നാഗ്	പഹൽഹാം	4 കി.മീ.
നീലാങ്	ബഡ്ഗാം	4 കി.മീ.
പാംഗോങ്	ലഡാക്ക്	6.4 കി.മീ.

പ്രധാന മേഖലകൾ

ജമ്മു, കാശ്മീർ, ലഡാക്ക് എന്നീ മൂന്നു മേഖലകളായിട്ടാണ് സംസ്ഥാനത്തെ തിരിച്ചിരിക്കുന്നത്. സിയാച്ചിൻ, ഗ്ലെയിസർ മേഖല ആർമിയുടെ

നിയന്ത്രണത്തിലാണ്. 22 ജില്ലകളാണുള്ളത്. ഏറ്റവും കൂടുതൽ ധാതുക്കൾ അടങ്ങിയ മേഖല ജമ്മുവാണ്. കൽക്കരി, കോപ്പർ, ബോക്സൈറ്റ്, സിങ്ക്, ലെഡ് തുടങ്ങിയ ധാതുലവണങ്ങളും പൈൻ, ദേവദാരു മരങ്ങൾ കൊണ്ടും സമ്പന്നമാണ്. തെക്ക് പീർപഞ്ചൽ മലനിരകളും വടക്കുപടിഞ്ഞാറായി പാകിസ്ഥാൻ അതിർത്തികളും ഈ മേഖലയുമായി ബന്ധപ്പെട്ടിരിക്കുന്നു. സ്വാതന്ത്ര്യത്തിനുമുമ്പ് 6 ജില്ലകൾ ഉണ്ടായിരുന്ന മേഖലയിൽ കത്യാവ, ജമ്മു, സാംബു, ഉദംപൂർ, റിയാസി, പുഞ്ച്, റജോറി, ഡോഡ, റാംബാൻ, കിഷ്തോർ എന്നിങ്ങനെ 10 ജില്ലകൾ ഉണ്ട്. ഇന്ത്യയിലെ എല്ലാ സംസ്ഥാനങ്ങളുമായി വ്യോമറയിൽ റോഡ് മാർഗ്ഗം ബന്ധിക്കപ്പെട്ടിരിക്കുന്നു. ഹൈന്ദവ തീർത്ഥാടനകേന്ദ്രമായ കട്ടറ വൈഷ്ണമാതാ ക്ഷേത്രവും ഈ മേഖലയിലാണ് സ്ഥിതി ചെയ്യുന്നത്. കാശ്മീരി പണ്ഡിറ്റുകളുടെ അഭയാർത്ഥി ക്യാമ്പുകളും ഇവിടെയാണ്. ഹിന്ദുക്കളും ക്രിസ്ത്യാനികളും സിഖുകാരും ഇവിടെ വസിക്കുന്നു.

കാശ്മീർ

സുന്നി മുസ്ലീങ്ങളാണ് കൂടുതൽ. നാമമാത്രമായി കാശ്മീരി പണ്ഡിറ്റ് കുടുംബങ്ങളും സിഖുകാരും കാണപ്പെടുന്നു. ബഡ്ഗാം, കാർഗിൽ മേഖലകൾ ഷിയാ മുസ്ലീം പ്രദേശങ്ങളാണ്. ഝലം (Jhelum) നദിയാണ് കാശ്മീരിന്റെ ജല ഉറവിടം. അനന്ത്നാഗ്, കുൽഗാം, പുൽവാമ, ഷോപ്പിയാൻ, ബഡ്ഗാം, ഗന്ധർബാൽ, ബന്ദിപ്പോറ, ബാരാമുള്ള, കുപ്പുവാര, ശ്രീനഗർ എന്നിങ്ങനെ 10 ജില്ലകൾ ഉണ്ട്. പ്രസിദ്ധമായ കാശ്മീരി പശ്ചിമ ഷാൾ, പാംപോറിലെ കുങ്കുമം, കാശ്മീരി ആപ്പിൾ, ഡാൽത്തടാകത്തിലെ ഷിക്കാരകൾ, അക്രൂട്ട്, ബദാം, അപ്രീകോട്ട് എന്നിവയും കാശ്മീരിന്റെ ചരിത്രവുമായി ബന്ധപ്പെട്ടിരിക്കുന്നു. പാകിസ്ഥാനിലേക്കും പാക്ക് അധീന കാശ്മീരിലേക്കും റോഡ് മാർഗ്ഗവും വ്യോമമാർഗ്ഗം മറ്റ് സംസ്ഥാനങ്ങളിലേക്കും എൻ എച്ച് വഴി ജമ്മുവുമായും ഗതാഗതം ബന്ധപ്പെടുത്തിയിരിക്കുന്നു. ഹൈന്ദവതീർത്ഥാടന കേന്ദ്രമായ അമർനാഥ് ക്ഷേത്രവും ശങ്കരാചാര്യക്ഷേത്രവും മുഹമ്മദ് നബിയുടെ തിരുകേശം സൂക്ഷിച്ചിരിക്കുന്ന ഹസ്രത്ത്ബാൽ പള്ളിയും ഈ മേഖലയിലാണ് സ്ഥിതി ചെയ്യുന്നത്.

ലഡാക്ക്

ബുദ്ധമതാനുയായികൾക്ക് ഭൂരിപക്ഷമുള്ള പ്രദേശമാണ്. വർഷത്തിൽ 8 മാസവും അതിശൈത്യം അനുഭവപ്പെടുന്ന ലേയ്, കാർഗിൽ പ്രദേശങ്ങളും ഈ മേഖലയിലാണ്. ഗോതമ്പ്, ബാർലി ഇനങ്ങൾ സിന്ധു നദിയുടെ തീരങ്ങളിൽ കൃഷി ചെയ്യുന്നു.

റോഡ് ഗതാഗതം

ഇന്ത്യയിലെ എല്ലാ സംസ്ഥാനങ്ങളുമായി ബന്ധപ്പെടുത്തി ശ്രീനഗർ

എയർപോർട്ടിൽനിന്ന് വ്യോമഗതാഗതം ഉണ്ട്. കൊഹിലപാലം വഴി ശ്രീനഗറും-റാവൽപിണ്ടിയുമായും അബോട്ടാബാദ്-പാക് അധീന കാശ്മീരിലേക്കും ശ്രീനഗറിൽനിന്ന് റോഡ് ഗതാഗതം ഉണ്ട്. സ്മിതാൻ പാസ് വഴി അനന്തനാഗ്-കിഷ്ത്യാർ മേഖലകളെ ബന്ധിപ്പിക്കുന്ന റോഡുകളും പുഞ്ച്ഹാജിപ്പൂർ മലനിരകൾ വഴി ഉറി-ശ്രീനഗറിനെ ബന്ധിപ്പിക്കുന്ന റോഡുകളും ഉണ്ട്. ജമ്മു-ശ്രീനഗർ ദൂരം 320 കി.മീ. ആണ്. ബനിഹാനിൽ നിർമ്മിച്ച 9 കി.മീ. നീളമുള്ള തുരങ്കം ജമ്മു-ശ്രീനഗർ യാത്രാസമയത്തിൽ 2 മണിക്കൂർ കുറവ് വരുത്തുന്നു.

ജനസംഖ്യ

1901 ലെ സെൻസസ് പ്രകാരം നാട്ടുരാജ്യമായ കാശ്മീരിൽ 29,05,728 ജനങ്ങൾ ഉണ്ടെന്നും, അതിൽ 21,54,695 പേർ മുസ്ലീങ്ങളും 6,89,073 കാശ്മീരി പണ്ഡിറ്റുകളും 35,047 ബുദ്ധമതക്കാരെന്നും രേഖകൾ സൂചിപ്പിക്കുന്നു.

മൊത്തം ജനസംഖ്യ 1941 – 1981

വർഷം	1941	1961	1971	1981
മൊത്തം	29,46,728	35,60,976	46,16,632	59,87,389
മുസ്ലീങ്ങൾ	21,33,611	24,32,067	30,40,129	38,43,451
കാശ്മീരി പണ്ഡിറ്റുകൾ	7,36,865	10,13,193	14,04,292	19,30,448
മുസ്ലീങ്ങൾ %	72.41	68.30	65.45	64.19
പണ്ഡിറ്റുകൾ %	25.01	28.45	30.42	32.24

ഇന്നാകട്ടെ കാശ്മീരിൽ മുസ്ലീങ്ങളും ജമ്മുവിൽ ഹിന്ദുക്കളും ലഡാക്കിൽ ബുദ്ധമതക്കാരുമാണ് ഭൂരിപക്ഷം.

സാംസ്കാരിക രീതികൾ

ജമ്മുകാശ്മീരിന്റെ ആചാരങ്ങളും സംസ്കാരങ്ങളും ലോകപൈതൃക പട്ടികയിൽ സ്ഥാനം പിടിച്ചതാണ്. കാശ്മീരി വനിതകളുടെ നാടോടി നൃത്തരൂപങ്ങൾ, നാടൻപാട്ടുകൾ, ഗുജ്ജാറുകളുടെ ഗസ്റ്റീസന്ന ഫ്ളൂട്ട് മ്യൂസിക്, ഡോഗ്രകളുടെ ലോറി, വൈശാഖി ആഘോഷങ്ങൾ, ലഡാക്കിലെ ടിബറ്റൻ ആഘോഷങ്ങൾ ഇതിനിടയിൽ വിതരണം ചെയ്യപ്പെടുന്ന തുകപ്പ് നൂഡിൽ, ടിബറ്റ് സൂപ്പ്, റോസ്റ്റ്, ബാർലിയിൽ ഉണ്ടാക്കുന്ന സ്റ്റാപാ ഒക്കെ കാശ്മീരിയത്തുമായി ബന്ധപ്പെട്ടിരിക്കുന്നു. തടി ബോട്ടുകൾ നിർമ്മിക്കുമ്പോൾ പാടുന്ന കാശ്മീരി ഗാനങ്ങൾ, അതിഥികളെ സൽക്ക

രിക്കാനായി നല്കുന്ന കാശ്മീരി തവ എന്ന കട്ടൻചായ, തണുപ്പു മാറ്റാനായി കമ്പിളിക്കുള്ളിൽ സൂക്ഷിക്കുന്ന കങ്കണി ഒക്കെത്തന്നെ കാശ്മീരിന്റെ സാംസ്കാരിക പൈതൃകങ്ങളുമായി ബന്ധപ്പെട്ടിരിക്കുന്നു.

ടൂറിസം

തീവ്രവാദം സൃഷ്ടിച്ച മുറിവുകളിൽനിന്നും കണ്ണുനീരിൽനിന്നും ഭൂമിയിലെ സ്വർഗ്ഗം പ്രകാശിച്ചുവരുകയാണ്. 2016 ൽ 78% വർദ്ധനവാണ് സന്ദർശകരിൽ ഉണ്ടായതെന്ന് ടൂറിസം വകുപ്പു പറയുന്നു. ഡിസംബർ, ജനുവരി, ഫെബ്രുവരി മാസങ്ങളിലെ മഞ്ഞുവീഴ്ചയും തണുപ്പും ആസ്വദിക്കാനാണ് സഞ്ചാരികൾ ഏറെയും ഇഷ്ടപ്പെടുന്നത്. ഏഷ്യയിലെ ഏറ്റവും വലിയ കേബിൾ കാർ ഗുൽമാർഗ്ഗിലാണ്. 5 കി.മീ. ദൂരത്താണ് ഇത് പ്രവർത്തിപ്പിക്കുന്നത്. ഗണ്ഡോള എന്നാണ് അറിയപ്പെടുന്നത്. പഹൽഗാം, ഗുൽമാർഗ്ഗ്, പട്ടനിടോപ്പ് മേഖലകൾ കേന്ദ്രീകരിച്ച് നടത്തുന്ന മഞ്ഞ് സ്കീയിങ് ടൂർണമെന്റുകൾ, ആപ്പിൾ തോട്ടങ്ങൾ, കുങ്കുമകൃഷി പ്രദേശങ്ങൾ, കുടിൽ വ്യവസായ ഉല്പന്ന മേഖലകൾ ഒക്കെത്തന്നെ സഞ്ചാരികളെ ആകർഷിക്കുന്നു. ഡാൽ തടാകത്തിലെ ഷിക്കാരകളിൽ യാത്ര ചെയ്യാനും സഞ്ചാരികൾ മത്സരമാണ്. ലക്ഷക്കണക്കിന് തീർത്ഥാടകർ വരുന്ന അമർനാഥ് ക്ഷേത്രം, മാതാ വൈഷ്ണവോ ദേവീക്ഷേത്രവും വിനോദ സഞ്ചാരമേഖലയ്ക്ക് കരുത്തേകുന്നു. കഴിഞ്ഞ വർഷം മാത്രം മാതാ വൈഷ്ണവോ ദേവിക്ക് ലഭിച്ച വരുമാനം 500 കോടിയിലേറെയാണ്. മുഗൾ രാജാക്കന്മാർ നിർമ്മിച്ച ഷാലിമാർ, ഹർവാൻ, നിഷാന്ത് എന്നീ പൂന്തോട്ടങ്ങളും ചഷൻമഷായ്, പരിമഹർ എന്നീ ശൈത്യകാല വസതികളും സഞ്ചാരികളെ ആകർഷിക്കുന്നു. പ്രവാചകന്റെ തിരുകേശം സൂക്ഷിക്കുന്ന ഹസ്രത്ത് ബാൽ പള്ളിയും ശ്രീശങ്കരാചാര്യക്ഷേത്രവും തീർത്ഥാടകരുടെ പ്രധാന സന്ദർശന കേന്ദ്രമാണ്.

വിദ്യാഭ്യാസം

1970 ലാണ് വിദ്യാഭ്യാസബോർഡ്, യൂണിവേഴ്സിറ്റി ഒക്കെ സ്ഥാപിതമായത്. പ്രൈമറി, മിഡിൽ, ഹയർ സെക്കന്ററി, കോളേജ് തലത്തിൽ ഗവൺമെന്റ്, സ്വകാര്യ, ആർമി സ്കൂൾ-കോളേജുകൾ പ്രവർത്തിക്കുന്നു. ഇന്നാകട്ടെ 88 ശതമാനം ഗ്രാമങ്ങളും വിദ്യാഭ്യാസ സ്ഥാപനങ്ങളുമായി ബന്ധപ്പെടുത്തിയിട്ടുണ്ട്. അതിർത്തി കടന്ന് എത്തുന്ന തീവ്രവാദത്തെ പ്രതിരോധിക്കാനും അന്ധകാരത്തിൽനിന്ന് പ്രകാശലോകത്തേക്ക് ജനങ്ങളെ നയിക്കാനും സംസ്ഥാന സാക്ഷരതാമിഷന്റെ പ്രവർത്തനങ്ങൾക്ക് കഴിഞ്ഞിട്ടുണ്ട്. ഇന്ത്യൻ ആർമിയുടെ 'ഓപ്പറേഷൻ സദ്ഭാവന' മിക്ക തീവ്രവാദ സ്ഥലങ്ങളിലും വൻ ചലനങ്ങളാണ് സൃഷ്ടിച്ചിരിക്കുന്നത്. ശ്രീനഗറിലെ എൻ ഐ ടി കേന്ദ്ര യൂണിവേഴ്സിറ്റി, കാർഷിക സർവ്വകലാശാലകൾ, കാശ്മീർ, ജമ്മു, വൈഷ്ണവമാതാ, ബാബാ ഗുലാം ബഡ്ഷാ യൂണി

വേഴ്സിറ്റികൾ, നിയമപഠന കോളേജുകൾ ഒക്കെ വിവിധ ഇടങ്ങളിലായി സ്ഥാപിക്കപ്പെട്ടിരിക്കുന്നു.

കൃഷി

കാശ്മീരിന്റെ വരുമാനം 80 ശതമാനവും കൃഷിയെ കേന്ദ്രീകരിച്ചിരിക്കുന്നു. അരി, ഗോതമ്പ്, ബാർലി, പച്ചക്കറികൾ, ആപ്പിൾ, ചെറി, പീർ, പ്ലം, വാൽനട്ട്, ആൾമേഡ്, കുങ്കുമം ഒക്കെ വൻതോതിൽ കയറ്റുമതി ചെയ്യുന്നു. ഏകദേശം 37,400 ഏക്കറിലായി നെൽകൃഷി കാശ്മീർ മേഖലയിലും, ഗോതമ്പ്, കത്യാവ, ആർ എസ് പുര എന്നിവിടങ്ങളിലും കേന്ദ്രീകരിച്ചു. ഗുണമേന്മയുള്ള കയറ്റുമതി ബസ്മതി അരിയും ഇതിൽപ്പെടും. കന്നുകാലി വളർത്തൽ, മത്സ്യകൃഷി, വിവിധ ഭാഗങ്ങളിൽനിന്ന് ശേഖരിച്ച വിത്തിനങ്ങളെ യോജിപ്പിച്ചുകൊണ്ട് ജൈവ പച്ചക്കറിത്തോട്ടങ്ങളും സുലഭമാണ്.

അതിർത്തി വഴിയുള്ള വ്യാപാരം (എൽ ഒ സി ട്രേഡ്)

കോടികൾ വിദേശനാണ്യം നേടിത്തരുന്ന വ്യാപാരമാണ് അതിർത്തി വഴി ഓരോ വർഷവും നടക്കുന്നത്. ഉറി, കാർഗിൽ, പുഞ്ച് മേഖല വഴിയും, പാക്ക് അധീന കാശ്മീരിലൂടെയും ആണ് വ്യാപാര ഗതാഗതത്തിനായി അതിർത്തികൾ ഇന്ത്യയും പാകിസ്ഥാനും തുറന്നുകൊടുത്തിരിക്കുന്നത്. പാകിസ്ഥാനിലെ പെഷവാറിലെ നമക്ക്മണ്ഡി എന്ന കമ്പോളത്തിലേക്കാണ് ഉല്പന്നങ്ങൾ എത്തുന്നത്. തജിക്കിസ്ഥാൻ, ഉസ്ബക്കിസ്ഥാൻ, ഇറാൻ, അഫ്ഗാനിസ്ഥാൻ, ചൈന, പാകിസ്ഥാൻ ഉല്പന്നങ്ങളോട് മത്സരിച്ചാണ് നമ്മുടെ ഉല്പന്നങ്ങൾ വിറ്റഴിക്കുന്നത്. 2009–10 ൽ മാത്രം പുഞ്ച് - റാവൽകോട് വഴി 27 കോടിയുടെ അതിർത്തി വ്യാപാരമാണ് നടന്നതെന്ന് സുരാൻകോട്ടിലെ വ്യാപാരികൾ പറയുന്നു. പ്രധാനമായും ആപ്പിൾ, കുങ്കുമപ്പൂവ്, തടികൊണ്ടുള്ള സാധനങ്ങൾ, തുകൽ ഉല്പന്നങ്ങൾ, എംബ്രോയിഡറി തുണികൾ, ഹാൻഡിക്രാഫ്റ്റ് സാധനങ്ങൾ ഒക്കെയാണ് കയറ്റുമതി ചെയ്യുന്നത്.

രാജതരംഗിണിയും കാശ്മീരും

കൽഹണന്റെ *രാജതരംഗിണി*യിലാണ് കാശ്മീരിന്റെ ഉത്ഭവത്തെക്കുറിച്ച് വിവരിക്കുന്നത്. എട്ട് ഭാഗങ്ങളുള്ള *രാജതരംഗിണി*, മൂന്ന് ഭാഗങ്ങൾ ഇതിഹാസങ്ങളെക്കുറിച്ചും, ബാക്കി കാശ്മീർ ചരിത്രത്തെക്കുറിച്ചും വിവരിക്കുന്നു. ശ്രീകൃഷ്ണന്റെ എതിരാളികളായിരുന്ന ഗൊനന്ദനെന്ന രാജാവിൽ നിന്നാണ് കാശ്മീർ ചരിത്രം ആരംഭിക്കുന്നത്. ചന്ദ്രഗുപ്ത മൗര്യന്റെ പുത്രനായ ബിന്ദുസാരന്റെ കാലത്ത് ബുദ്ധതക്ഷശില, മൗര്യ സാമ്രാജ്യത്തിനെതിരായി യുദ്ധം ആരംഭിച്ചു. ഇത് അടിച്ചമർത്താനായി പുത്രനായ അശോകനെ അയക്കുകയും പ്രകൃതിരമണീയമായ ശ്രീനഗർ

എന്ന പട്ടണം പിടിച്ചെടുക്കുകയും ചെയ്തു. അതോടൊപ്പം 96,000 ഭവനങ്ങൾ പണിയുകയും ചെയ്തു. ഹിന്ദുമതവും ബുദ്ധമതവും മേൽക്കോയ്മ നേടിയ ശ്രീനഗറിൽ അനേകം ക്ഷേത്രങ്ങളും ബുദ്ധവിഹാരങ്ങളും നിർമ്മിക്കപ്പെട്ടു.

ക്രിസ്തുവർഷം 511 – 652 വരെയാണ് മംഗോളിയയിൽനിന്ന് ഇന്ത്യയിലേക്ക് വന്ന ഹൂണന്മാർ കാശ്മീർ പിടിച്ചെടുത്ത് ഭരണം തുടങ്ങിയത്. ശൈവമതത്തിന്റെ സ്ഥാപകനായ മിഹിരഗുലൻ കാശ്മീർ താഴ്വരയിൽ ബുദ്ധസന്ന്യാസികളെ പീഡിപ്പിച്ചതിനെത്തുടർന്ന് സഹോദരൻ, മിഹിരഗുലനെ സ്ഥാനഭ്രഷ്ടനാക്കുകയും അയാൾക്ക് അഭയം കൊടുത്ത കാശ്മീർ രാജാവിനെ വധിച്ച് കാശ്മീർ രാജാവാകുകയും ചെയ്തു. 652 വരെ ഹൂണന്മാർക്ക് കാശ്മീർ ഭരിക്കാൻ സാധിച്ചു. ശേഷം കെ ഗുപ്ത കാശ്മീർ പിടിച്ചെടുത്ത് പുഞ്ചിലെ രാജ്ഞിയായ ഡിഡയെ വിവാഹം കഴിച്ചു. 1003 ൽ രാജാവിന്റെ മരണത്തെ തുടർന്ന് രാജ്ഞി 1014 വരെ കാശ്മീർ ഭരിച്ചു. 1015 ലും 1021 ലും മുഹമ്മെദ്ഗസ്നിയും ചെങ്കിസ്ഖാനും കാശ്മീരിലേക്ക് കടക്കാൻ ശ്രമിച്ചെങ്കിലും ദുർഘടമായ കാലാവസ്ഥയും പീർപഞ്ചാൽ മലനിരകളും കാരണം പരാജയപ്പെടുകയുണ്ടായി. 1089 – 1101 വരെ ഹർഷന്റെ സാമ്രാജ്യമായിരുന്നു കാശ്മീർ. അമിതമായ നികുതികളും വിചിത്രമായ ഭരണവും ആയപ്പോൾ ജനങ്ങൾ പ്രതികരിക്കുകയും ഭരണം നഷ്ടപ്പെടുകയും ശേഷം ക്രിസ്തുവർഷം 1338 വരെ ദിഗ്വിജയികളാണ് കാശ്മീർ ഭരിച്ചത്.

കാശ്മീരും ഇസ്ലാമും

ഹൈന്ദവ, ബുദ്ധമത സംസ്കാരങ്ങളുടെ തകർച്ചയെ മുതലെടുത്തുകൊണ്ടാണ് ഏകദേശം 222 വർഷം കാശ്മീരിൽ ഇസ്ലാം സൂഫി ദർശന ഭരണം നടപ്പിലാക്കിയത്. 'ലല്ലേ ശ്വാരി' എന്ന് ഉച്ചരിച്ച അധരങ്ങളിൽ ഹിന്ദുക്കൾ "ല അള്ളാ" എന്ന് ഉച്ചരിച്ചുകൊണ്ട് കൂട്ടമായി ഇസ്ലാമിലേക്ക് മതപരിവർത്തനം ചെയ്തു. 1398 ൽ തീമൂറിന്റെ സൈന്യം ഇന്ത്യയെ കീഴടക്കിയപ്പോൾ ഏറ്റവും അധികം ദുരിതങ്ങൾ നേരിട്ടത് കാശ്മീരിലെ ഹിന്ദുക്കൾക്കായിരുന്നു. നിർബ്ബന്ധിത മതപരിവർത്തനങ്ങളും ജസിയ എന്ന നികുതിയും ക്രൂരമായ പീഡനങ്ങളും കൂടി ആയപ്പോൾ ഹൈന്ദവ സംസ്കാരങ്ങളും ആചാരങ്ങളും അനുഷ്ഠാനങ്ങളും തകർന്നു. 1420 ൽ സുൽത്താൻ അലി ഷായെ അനുജൻ പുറത്താക്കുന്നതു വരെ തീമൂറായിരുന്നു കാശ്മീർ ഭരിച്ചത്.

മുഗൾ രാജാക്കന്മാർ

കാശ്മീരിന്റെ മതമൈത്രിക്കായി പ്രയത്നിച്ച രാജാക്കന്മാരായിരുന്നു മുഗളന്മാർ. 1587 – 1752 വരെയാണ് മുഗളന്മാർ കാശ്മീർ ഭരിച്ചത്. അക്ബർ ചക്രവർത്തി തുടങ്ങിവച്ച പരിഷ്കാരങ്ങൾ പിൻഗാമികൾ അനുവർത്തി

ക്കുകയും കാശ്മീരിന് പ്രൗഢിയും ആലങ്കാരികതയും വരുത്താൻ പ്രയത്നിക്കുകയും ചെയ്തു. കാശ്മീരിലെ പ്രധാന ഉദ്യാനങ്ങൾ എല്ലാം ഇവരുടെ കാലത്തുണ്ടായതാണ്.

പൂന്തോട്ടങ്ങളുടെ പേര്	സ്ഥാപകൻ
ഷാലിമാർ	ജഹാംഗീർ, ഭാര്യ നൂർജഹാന്റെ ഓർമ്മയ്ക്കായി
നിഷാദ്	ജഹാംഗീർ
ഹർവാൻ	ആസിഫ്ഖാൻ
പരിമഹർ	ഷാജഹാൻ
ചഷ്മഷായ്	ഷാജഹാൻ

ഡാൽ തടാകം മോടിപിടിപ്പിച്ചതും ഗുൽമാർഗ്ഗ്, സോണമാർഗ്ഗ്, പഹൽഗാം എന്നിവിടങ്ങളിൽ കൊട്ടാരങ്ങൾ നിർമ്മിക്കുകയും ചിട്ടയുള്ള ഭരണക്രമം വഴി മുഗളന്മാർ ജനങ്ങളെ സേവിക്കുകയും ചെയ്തു.

അഫ്ഗാൻ ഭരണം (1752 – 1819)

നീണ്ട 67 വർഷത്തെ ദുരന്തഭരണത്തിന് കാശ്മീരികൾക്ക് സാക്ഷിയാകേണ്ടി വന്നു. 1747 ൽ നാദിർഷാ വധിക്കപ്പെട്ടപ്പോൾ പേർഷ്യൻ കമാന്ററായ അഹമ്മദ്ഷാ അബ്ദാലി അഫ്ഗാൻ ഭരണാധികാരിയായി സ്വയം പ്രഖ്യാപിച്ചു. തുടർന്ന് 1793 ൽ തൈമൂർഷാ മരണപ്പെടുന്നത് വരെയും നെറികേടുകളുടെ രൂപമായ കിരാത ഏകാധിപത്യ ഭരണമായി അഫ്ഗാൻ ഭരണം തുടർന്നു. ഈ ഭരണം നീണ്ടുപോയെങ്കിൽ ഒരുപക്ഷേ, കാശ്മീർ വിഭജിച്ച് പല സ്വതന്ത്രരാജ്യങ്ങൾ ആയേനെ.

സിഖ് ഭരണം

1757 ലെ പ്ലാസിയുദ്ധം ഇംഗ്ലീഷുകാർക്ക് ഇന്ത്യയിൽ സ്ഥിരത നല്കുകയും പഞ്ചാബിലെ രാജാവായ രഞ്ജിത്ത് സിങ്ങിന്റെ സഹായത്തോടെ അതിർത്തി വ്യാപിപ്പിക്കുന്നതിനു വഴിയൊരുക്കുകയും ചെയ്തു. 1780 ലെ കരാർ പ്രകാരം സത്‌ലജ് നദിക്ക് വടക്ക് കാരക്കോറം വരെയും പടിഞ്ഞാറ് അഫ്ഗാൻ അതിർത്തി വരെയും രഞ്ജിത് സിങ്ങിനെ ബ്രിട്ടീഷുകാർ രാജാവായി അംഗീകരിച്ചു. ഷോപ്പിയാനിൽവച്ച് നടന്ന സിഖ്-ഡോഗ്ര സൈന്യവുമായുള്ള ഏറ്റുമുട്ടലിൽ അഫ്ഗാൻ സൈന്യത്തെ തോല്പിച്ചു കാശ്മീരിൽ സിഖ് ഭരണം ആരംഭിച്ചു. 1821 ൽ രഞ്ജിത് സിങ്ങിന്റെ പടനായകന്മാരിലൊരാളായ ഗുലാബ് സിങ്ങിനെ ജമ്മു രാജാവായി നിയമിച്ചു. 1842 ൽ കാശ്മീർ ഗവർണറായ ഗുലാം മൊഹിയിദ്ദീനുമായി ചേർന്ന് ലഡാക്ക്, ഗിൽജിത്ത്, ബാൾട്ടിസ്ഥാനും പഞ്ചാബിന്റെ കീഴിൽ കൊണ്ടുവരികയും ലേയിലെ രാജാവിനെ തടവുകാരനാക്കുകയും ചെയ്തു. 1839 ൽ മഹാ

രാജാ രഞ്ജിത് സിങ് മരണപ്പെട്ടതിനെത്തുടർന്ന് പഞ്ചാബ് ദുർബ്ബലപ്പെടാൻ തുടങ്ങി. പിന്നീട് അധികാരത്തിലെത്തിയ ഗുലാബ്സിങ് ഉയർത്തിയ വെല്ലുവിളി നേരിടാൻ ബ്രിട്ടീഷുകാർ ശ്രമിച്ചെങ്കിലും 1945 ലെ ത്രികക്ഷി കരാറിന് വഴങ്ങി ഇരുകൂട്ടരും സംയമനം പാലിച്ചു. കരാർപ്രകാരം ജമ്മു, കാശ്മീർ, ഗിൽജിത്ത്, ലഡാക്ക്, ബാൾട്ടിക് മേഖലകൾ പഞ്ചാബിൽനിന്ന് വേർപെടുത്തി ഗുലാബ്സിങ്ങിനെ രാജാവായി അവരോധിച്ചു. മറുവിലയായി ബ്രിട്ടീഷുകാർക്ക് രണ്ട് ഗഡുക്കളായി 75 ലക്ഷം രൂപ നല്കി. പക്ഷേ, 84,471 ചതുരശ്ര കി.മീ. സ്ഥലവും 25 ലക്ഷം ജനങ്ങളും ബാദ്ധ്യതയാണെന്ന് മനസ്സിലാക്കിയ രാജാവ് കാശ്മീരിൽ വരുന്നവരിൽനിന്ന് ഫീസ് ഈടാക്കിത്തുടങ്ങി. ഇത് ബ്രിട്ടീഷുകാരുമായി തുറന്ന തർക്കത്തിന് ഇടയാക്കുകയും രാജാവിന്റെ ഭരണം നിയന്ത്രിക്കാനായി ബ്രിട്ടീഷുകാരെ ഡ്യൂട്ടി ഓഫീസർമാരായി നിയമിക്കുകയും ചെയ്തു. 1856 ൽ ഗുലാബ് സിങ്ങിന്റെ മകനായ രൺബീർസിങ് അധികാരത്തിൽ വന്നിട്ടും ബ്രിട്ടീഷുകാരോടുള്ള നയത്തിനു മാറ്റം വന്നില്ല. 1870 ൽ രാജാവിന്റെ ഹിതത്തെ മാനിക്കാതെ വെള്ളക്കാരായ ഒരാളെ ഡ്യൂട്ടി ഓഫീസറായി നിയമിച്ചു. 1872 ൽ കാശ്മീരികൾക്കായി നിയമവകുപ്പ് തുടങ്ങി. 1877 ൽ രാജാവിന്റെ മരണത്തെത്തുടർന്ന് പിൻഗാമിയായ പ്രതാപ് സിങ്ങിന്റെ അഭിപ്രായം മാനിക്കാതെ ബ്രിട്ടീഷുകാർ കാശ്മീരിൽ റസിഡന്റ് കമ്മീഷണറെയും നിയമിച്ചു.

1889 ൽ റഷ്യ അഫ്ഗാൻ അതിർത്തിവരെ ഭരണം വ്യാപിച്ചതുകൊണ്ട് തന്ത്രപരമായ സമീപനങ്ങളായിരുന്നു ബ്രിട്ടീഷുകാർ കാശ്മീരിൽ തുടർന്നുപോന്നത്. ഒന്നാംലോക മഹായുദ്ധത്തിന് ബ്രിട്ടീഷുകാരെ സഹായിക്കാനായി രാജാവ് സൈന്യത്തെ അയച്ചുവെങ്കിലും, നന്ദി കാണിക്കാതെ, അടിമയെപ്പോലെയാണ് രാജാവിനെ കണ്ടിരുന്നത്. യോഗ്യതയില്ലാത്തവർക്ക് സ്ഥാനമാനങ്ങൾ നല്കി, ഭരണഭാഷയായ പേർഷ്യൻ മാറ്റി ഉറുദു ആക്കി. ഭൂമിയുള്ളവർക്ക് ഉദ്യോഗം നല്കി, വിദേശികൾക്ക് കാശ്മീരിൽ ഭൂമി വാങ്ങുന്നത് നിരോധിക്കുകയും ചെയ്തു. ഇന്നും ഇത് തുടരുന്നു. 1921 ൽ വൈസ്രോയി റീഡിങ് പ്രഭു ശ്രീനഗർ സന്ദർശിച്ചപ്പോൾ മുസ്ലീങ്ങൾ അദ്ദേഹത്തെ സന്ദർശിക്കുകയും രാജാവിന്റെ ഏകാധിപത്യപരമായ ഭരണം തങ്ങൾക്ക് തകർച്ചകൾ നല്കുന്നുവെന്ന് പരാതിപ്പെടുകയും ചെയ്തു. 1925 ൽ പ്രതാപ്സിങ് മരണപ്പെട്ടതിനെത്തുടർന്ന് മകനായ ഹരിസിങ് രാജാവായി. അജ്മീറിലെ മേയേ കോളേജിൽനിന്ന് പഠനം പൂർത്തിയാക്കിയ ഹരിസിങ്ങിനെ പ്രതീക്ഷയോടെയാണ് കാശ്മീരികൾ കണ്ടത്. ഹർവാനിലെ ജലസംഭരണി, മൊഹറായിലെ വൈദ്യുത പ്ലാന്റ്, ഡ്രയിനേജ് സമ്പ്രദായം, രണ്ട് കോളേജുകൾ, വിദ്യാഭ്യാസ സ്ഥാപനങ്ങൾ, ടെലിഗ്രാഫ്, ടെലിഫോൺ ഒക്കെ നടപ്പിലാക്കിയത് ഇദ്ദേഹത്തിന്റെ കാലത്താണ്. പക്ഷേ മുസ്ലീങ്ങളോടുള്ള സമീപനത്തിൽ മാറ്റം വരാതായപ്പോൾ 1931 ൽ ഹിന്ദു - മുസ്ലീം ഐക്യം സമരം തുടങ്ങി. ലാഹോറിലെ മുസ്ലീം സമ്മേളനത്തിൽ പങ്കെടുത്ത് മടങ്ങിയവർക്ക് നേരെ ജമ്മു

വിൽ വച്ച് പൊലീസ് ലാത്തിച്ചാർജ്ജ് നടത്തുകയും നിരപരാധികളെ അറസ്റ്റ് ചെയ്യുകയും ചെയ്തപ്പോൾ 'ഇസ്ലാം അപകടത്തിൽ' എന്ന സന്ദേശം മൗലവിമാർ മദ്രസകളിൽക്കൂടി ജനങ്ങളെ അറിയിക്കാൻ തുടങ്ങി. കലാപങ്ങളും ലഹളകളും ആരംഭിക്കുകയും കാശ്മീരിലെ സമാധാനവും സുരക്ഷിതത്വവും പരാജയപ്പെടുകയും ചെയ്തു. മൃതശരീരങ്ങളേയും വഹിച്ചുകൊണ്ട് പ്രകടനക്കാർ നടത്തിയ വ്യാപക ആക്രമണങ്ങളെക്കുറിച്ച് അന്വേഷിക്കണമെന്ന് റസിഡന്റ് കമ്മീഷണർ ആവശ്യപ്പെട്ടെങ്കിലും രാജാവ് അനുവദിച്ചില്ല. രാജാഹരികൃഷ്ണകൗൾ എന്ന പ്രധാനമന്ത്രിയുടെ സാമർത്ഥ്യംകൊണ്ട് പ്രക്ഷോഭകരുമായുള്ള ചർച്ച വിജയിക്കുകയും വർഗ്ഗീയ ലഹളയായി മാറേണ്ട പ്രക്ഷോഭത്തെ തണുപ്പിക്കുകയും ചെയ്തു.

ഷേക്ക് മുഹമ്മദ് അബ്ദുള്ള

കാശ്മീരി പണ്ഡിറ്റായിരുന്ന പിതാവിന്റെ പുത്രനാണ് പില്ക്കാലത്ത് 'കാശ്മീരിലെ സിംഹം' എന്നറിയപ്പെട്ട ഷേക്ക് മുഹമ്മദ് അബ്ദുള്ള. 1905 ൽ ഷാൾനെയ്ത്തുകാരുടെ കുടുംബത്തിലാണ് ജനനം. അലിഗാറിലെ കോളേജിൽനിന്നു സയൻസിൽ ബിരുദം നേടിയശേഷം സ്കൂൾ അദ്ധ്യാപകനായിട്ടായിരുന്നു തുടക്കം. സിവിൽ സർവ്വീസ് ലഭിക്കാത്തതിനെ തുടർന്ന് ജോലി രാജിവെക്കുകയും റീഡിങ്റൂം പാർട്ടിയിൽ അംഗമാവുകയും ചെയ്തു. തുടർന്ന് ഉർദു പണ്ഡിതനായ മുഹമ്മദിനോടൊപ്പം ചേർന്ന് 1930 ൽ ജമ്മുകാശ്മീർ മുസ്ലീം കോൺഫറൻസിന് രൂപം നല്കി, ആദ്യ പ്രസിഡന്റാവുകയും ചെയ്തു. 1931 ജൂലൈ 13 ന് സർക്കാരിനെതിരായ പ്രക്ഷോഭണത്തിന് നേതൃത്വം നല്കിയതിനെത്തുടർന്ന് അറസ്റ്റ് ചെയ്യപ്പെട്ടു. പിന്നീട് അറസ്റ്റുകൾ തുടർച്ചയായി. 1932 ൽ ഹിന്ദുക്കൾക്കും സംഘടനയിൽ അംഗത്വം നല്കിത്തുടങ്ങി. 1933 മാർച്ചിൽ നിയമലംഘനത്തിന് ആഹ്വാനം നല്കിയതിനെത്തുടർന്ന് അറസ്റ്റ് ചെയ്തു. 1934 ഏപ്രിൽ 24 ന് പ്രജാമണ്ഡലം എന്ന നിയമസഭ അനുവദിച്ചുകൊണ്ട് ഉത്തരവിറങ്ങി. 1934 ലെ തിരഞ്ഞെടുപ്പിൽ 21 മുസ്ലീം സീറ്റിൽ 19 എണ്ണത്തിലും മുസ്ലീം കോൺഫറൻസ് വിജയിച്ചു. തുടർന്ന് ഉത്തരവാദഭരണം വേണമെന്ന് ഷേക്കിന്റെ പാർട്ടി ആവശ്യപ്പെട്ടു. 1936 ൽ ഗോപാലസ്വാമി അയ്യങ്കാർ ജമ്മുകാശ്മീർ പ്രധാനമന്ത്രിയായി നിയമിക്കപ്പെട്ടു. 1939 ജൂൺ മാസം മുസ്ലീം കോൺഫറൻസ് എന്നത് മാറ്റി നാഷണൽ കോൺഫറൻസ് എന്ന പേര് സ്വീകരിച്ചു. 1941 ൽ നാട്ടുരാജ്യങ്ങളുടെ അഖിലേന്ത്യ കോൺഫറൻസിൽ നാഷണൽ കോൺഫറൻസും അംഗമായി. 1944 ൽ കാശ്മീരിന് സമത്വം, സ്വാതന്ത്ര്യം, ജനായത്തം, ഭൂമി കർഷകന്, സോഷ്യലിസ്റ്റ് സാമ്പത്തിക ക്രമീകരണം, തൊഴിലാളി സംരക്ഷണം എന്നിങ്ങനെയുള്ള പുതിയ ഭരണഘടന വാഗ്ദാനം ചെയ്തു. ഹിന്ദുക്കളെയും സിഖുകാരെയും ഒന്നിച്ചു നിർത്താതെ കാശ്മീരിന്റെ പ്രശ്നങ്ങൾക്ക് പരിഹാരം കണ്ടെത്താൻ കഴിയില്ലെന്ന് അഭിപ്രായപ്പെട്ടു. അദ്ദേഹത്തിന്റെ മതേതര

കാഴ്ചപ്പാടുകൾക്കെതിരെ പലപ്പോഴും മുഹമ്മദലി ജിന്നയ്ക്ക് ഏറ്റുമുട്ടേണ്ടി വന്നു. 1944 ഒക്ടോബറിൽ നിയമസഭാംഗങ്ങളിൽനിന്ന് ഒരു ഹിന്ദുവിനെയും മുസ്ലീമിനെയും എടുക്കാമെന്ന് ഹരിസിങ് സമ്മതിക്കുകയുണ്ടായി. സിംലയിൽ നടന്ന സമ്മേളനത്തിൽ വൈസ്രോയി അധികാരകൈമാറ്റത്തെക്കുറിച്ച് സൂചിപ്പിക്കുകയും ധാരണയാകുകയും ചെയ്തു. പണ്ഡിറ്റ് ജവഹർലാൽ നെഹ്റുവാണ് ആദ്യമായി 'കാശ്മീർ സിംഹം' എന്ന് ഷേക്ക് മുഹമ്മദ് അബ്ദുള്ളയെ വിശേഷിപ്പിച്ചത്.

1946 മേയ് 12 ന് ക്യാബിനറ്റ് മിഷൻ ഇറക്കിയ കുറിപ്പിൽ ബ്രിട്ടൻ ഇന്ത്യയുടെ മേലുള്ള അധികാരം ഒഴിയുമ്പോൾ ബ്രിട്ടന് ലഭ്യമായിരുന്ന അവകാശങ്ങളും അധികാരങ്ങളും സംസ്ഥാനങ്ങൾക്ക് മടക്കി ലഭിക്കുന്നതാണെന്ന ഉറപ്പ് നല്കിയിരുന്നു. മേയ് 20 ന് നടന്ന ക്വിറ്റ് കാശ്മീർ പ്രക്ഷോഭത്തെ തുടർന്ന് കാശ്മീർ സിംഹം അറസ്റ്റിലായി. മൗണ്ട്ബാറ്റൺ പ്രഭു ആവശ്യപ്പെട്ടിട്ടുപോലും മഹാരാജാ ഹരിസിങ് ഇദ്ദേഹത്തെ മോചിപ്പിക്കാൻ തയ്യാറായില്ല.

ജമ്മുകാശ്മീർ ഇന്ത്യൻ യൂണിയനുമായി യോജിപ്പിക്കാൻ 1947 ഒക്ടോബർ 26 ന് മഹാരാജാ ഹരിസിങ് എഴുതിക്കൊടുത്ത കരാർ

1. ശ്രീമാൻ ഇന്ദർ മഹേജർ രാജരാജേശ്വർ മഹാരാജാധി രാജശ്രീ ഹരിസിങ്ജി, ജമ്മുകാശ്മീർ ദേശാധിപതി, ഭരണാധികാരി എന്ന നിലയിൽ ആ സംസ്ഥാനത്തിന് മേലുള്ള പരമാധികാരം ഉപയോഗിച്ച് സംയോജനക്കരാറിൽ സമ്മതിക്കുന്നത്.

1.1 താഴെപ്പറയുന്ന വ്യവസ്ഥകൾക്കും 1935 ലെ ഇന്ത്യ ആക്ടിനും വിധേയമായി ഗവർണർ ജനറലും ഇന്ത്യൻ പാർലമെന്റും ഫെഡറൽ കോടതിയും ഉൾപ്പെട്ട ഇന്ത്യൻ യൂണിയനോട് എന്റെ രാജ്യത്തെ സംയോജിപ്പിക്കുന്നു.

2.1 മേല്പറഞ്ഞ ആക്ടിൻപ്രകാരം (1935 ലെ ആക്ട്) എന്റെ സംസ്ഥാനത്തിനു ബാധകമായ കാര്യങ്ങൾ ഞാൻ നിർവ്വഹിച്ചുകൊള്ളാം.

3.1 ഇതോടൊപ്പമുള്ള പട്ടികയിൽ പറയുന്ന കാര്യങ്ങളെ സംബന്ധിച്ച് കേന്ദ്ര പാർലമെന്റിലുണ്ടാകുന്ന നിയമങ്ങൾ ഞാൻ പാലിച്ചുകൊള്ളാം.

4. സംസ്ഥാന ഭരണത്തെക്കുറിച്ച് ഗവർണർ ജനറലും ഭരണാധികാരിയും സമ്മതിച്ച് ഉണ്ടാക്കുന്ന നിയമങ്ങൾ സംസ്ഥാനത്തിന് ബാധകമായിരിക്കും.

5. 1935, 1947 ഇന്ത്യ ആക്ടുകളിന്മേലുണ്ടാകുന്ന ഭേദഗതികൾ എന്റെ സമ്മതപ്രകാരം മാത്രമേ സംസ്ഥാനത്ത് നടപ്പാക്കാനാവൂ.

6. സംസ്ഥാനത്ത് ഭൂമി വിലയ്ക്കെടുക്കാൻ നിർബ്ബന്ധിക്കുന്ന ഒരു നിയമവും കേന്ദ്ര പാർലമെന്റിലുണ്ടാകാൻ പാടില്ല. കേന്ദ്രത്തിനാവശ്യ

മായ ഭൂമി ഏറ്റെടുക്കേണ്ടി വന്നാൽ കേന്ദ്ര ചെലവിൽ ഭൂമി എടുത്ത് കൊടുക്കാമെന്നും തടസ്സം വന്നാൽ ഇന്ത്യൻ ചീഫ് ജസ്റ്റിസിന്റെ മദ്ധ്യ സ്ഥതയിൽ തീരുമാനം ഉണ്ടാക്കാവുന്നതുമാണ്.

7. ഇന്ത്യക്കുണ്ടാകാവുന്ന ഭരണഘടനയിൽ വരാവുന്ന വ്യവസ്ഥകൾ എനിക്ക് സ്വീകാര്യമല്ലാത്തവ സ്വീകരിക്കുന്നതിന് ഈ കരാർ കൊണ്ട് ഞാൻ നിർബ്ബന്ധിതനാവുന്നില്ല.

8. ഈ കരാറിൽ പ്രസ്താവിച്ചിട്ടുള്ളതല്ലാതെ സംസ്ഥാനത്തിൻ മേൽ എനിക്കുള്ള പരമാധികാരത്തെ ബാധിക്കുന്നതോ സംസ്ഥാന ഭരണാ ധികാരിയെന്ന നിലയിൽ എനിക്കുള്ള അവകാശങ്ങളും അധികാര ങ്ങളും ചോദ്യം ചെയ്യപ്പെടുന്നതോ സംസ്ഥാനത്ത് നിലവിലുള്ള നിയ മങ്ങൾക്ക് എതിരായിട്ടുള്ളതോ ആയ കാര്യങ്ങൾ എനിക്ക് സ്വീകാ ര്യമല്ല.

9. സംസ്ഥാനത്തിനു വേണ്ടിയാണ് ഈ കരാർ ചെയ്യുന്നതെന്ന് ഞാൻ പ്രഖ്യാപിക്കുന്നു. എന്റെ അവകാശികൾക്കും പിൻഗാമികൾക്കും ഈ കരാർ ബാധകമായിരിക്കും.

മഹാരാജാ ഹരിസിങ്ങിന്റെ നിലപാടുകളും മൗണ്ട് ബാറ്റണിന്റെ കാപ ട്യവും നെഹ്റുവിന്റെ അഹന്തയും കൂടിയായപ്പോൾ കാശ്മീർ തർക്കഭൂമി യായിത്തീർന്നു. പാരമ്പര്യമായി ലഭിച്ച ആപ്പിൾത്തോട്ടങ്ങളും ശീതകാല വസതികളും കോടികൾ വിലയുള്ള പ്രകൃതിരമണീയമായ സ്ഥല ങ്ങൾക്കൂടി സംരക്ഷിക്കേണ്ട കുടുംബബാദ്ധ്യത നെഹ്റുവിൽ അർപ്പിത മായപ്പോൾ ഉപദേശക കൂട്ടുക്കെട്ടുകളുടെ ശരികൾ മനസ്സിലാക്കാതെ, ചരിത്രത്തെ നോക്കുകുത്തിയാക്കിക്കൊണ്ട്, മനസ്സാക്ഷിക്ക് വിരുദ്ധമായി ചെയ്ത പ്രവൃത്തികളാണ് 120 കോടി ജനങ്ങൾക്കും പരമാധികാരത്തിനും ജനാധിപത്യത്തിനും വെല്ലുവിളിയായി തീർന്നത് അങ്ങനെയാണ്. കോടി കൾ ഖജനാവിന് നഷ്ടപ്പെടുത്തിക്കൊണ്ട് തോക്കിൻകുഴലിലൂടെയുള്ള സമാധാനം കാശ്മീരിൽ സൃഷ്ടിക്കേണ്ട അവസ്ഥ വന്നത്.

ഇന്ത്യൻ സ്വാതന്ത്ര്യവും കാശ്മീരും

1945 ൽ ലേബർ പാർട്ടി ബ്രിട്ടനിൽ അധികാരത്തിൽ വന്നതോടെ ഇന്ത്യൻ സ്വാതന്ത്ര്യ മോഹങ്ങൾക്ക് സാധുതയായി. വിഭജനം ഒഴിവാക്കാൻ മൗണ്ട്ബാറ്റൺ ശ്രമിച്ചെങ്കിലും ജിന്നയുടെ സമ്മർദ്ദത്തെത്തുടർന്ന് 1947 ആഗസ്ത് 14 ന് പാകിസ്ഥാനും ആഗസ്ത് 15 ന് ഇന്ത്യയും സ്വതന്ത്രരാ ജ്യങ്ങളായി നിലവിൽവന്നു. ഗവൺമെന്റ് ഓഫ് ഇന്ത്യ ആക്ട് പ്രകാരം 565 നാട്ടുരാജ്യങ്ങളുടെമേലും ബ്രിട്ടന് ഉണ്ടായിരുന്ന അധികാരം അവ സാനിച്ചു. ഇന്ത്യയോടോ, പാകിസ്ഥാനോടോ ചേരുവാൻ നാടുവാഴിയുടെ അംഗീകാരം മാത്രം മതിയായിരുന്നു. ഇരുരാജ്യങ്ങളും കാശ്മീരിന്റെ അയൽക്കാർ ആയിരുന്നതുകൊണ്ട് ഇടക്കാല ഉടമ്പടിയുടെ പതിപ്പ് ആഗസ്ത് 12 ന് മഹാരാജാവ് ഒപ്പിട്ടയച്ചുകൊടുത്തു. ജമ്മുകാശ്മീർ ഇന്ത്യ

യിൽ ലയിക്കാൻ ഏറ്റവുമധികം താല്പര്യം കാട്ടിയത് നാഷണൽ കോൺഫറൻസായിരുന്നു. ഇന്ത്യയുമായി ചേരാൻ രാജാവിന് തീരെ ആഗ്രഹം ഇല്ലായിരുന്നു. പാകിസ്ഥാനുള്ളിൽ സ്വതന്ത്രപദവി നല്കാമെന്ന ജിന്നയുടെ ഉറപ്പിന്മേലായിരുന്നു രാജാവിന് വിശ്വാസം. എന്നാൽ രാജ കുടുംബാംഗങ്ങൾക്ക് മുസ്ലീം മേൽക്കോയ്മയുള്ള രാജ്യത്തോട്, ഹൈന്ദവ സംസ്കാരങ്ങളെ ലയിപ്പിക്കുന്നതിന് ഒട്ടും താല്പര്യവുമില്ലായിരുന്നു. ആഗസ്ത് 15 വരെ ലയനകാര്യത്തെക്കുറിച്ച് ഉറപ്പ് ലഭിക്കാത്തതുകൊണ്ട് ആഗസ്ത് 18 ന് മൗണ്ട്ബാറ്റൺ കാശ്മീർ സന്ദർശിച്ചു. മഹാരാജാവിന് പാകിസ്ഥാനോട് ലയിക്കുവാനാണ് താല്പര്യമെങ്കിൽ അത് തുടരാൻ ഇന്ത്യക്ക് എതിർപ്പില്ലെന്ന സർദാർ പട്ടേലിന്റെ സന്ദേശം കാശ്മീർ പ്രധാന മന്ത്രിയെ അറിയിച്ചശേഷമാണ് ഗവർണർ ജനറൽ മടങ്ങിയത്.

ജുനഗഡ്, ഹൈദ്രാബാദ് നൈസാം എന്നിവർ ഇന്ത്യയോടൊപ്പം ചേർന്നപ്പോൾ റാഡ്ക്ലിഫ് അവാർഡ് കാശ്മീർ പ്രശ്നത്തിന് വഴി തെളി യിക്കുകയും ചെയ്തു. ഹിന്ദു-മുസ്ലീം ഭൂരിപക്ഷവും പഞ്ചാബിന്റെ വിഭജന രേഖയും അനുസരിച്ച് കാശ്മീർ വിഭജിക്കാമെന്നാണ് സർ സിറിൽ റാഡ്ക്ലിഫ് എന്ന ബ്രിട്ടീഷുകാരൻ വൈസ്രോയിക്ക് റിപ്പോർട്ട് നല്കിയത്.

ഓപ്പറേഷൻ ഗുൽമാർഗ്ഗിന് നേതൃത്വം നല്കിയ ഗവർണർ ജനറൽ അക്സൽഖാനും പാക്ക് ഗിരിവർഗ്ഗക്കാരും നടത്തിയ കൊള്ളകൾക്കും പീഡനങ്ങൾക്കും ദുരന്തങ്ങൾക്കും കാശ്മീരിനെ മോചിപ്പിക്കാനോ കൂട്ടി ച്ചേർക്കാനോ കഴിഞ്ഞതുമില്ല. ഇന്ത്യയുടെ പരമാധികാരത്തെ കണ്ണിലെ കൃഷ്ണമണി പോലെ കാത്ത് സൂക്ഷിക്കുവാൻ ഇത് പ്രതിബദ്ധത നല്കി. ഇന്ത്യൻ സൈന്യം 1947 ഒക്ടോബർ 27 ന് ശ്രീനഗറിൽ ഇറങ്ങുന്നതിനു മുമ്പേ പുഞ്ച് ജില്ല മുതൽ കാശ്മീരിലെ പല ഭാഗങ്ങളും അതിർത്തി കടന്ന് എത്തിയ തീവ്രവാദികൾ കൈയടക്കിയിരുന്നു. കാശ്മീരിൽ നിയ മസമാധാനം സ്ഥാപിച്ചുകഴിഞ്ഞാൽ ഐക്യരാഷ്ട്രസഭ പോലുള്ള രാഷ്ട്രാന്തര സംഘടനയുടെ നേതൃത്വത്തിൽ കാശ്മീരിൽ ജനഹിത പരി ശോധന നടത്തുന്നതാണെന്ന് നവംബർ 2 ന് ആകാശവാണി പ്രക്ഷേപ ണത്തിൽ പ്രധാനമന്ത്രി കാശ്മീരി ജനതയ്ക്ക് ഉറപ്പു നല്കുകയുണ്ടായി.

1948 ജനുവരി 1 ന് ഇന്ത്യ പാകിസ്ഥാനെതിരെ ഐക്യരാഷ്ട്രസഭ യിൽ പരാതി നല്കി. (1) പാക്ക് പൗരന്മാർ കാശ്മീരിൽ യുദ്ധം ചെയ്യു ന്നത് തടയണം. (2) അതിർത്തിയിലൂടെ കാശ്മീരിൽ പാകിസ്ഥാൻ യുദ്ധോ പകരണങ്ങൾ കടത്തുന്നത് തടയണം. (3) പാക്ക് സർക്കാരിലെ പട്ടാള, സിവിൽ ഉദ്യോഗസ്ഥർ കാശ്മീർ ആക്രമണത്തിൽ പങ്കെടുക്കുന്നത് തട യണം – ഇക്കാര്യങ്ങളാണ് പരാതിയിൽ ആവശ്യപ്പെട്ടിരുന്നത്. 1948 ജനു വരി 17 ന് ഇരുരാജ്യങ്ങളും പരസ്പരം കുറ്റപ്പെടുത്തുന്നതിൽനിന്ന് മാറി നില്ക്കണമെന്ന പ്രമേയം ഐക്യരാഷ്ട്രസഭ അവതരിപ്പിച്ചു. ഏപ്രിൽ 21 ന് ജമ്മുകാശ്മീരിൽ സമാധാനം സ്ഥാപിക്കാനും ഇരുരാജ്യങ്ങളുടെയും ഒത്താശയോടെ ജനഹിത പരിശോധന നടപ്പാക്കാനായി അഞ്ചംഗ കമ്മീ ഷനെ നിയമിക്കാനും തീരുമാനമായി. ജൂൺ 21 ന് സ്ഥാനമൊഴിയുന്ന

മൗണ്ട്ബാറ്റൺ ജമ്മുകാശ്മീരിനെ വിഭജിക്കാൻ വച്ച നിർദ്ദേശം നെഹ്റു സമ്മതിച്ചെങ്കിലും പാകിസ്ഥാൻ നിരാകരിച്ചത് കാരണം പരാജയപ്പെട്ടു. തുടർന്ന് ഇരുരാജ്യങ്ങളിലേക്കും അഭയാർത്ഥി പ്രവാഹം ഉണ്ടായി. ഇന്ത്യയുടെ ജനഹിതത്തെ പാകിസ്ഥാൻ അന്താരാഷ്ട്രവല്ക്കരിക്കുകയും കാശ്മീരിന് പരമാധികാരം നല്കി, സ്വതന്ത്ര കാശ്മീർ രൂപീകരിക്കണമെന്നും ഐക്യരാഷ്ട്രസഭയോടാവശ്യപ്പെട്ടു. (1) പ്രമേയം അംഗീകരിച്ചുകഴിഞ്ഞാൽ ഇരുസൈന്യവും 4 ദിവസത്തിനകം വെടി നിർത്തണം. (2) പാക്ക് സൈന്യം കാശ്മീരിലുണ്ടാകുന്നത് ജനഹിതത്തെ ബാധിക്കുമെന്നതുകൊണ്ട് സൈന്യത്തെ പിൻവലിക്കാൻ പാകിസ്ഥാൻ സമ്മതിച്ചു. പിടിച്ചെടുത്ത പ്രദേശങ്ങൾ ഇരുരാജ്യങ്ങളും പ്രാദേശിക സമിതികളെ ഏല്പിക്കണം. (3) ഭാവി ഗവൺമെന്റിനെ ജനഹിതമനുസരിച്ച് തീരുമാനിക്കണം. വെടിനിർത്തലിന് മുമ്പ് ഇരുരാജ്യങ്ങളും കഴിയുന്നിടത്തോളം പ്രദേശങ്ങൾ പിടിച്ചെടുക്കാനായി ശ്രമിച്ചു. ഡിസംബർ 23 ന് ഇന്ത്യയും 25 ന് പാകിസ്ഥാനും ആഗസ്തിലെ പ്രമേയം അംഗീകരിക്കുകയും അതിൻപ്രകാരം 1948 ഡിസംബർ 31/ 1949 ജനുവരി ഒന്ന് അർദ്ധരാത്രി വെടിനിർത്തൽ നിലവിൽവന്നു. 1949 ജനുവരി 5 ന് യു എൻ ഡി പി ആഗസ്ത് 13 ലെ പ്രമേയത്തിലെ വകുപ്പ് അനുബന്ധമായി III ചേർത്തു. (i) ജമ്മുകാശ്മീരിന്റെ സംയോജനം നിഷ്പക്ഷ ഹിതപരിശോധനയിലൂടെ നിർണ്ണയിക്കും. (ii) ആഗസ്ത് 13 ലെ രണ്ടുഭാഗങ്ങൾ നടപ്പിലാക്കിയ ശേഷമായിരിക്കും ജനഹിത പരിശോധന. (iii) ജനഹിത പരിശോധനയുടെ മേൽനോട്ടത്തിനായി ലോകനേതാവിനെ യു എൻ സെക്രട്ടറി ജനറൽ നിയമിക്കും. (iv) കാശ്മീരിന്റെ ഇരുഭാഗത്തും എത്ര സുരക്ഷാസേന ആകാമെന്ന് ഹിതപരിശോധന അഡ്മിനിസ്ട്രേറ്റർ തീരുമാനിക്കും. (v) ഇരുഭാഗത്തേയ്ക്കും സിവിൽ സൈനിക വിഭാഗങ്ങൾ അഡ്മിനിസ്ട്രേറ്ററെ സഹായിക്കണം. (vi) ആക്രമണം കൊണ്ട് നാട് വിട്ടുപോയവർക്ക് മടങ്ങിവരാനും, വോട്ട് ചെയ്യാനും അവസരം നല്കണം. (vii) ജമ്മുകാശ്മീരിലെ എല്ലാ അധികാരികളും നിർഭയമായി പ്രവർത്തിക്കുന്നതിന് സഹായിക്കണം. രാഷ്ട്രീയത്തടവുകാരെ മോചിപ്പിക്കണം. ജനഹിത പരിശോധനയ്ക്കാവശ്യമായ നിർദ്ദേശങ്ങൾക്ക് യു എൻ സി ഐ പിയെ സമീപിക്കും. (ix) ജനഹിത പരിശോധനാഫലം അഡ്മിനിസ്ട്രേറ്റർ യു എൻ കമ്മീഷനെ അറിയിക്കണം. (x) ആഗസ്ത് പതിമൂന്നുമായി ബന്ധപ്പെട്ട ചർച്ചകളിൽ അഡ്മിനിസ്ട്രേറ്റർക്കും പങ്കെടുക്കാം.

വെടിനിർത്തൽ കമ്മിറ്റിയിൽ ഇന്ത്യയുടെ ഭാഗത്ത് മേജർ ജനറൽ കെ എസ് തിമ്മയ്യ, ലഫ്. ജനറൽ എസ് എം ശ്രീനഗേഷ്, ബ്രിഗേഡിയർ എസ് എച്ച് എഫ് ജെ മനേകഷാ എന്നിവരും പാകിസ്ഥാനിൽനിന്ന് ബ്രിഗേഡിയർ എം ഷേർഖാൻ, മേജർ ജനറൽ നസീർ അഹമ്മദ്, മേജർ ജനറൽ ജെ കതോണും പങ്കെടുത്തു. വെടിനിർത്തൽ കരാറിന്റെ ഭാഗമായി പാക്ക് സൈന്യത്തെ പിൻവലിക്കാൻ തയ്യാറാകാത്തത് കാരണം ജനഹിത പരിശോധന നടപ്പിലാക്കാൻ ഇന്ത്യയും തയ്യാറായില്ല. അമേരി

ക്കയും ഇംഗ്ലണ്ടും അനാവശ്യമായി കാശ്മീർ പ്രശ്നത്തിൽ ഇടപെടുന്നുവെന്ന് യു എന്നിലെ ഇന്ത്യൻ പ്രതിനിധി ബി എൻ റാവു ആരോപിച്ചു. 1949 ജൂലൈ 18 ന് കറാച്ചിയിൽ ഉന്നതതല യോഗത്തിൽ ഇരുരാജ്യങ്ങളുടെയും പ്രതിനിധികൾ ഉറപ്പ് നല്കി 139000 ചതുരശ്ര കിലോമീറ്റർ ഇന്ത്യയും, 83807 ചതുരശ്ര കിലോമീറ്റർ മുസാഫറാബാദ്, ഗിൽജിത്ത്, ബാർട്ടിസ്ഥാൻ ഭാഗങ്ങളും പാകിസ്ഥാനും നിയന്ത്രിക്കുമെന്ന്.

1950 ഏപ്രിൽ 12 ന് ആസ്ട്രേലിയയിലെ നിയമ വിദഗ്ദ്ധനായ സാർ ഓവൻ ഡിക്സനെ കാശ്മീരിൽ യു എൻ നിരീക്ഷകനായി നിയമിച്ചു. ഇരുരാഷ്ട്രങ്ങളും സ്വാഗതം ചെയ്യുകയും ഷേക്ക് അബ്ദുള്ളയുമായും ചൗധരിഗുലാം അബ്ബാസുമായി ചർച്ചകൾ നടത്തി കാശ്മീർ പദ്ധതി യു എന്നിൽ സമർപ്പിച്ചു. ലഡാക്ക് ഇന്ത്യക്കും പാക്ഭരണം നടത്തുന്ന മുസാഫറാബാദിലെ നോർത്ത് മേഖല പാകിസ്ഥാനും, ജമ്മുകാശ്മീരിനെ രണ്ടാക്കാനും ജനഹിത പരിശോധന നടത്താനും എന്നാൽ ഇത് ഇന്ത്യ അംഗീകരിക്കാത്തതു കാരണം പരാജയപ്പെടുകയും 1951 ൽ ഫ്രാങ്ക്ഗ്രഹാം പന്ത്രണ്ടിനപദ്ധതിയുമായി എത്തിയെങ്കിലും അതും പരാജയപ്പെട്ടു.

1952, ആഗസ്തിൽ ജവഹർലാൽ നെഹ്റു ഇന്ത്യൻ പാർലമെന്റിൽ പറഞ്ഞു: "യാതൊരുവിധ സമ്മർദ്ദങ്ങളിലൂടെയും കാശ്മീരിനെ ഇന്ത്യൻ യൂണിയനോട് ചേർക്കാൻ ആഗ്രഹിക്കുന്നില്ല. ജമ്മുകാശ്മീരിലെ ജനങ്ങൾക്ക് ഇഷ്ടമുള്ള വഴി തെരഞ്ഞെടുക്കാം." 1953 ജൂലൈ 25–27 ഇരുരാഷ്ട്രങ്ങളിലേയും പ്രധാനമന്ത്രിമാർ കറാച്ചിയിൽ ഒത്തുകൂടി പരസ്പരം വിശ്വാസം വളർത്താനായി ചർച്ചകൾ തുടങ്ങി. ആഗസ്ത് 17–20 ന് നടന്ന ചർച്ചയിൽ, 1954 ഏപ്രിലിൽ ഇരുരാഷ്ട്രങ്ങളും ജനഹിത പരിശോധനയ്ക്കായി സ്വതന്ത്ര അഡ്മിനിസ്ട്രേറ്ററെ നിയമിക്കാനും ധാരണയായി. 1953–1960 ഇരുരാഷ്ട്രങ്ങളുടെയും പ്രധാനമന്ത്രിമാർ തമ്മിൽ ന്യൂഡൽഹി, കറാച്ചി, ലണ്ടൻ എന്നിവിടങ്ങളിൽവച്ച് ചർച്ചകൾ നടത്തി. 1953 ൽ സോവിയറ്റുയൂണിയൻ യു എന്നിൽ വ്യക്തമാക്കി കാശ്മീർ പ്രശ്നം ഇന്ത്യയുടെ വ്യക്തിപരമായ പ്രശ്നം മാത്രമാണെന്ന്, 1955 ലെ ചരിത്ര പ്രസിദ്ധമായ കാശ്മീർ സന്ദർശനത്തിൽ ക്രൂഷ്ചേവ് അഭിപ്രായപ്പെട്ടു: "കാശ്മീരി ജനതയുടെ ആഗ്രഹം ഇന്ത്യയോടൊപ്പം നില്ക്കാനാണെന്ന്."

1960–65 വരെ പാക്ക് പ്രസിഡന്റ് അയുബ്ഖാനും ഇന്ത്യൻ പ്രധാനമന്ത്രി ലാൽബഹദൂർ ശാസ്ത്രിയുമായി 6 വട്ട ചർച്ചകൾ സിന്ധുനദീ ജലവിതരണവുമായി നടത്തി. 1964 വരെ പാകിസ്ഥാൻ യു എന്നിൽ കാശ്മീർ പ്രശ്നം സജീവമാക്കി നിർത്തി. 1965 വരെ യു എന്നിൽ കാശ്മീർ പ്രശ്നം എപ്പോഴൊക്കെ പാകിസ്ഥാൻ ഉന്നയിക്കുമോ അപ്പോഴൊക്കെ സമർത്ഥമായി സോവിയറ്റ് യൂണിയൻ പരാജയപ്പെടുത്താനും സഹായിച്ചു. 1965 മേയിൽ റാണകച്ചിൽ ഇന്ത്യൻ/പാക്ക് ആർമി യുദ്ധം ആരംഭിക്കുകയും ആഗസ്തിൽ ലണ്ടൻ കോമൺവെൽത്തിൽ നടന്ന ഇരുരാഷ്ട്രങ്ങളുടെയും പ്രധാനമന്ത്രി ചർച്ചയിൽ സമാധാനം സ്ഥാപിക്കുകയും ചെയ്തു. 5 ആഗസ്ത് 1965 ഉസ്ബെക്കിസ്ഥാനിലെ താഷ്ക്കന്റിൽ സോവിയറ്റ് യൂണി

യന്റെ മദ്ധ്യസ്ഥതയിൽ നടന്ന സമാധാന ചർച്ചയിൽ ഇരുരാഷ്ട്രങ്ങളുടെയും സൈന്യത്തെ പിൻവലിക്കാൻ ധാരണയായി. 1971 ൽ പാകിസ്ഥാന്റെ ഈസ്റ്റ് മേഖലയിൽ ഇന്ത്യ നടത്തിയ യുദ്ധം ബംഗ്ലാദേശ് എന്ന സ്വതന്ത്ര രാജ്യത്തിന്റെ രൂപീകരണത്തിന് ഇടയാക്കി. 1972 ൽ പാക്ക് പ്രസിഡന്റ് സുൾഫിക്കർ അലിഭൂട്ടോയും ഇന്ത്യൻ പ്രധാനമന്ത്രി ഇന്ദിരാഗാന്ധിയുമായി സിംലയിൽ നടന്ന ചർച്ചയെത്തുടർന്ന് 1971 ൽ പിടിച്ചെടുത്ത സ്ഥലങ്ങൾ ഇരുരാഷ്ട്രങ്ങളും മടക്കി നല്കാനും എൽ ഒ സിയെ അതിർത്തിരേഖയായി അംഗീകരിക്കാനും സമാധാനത്തിനും സുരക്ഷിതത്വത്തിനുംവേണ്ടി പ്രവർത്തിക്കാനും ധാരണയായി. ചർച്ചകൾ, വട്ടമേശ സമ്മേളനങ്ങൾ, സമാധാനശ്രമങ്ങൾ ഒക്കെ ഇരുരാഷ്ട്രങ്ങളും നടത്തുന്നു എങ്കിലും, ഇരുരാഷ്ട്രങ്ങളും തമ്മിലുള്ള രാഷ്ട്രീയക്കളിയായി വേദനകളും നിന്ദകളും അപമാനങ്ങളും നല്കിക്കൊണ്ട് ചരിത്രത്തിന്റെ ഭാഗമായി സഞ്ചരിക്കുന്നു.

കാശ്മീർ രാഷ്ട്രീയം

കാശ്മീരിന്റെ ചരിത്രംപോലെതന്നെ അനിശ്ചിതത്വത്തിന്റെയും അവസരവാദങ്ങളുടെയും കാപട്യങ്ങളുടെയും പ്രതിഫലനം തന്നെയാണ് കാശ്മീർ രാഷ്ട്രീയവും. ഇന്ത്യയുടെയും പാകിസ്ഥാന്റെയും രൂപീകരണത്തിനുശേഷം 15 ആഗസ്ത് 1947 മുതൽ 27 ഒക്ടോബർ വരെ ഇരുരാജ്യങ്ങൾക്കുമിടയിൽ സ്വതന്ത്രമായി നിലനിന്ന രാജ്യമാണ് കാശ്മീർ. പാകിസ്ഥാൻ സൈന്യത്തോടൊപ്പം ട്രൈബൽ തിയറി കൂടി നടപ്പിലാക്കിയപ്പോൾ സമാധാനവും സുരക്ഷിതത്വവും നഷ്ടപ്പെട്ട് ഭയത്തിന്റെ കീഴിൽ കഴിയാൻ വിധിക്കപ്പെട്ടവരാണ് കാശ്മീരികൾ. മഹാരാജാ ഹരിസിങ്, ഷേക്ക് അബ്ദുള്ളയെ അറസ്റ്റ് ചെയ്ത് ജയിലിലടച്ചത് ബുദ്ധിശൂന്യമായ നടപടിയായിരുന്നുവെന്ന് പിൻകാലചരിത്രം. 1947 സെപ്തംബർ 29 ന് ഷേക്കിനെ തടവിൽനിന്ന് മോചിപ്പിച്ചില്ലായിരുന്നുവെങ്കിൽ കാശ്മീരിന്റെ ചരിത്രം വിവരിക്കാനും കാശ്മീർ രാഷ്ട്രീയം വിശദീകരിക്കാനും സാധിക്കുമായിരുന്നില്ല.

1947 ഒക്ടോബർ 4 ന് ശ്രീനഗറിലെ ഇദ്ഗായിൽ ചേർന്ന യോഗത്തിൽ ഷേക്ക് പറഞ്ഞു: "പാകിസ്ഥാനെ എനിക്ക് ഒരു കാലത്തും വിശ്വസിക്കാനാവില്ലെന്ന്." ഒക്ടോബർ 26 ന് കാശ്മീർ ഇന്ത്യയോടൊപ്പം ലയിച്ചപ്പോൾ, അടിയന്തര കൗൺസിലിന്റെ തലവനായി ഒക്ടോബർ 30 ന് ഷേക്ക് അബ്ദുള്ളയെ നിയമിച്ചു. 23 അംഗ കൗൺസിലിൽ പ്രധാനികളായ ബക്ഷി ഗുലാംമുഹമ്മദ്, മീർസാ അഫ്സൽബേഗ്, ജി എം സാദിഖ്, ശ്യാം ലാൽസരാഫ്, ഗിർദാരിലാൽ ദോഗ്ര, ഡി പി ധർ, ജെ എൻ സ്യട്ഷിയും ഉൾപ്പെടും. മേഹർചന്ദ് മഹാരാജന്റെ പ്രധാനമന്ത്രി സ്ഥാനത്തിന് കോട്ടം വരാതിരിക്കാൻ ഷേക്ക് അബ്ദുള്ള വിട്ടുവീഴ്ചകൾക്ക് തയ്യാറാവുകയും ജനങ്ങളെ പാകിസ്ഥാനെതിരെ സംഘടിപ്പിക്കാനും ഇന്ത്യ

യോടൊപ്പം തോളോട് തോൾ ചേർന്ന് രാജ്യപുരോഗതിക്കായി വ്യവസ്ഥകളില്ലാതെ സമർപ്പണം ചെയ്യാനും കാശ്മീരികളോട് അബ്ദുള്ള അഭ്യർത്ഥിച്ചു. 1948 ഒക്ടോബർ 29 ന് നടന്ന നാഷണൽ കോൺഫറൻസിന്റെ അടിയന്തര കൺവെൻഷനിൽ ഷേക്ക് സൂചിപ്പിച്ചു, ഇന്ത്യയുമായുള്ള സംയോജനം സ്ഥിരപ്പെടുത്തണമെന്നും, പുതിയ കാശ്മീർ കെട്ടിപ്പടുക്കാനായി ശ്രമിക്കണമെന്നും. ഇന്ത്യയുമായുള്ള ലയനത്തിന് പൂർണ്ണ പിന്തുണ നല്കുന്നുവെന്നും വ്യവസ്ഥ ചെയ്തു. 1939 ലെ കാശ്മീർ ഭരണഘടനാ ആക്ടിലും മഹാരാജാവിന്റെ സംയോജന ഉടമ്പടിയിലും വ്യക്തമാക്കപ്പെട്ട "ഇന്ത്യൻ യൂണിയനകത്ത് വിദേശകാര്യം, പ്രതിരോധം, വാർത്താവിനിമയം ഒഴികെ സ്വതന്ത്രരാഷ്ട്രം എന്നതാണ് നാഷണൽ കോൺഗ്രസിന്റെ ലക്ഷ്യം എന്നും വിശദീകരിച്ചു.

സ്വതന്ത്ര ഭാരതത്തിൽ ആദ്യമായി ഭൂപരിഷ്കരണം നടപ്പിലാക്കിയ സംസ്ഥാനമാണ് കാശ്മീർ. രാജാവിന്റെയും ജന്മിമാരുടെയും കൈവശമുണ്ടായിരുന്ന അധികഭൂമികൾ പിടിച്ചെടുത്ത് ഭൂരഹിതർക്ക് വിതരണം ചെയ്തു. പാവപ്പെട്ടവരുടെ കടബാദ്ധ്യതകൾ കുറയ്ക്കാനായി 'ബാദ്ധ്യതാനിവാരണ കോടതികൾ' സ്ഥാപിക്കപ്പെട്ടു. 1949 ഏപ്രിൽ 1 ന് ഭൂപരിഷ്കരണ കമ്മിറ്റിയെ നിയോഗിക്കുകയും 22.75 ഏക്കറായി ഭൂപരിധി പുതുക്കി നിശ്ചയിക്കുകയും ചെയ്തു. വമ്പിച്ച ഭൂസ്വത്തിന് ഉടമയായ മഹാരാജാവിനെപ്പോലും ഭൂപരിധിയിൽ നിന്നൊഴിവാക്കാൻ ഷേക്ക് അബ്ദുള്ള ശ്രമിച്ചില്ല. മിച്ചഭൂമി മുഴുവൻ കുടിയാന് വീതിച്ചുനല്കി. തുടർന്ന് നടന്ന തർക്കം മഹാരാജാ ഹരിസിങ്ങിന് സ്ഥാനം നഷ്ടപ്പെട്ട്, 1949 ജൂൺ 9 ന് മുംബൈയിലേക്ക് മകൻ കരണൻ സിങ് താമസം മാറ്റാനും ഇടയാക്കി. മറ്റ് നാട്ടുരാജ്യങ്ങളിൽനിന്ന് കാശ്മീരിന് 1939 ലെ ഭരണഘടനാനിയമം സ്വതന്ത്രപദവിയാണ് നല്കിയത്. ഈ സ്വതന്ത്രപദവി നിലനിർത്താൻ വേണ്ടിയാണ് ഭരണഘടനയിൽ 370-ാം വകുപ്പ് ഉൾക്കൊള്ളിച്ചത്. ഈ വകുപ്പ് പ്രകാരം പ്രായപൂർത്തി വോട്ടവകാശത്തിന്റെ അടിസ്ഥാനത്തിൽ തിരഞ്ഞെടുക്കപ്പെട്ട 75 അംഗ അസംബ്ലി നിയമസഭയായി പ്രവർത്തിക്കാനുമായിരുന്നു നാഷണൽ കോൺഫറൻസിന്റെ ആഗ്രഹം. 1951 മേയ് 1 ന് മഹാരാജാ കരൺസിങ് തിരഞ്ഞെടുപ്പ് പ്രഖ്യാപിച്ചു. നാഷണൽ കോൺഫറൻസിന്റെ 75 സ്ഥാനാർത്ഥികളും തിരഞ്ഞെടുക്കപ്പെട്ടു. 1951 ഒക്ടോബർ 1 ന് കൂടിയ സഭയുടെ ആദ്യസമ്മേളനത്തിൽ (i) ജമ്മുകാശ്മീരിന് പുതിയ ഭരണഘടന. (ii) ലയനത്തെക്കുറിച്ച് അവസാനതീരുമാനം എടുക്കുക. (iii) രാജകുടുംബത്തിന്റെ ഭാവി നിർണ്ണയിക്കുക. (iv) ഭൂമി നഷ്ടപ്പെട്ടവർക്ക് നഷ്ടപരിഹാരം നല്കണമോ എന്ന് തീരുമാനിക്കുക എന്നീ കാര്യങ്ങളെക്കുറിച്ച് ചർച്ച നടന്നു. 40,000 പേർക്ക് ഒരു പ്രതിനിധി എന്ന രീതിയിൽ നടന്ന ഇലക്ഷനിൽ പാക്ക് അധീന കാശ്മീരിന് വേണ്ടി 25 സീറ്റ് മാറ്റിവച്ചു. 1948 ആഗസ്ത് 13 ലും, 1949 ജനുവരി 5 ലും ഇന്ത്യ അംഗീകരിച്ച യു എൻ പ്രമേയങ്ങൾക്കെതിരായിരുന്നു ഈ തിരഞ്ഞെടുപ്പ്. ഭൂരിപക്ഷത്തിന്റെ കീഴിൽ പ്രധാനമന്ത്രി, പിന്നെ മന്ത്രിസഭ ഇതാണ്

ഭരണഘടന പ്രദാനം ചെയ്തത്. മഹാരാജാവിനെ മാറ്റി നിയമസഭയിൽ തിരഞ്ഞെടുക്കപ്പെട്ട സദർ-ഈ-റിയാസത്ത് ആയിരിക്കും രാഷ്ട്രത്തലവൻ.

ഷേക്ക് അബ്ദുള്ളയുടെ പുരോഗമനപരമായ ഭരണപരിഷ്കാരങ്ങൾക്കെതിരെ പണ്ഡിറ്റുകളും ദോഗ്രകളുമായിരുന്നു ആദ്യം സംഘടിച്ചത്. ഹിന്ദുക്കളെ തകർക്കാനാണ് ഷേക്ക് ശ്രമിക്കുന്നത് എന്നാരോപിച്ച് ജമ്മുവിൽ പ്രവർത്തിച്ചിരുന്ന പ്രജാപരിഷത്ത് 1951 ലെ പൊതുതിരഞ്ഞെടുപ്പ് മുസ്ലീം പാർട്ടികളോടൊപ്പം ചേർന്ന് ബഹിഷ്കരിച്ചു. 1948 ജനുവരി 30 ന് മഹാത്മാഗാന്ധിയുടെ വധത്തിനു മുമ്പ് ജമ്മുവിലെ പ്രജാപരിഷത്ത്, രാഷ്ട്രീയ സ്വയം സേവക് സംഘവുമായി കൂടിച്ചേർന്ന് കഴിഞ്ഞിരുന്നു. തുടർന്ന് ആർ എസ് എസിനെ ദേശവ്യാപകമായി നിരോധിച്ചപ്പോൾ 1951 ൽ ശ്യാമപ്രസാദ് മുഖർജിയുടെ നേതൃത്വത്തിൽ ജനസംഘ് എന്ന രാഷ്ട്രീയ സംഘടന രൂപീകരിച്ച് ഇതിന്റെ പ്രവർത്തനങ്ങൾ ജമ്മുകാശ്മീരിലും വ്യാപിപ്പിച്ചു. (i) ഭാരതീയ സംസ്കാരത്തിന് വേണ്ട വിദ്യാഭ്യാസ നയം (ii) ന്യൂനപക്ഷങ്ങൾക്ക് പ്രത്യേകാവകാശങ്ങൾ പാടില്ല (iii) ഭരണഘടനയിലെ 370-ാം വകുപ്പ് എടുത്ത് മാറ്റുക (iv) ഹിന്ദി പഠനം നിർബ്ബന്ധിതമാക്കുക എന്നീ ലക്ഷ്യങ്ങൾ പൂർത്തീകരണത്തിനായി പ്രചാരണങ്ങളും തുടങ്ങി. 1951-52 ലെ ഇലക്ഷനിൽ ജനസംഘിന് 3 സീറ്റുകൾ മാത്രം ലഭിച്ചെങ്കിലും മറ്റ് പാർട്ടികളുമായി ചേർന്ന് കാശ്മീരിൽ പ്രതിപക്ഷ സ്ഥാനത്ത് എത്താൻ ശ്യാമപ്രസാദ് മുഖർജിക്ക് കഴിഞ്ഞു. ജമ്മു കാശ്മീർ സംസ്ഥാനത്തിന്റെ രണ്ട് ഭരണഘടന, രണ്ട് പതാകകൾ, രണ്ട് പ്രധാനമന്ത്രിമാർ എന്നതിന് എതിരായി ജനസംഘ് വ്യാപകമായി സമരങ്ങൾ നടത്തുകയും ഇതിലൂടെ വർഗ്ഗീയവാദത്തിന്റെ വിത്തുകൾ കാശ്മീരിൽ പാകുവാൻ വർഗ്ഗീയവാദികൾക്ക് കഴിയുകയും ചെയ്തു. കോൺഗ്രസ് പാർട്ടിയെ പോലും വർഗ്ഗീയവാദം കീഴടക്കുകയാണെന്ന് മനസ്സിലാക്കിയ ഷേക്ക് കോൺഗ്രസിനെ വിമർശിക്കാൻ തുടങ്ങി. ക്രമേണ നെഹ്റുവിന്റെ വിശ്വസ്തനായ കാശ്മീർ സിംഹം അകലാൻ തുടങ്ങി. 1952 ഏപ്രിൽ 10 ന് ജമ്മുവിലെ ആർ എസ് പുരയിൽവച്ച് നടന്ന യോഗത്തിൽ അദ്ദേഹം പറഞ്ഞു: "ഇന്ത്യൻ ഭരണഘടനയെ കാശ്മീരിന് മുകളിൽ കെട്ടിവയ്ക്കാനാണ് നെഹ്റു ശ്രമിക്കുന്നതെങ്കിൽ അത് ഭ്രാന്തൻ നടപടിയായിരിക്കും." ഏപ്രിൽ 25 ന് കാശ്മീർ ലയനം അന്തിമമായി തീരുമാനിക്കുമെന്ന് പ്രഖ്യാപിച്ച ഷേക്ക്, ഇതിലേക്കായി 1952 ജൂലൈ 24 ന് കാശ്മീർ റവന്യൂമന്ത്രി മിഴ്സാ അഫ്സൽബേഗിന്റെ നേതൃത്വത്തിൽ പ്രതിനിധിസംഘത്തെ ഡൽഹിക്ക് അയക്കുകയും ചെയ്തു. ഡൽഹിയിൽ അംഗീകരിച്ച ധാരണ ഡൽഹി എഗ്രിമെന്റായി അറിയപ്പെട്ടു. പ്രധാന വ്യവസ്ഥകൾ

1) 370-ാം വകുപ്പ് ഭേദഗതി പാടില്ല.
2) ഇന്ത്യൻ പ്രസിഡന്റ് കാശ്മീരിന്റെയും പ്രസിഡന്റായിരിക്കും.
3) ഇന്ത്യയുടെ ത്രിവർണ്ണ പതാകയ്ക്ക് വിധേയമായി കാശ്മീരിന് സ്വന്തം പതാക ഉണ്ടായിരിക്കും.

4) കാശ്മീരികൾ ഇന്ത്യൻ പൗരന്മാരായിരിക്കും.
5) സാദർ-ഇ-റിയാസത്തിനെ തിരഞ്ഞെടുക്കുന്നത് കാശ്മീർ നിയമസഭയാണെങ്കിലും, ഇന്ത്യൻ പ്രസിഡന്റിന്റെ അംഗീകാരത്തിന് കീഴിലായിരിക്കും.
6) സുപ്രീംകോടതിക്ക് കാശ്മീരിന് മേൽ അപ്പീൽ അധികാരം മാത്രമേ ഉണ്ടായിരിക്കൂ.
7) ഇന്ത്യൻ ഭരണഘടനയിലെ മൗലികാവകാശങ്ങൾ കാശ്മീരികൾക്കും ബാധകമാണ്. ഇത് ഭൂനയത്തിനെതിരെ പ്രയോഗിക്കാൻ പാടില്ല.
8) കാശ്മീരികളല്ലാത്ത ഇന്ത്യൻ പൗരന്മാർക്ക് കാശ്മീരിൽ ഭൂമി വാങ്ങാൻ പാടില്ല.
9) അടിയന്തരാവസ്ഥ പ്രഖ്യാപിക്കുന്നത് നിയമസഭയുടെ അംഗീകാരത്തോടായിരിക്കണം. പുറത്തുനിന്ന് സംസ്ഥാനത്തിന് നേർക്ക് ആക്രമണം ഉണ്ടായാൽ നിയമസഭയുടെ അംഗീകാരം ഇല്ലാതെ പ്രസിഡന്റിന്റെ അധികാരം ഉപയോഗിക്കാം.

1949 ഏപ്രിൽ മാസം അമേരിക്കൻ അംബാസിഡർ ലോയ് ഹെന്റേഴ്സണും ഭാര്യയും ഷേക്കിനെ സന്ദർശിക്കുകയുണ്ടായി. ഈ സന്ദർശനം തികച്ചും വ്യക്തിപരമായിരുന്നെങ്കിലും ഇന്ത്യൻ നാഷണൽ കോൺഗ്രസിലെ ഒരു വിഭാഗവും ഇന്ത്യൻ രഹസ്യാന്വേഷണ വിഭാഗവുമായി ചേർന്ന് അമേരിക്കയുടെ സഹായത്തോടെ സ്വതന്ത്ര കാശ്മീരിന് ഷേക്ക് ശ്രമിക്കുകയാണെന്ന തെറ്റായ റിപ്പോർട്ട് നെഹ്റുവിന് നല്കി. ഇന്ത്യയിലെ ആഡിറ്റ് ജനറലിന്റെയും കൺട്രോളറുടെയും അധികാരം കാശ്മീരിലും പ്രവർത്തിക്കണമെന്ന് 1952 ൽ ഗോപാലസ്വാമി അയ്യങ്കാർ നെഹ്റുവിനോടാവശ്യപ്പെട്ടു. ഇതോടെ ഇരുവരും പരസ്പരം കണ്ടാൽ മിണ്ടാത്തവിധം അകന്നു. 1953 മെയ് 1 ന് അമേരിക്കയുടെ അഡ്മിറലായിരുന്ന സ്റ്റീഫൻസണുമായി ഷേക്ക് ഏഴു മണിക്കൂർ നീണ്ട സ്വകാര്യചർച്ച നടത്തിയതും അകൽച്ചയ്ക്ക് നിമിത്തമായി. ഇതിനിടയിൽ ശ്യാമപ്രസാദ് മുഖർജിയുടെ നേതൃത്വത്തിൽ ഗോവധ നിരോധനം, കാശ്മീരിനോടുള്ള നിലപാട്, പാകിസ്ഥാൻ അഭയാർത്ഥി പ്രശ്നങ്ങളുടെ പേരിൽ നടത്തിയ സമരങ്ങൾ എന്നിവ യഥാർത്ഥത്തിൽ നെഹ്റുവിനെ അട്ടിമറിക്കാനായിരുന്നു. കാശ്മീരിൽ നടന്ന പ്രക്ഷോഭണത്തിന് ശ്യാമപ്രസാദ് മുഖർജി നേതൃത്വം നല്കിയെങ്കിലും മെയ് 8 ന് ഷേക്ക്, മുഖർജിയെ അറസ്റ്റ് ചെയ്തു ജയിലിലാക്കി.

1953 മെയ് 21 ന് നാഷണൽ കോൺഫറൻസ് പാർട്ടി പിളരുകയും എട്ട് പ്രമുഖനേതാക്കളിൽ മിഴ്സാ അഫ്സൽബേഗ് ഒഴികെ ഏഴുപേരും ഷേക്കിനെ ഒറ്റപ്പെടുത്തുകയും ചെയ്തു. ഷേക്കിന്റെ സ്വയംഭരണം എന്ന ആശയം നെഹ്റുവുമായി ഉണ്ടായ അകൽച്ച മാറ്റാനായി മൗലാനാ അബ്ദുൾകലാം ആസാദ് ശ്രമിച്ചെങ്കിലും പരാജയപ്പെട്ടു.

1953 ആഗസ്തിൽ ഇന്ത്യൻ പ്രധാനമന്ത്രി നെഹ്റു ഷേക്ക് അബ്ദുള്ള ഗവൺമെന്റിനെ ഡിസ്മിസ് ചെയ്യുകയും ബക്ഷി ഗുലാം മുഹമ്മദിനെ

നിയമിച്ചുകൊണ്ടുള്ള ഉത്തരവ് ഇറക്കുകയും ചെയ്തു. തുടർന്നു നടന്ന കലാപങ്ങളിൽ വിവിധയിടങ്ങളിലായി 85 ലേറെ ആൾക്കാർ മരണമടഞ്ഞു.

ബക്ഷിഗുലാം മുഹമ്മദും, കാശ്മീരും

നാഷണൽ കോൺഫറൻസിന്റെ കീഴിൽ 9 ആഗസ്ത് 1953 മുതൽ 12 ഒക്ടോബർ 1963 വരെ കാശ്മീർ രാജ്യതന്ത്രജ്ഞനും രാജ്യസ്നേഹിയുമായിരുന്നു ബക്ഷിഗുലാം മുഹമ്മദ്. മതേതര സങ്കല്പങ്ങളോട് നീതി പുലർത്തിയ വ്യക്തി കൂടിയായിരുന്നു അദ്ദേഹം. ഒക്ടോബർ 5 ന് കാശ്മീർ നിയമസഭയിൽ നടന്ന വിശ്വാസവോട്ടെടുപ്പിൽ വിജയിക്കുകയും കാശ്മീരിന്റെ രാഷ്ട്രീയ ചരിത്രത്തിൽ അർഹമായ സ്ഥാനം നേടുകയും ചെയ്തു. നെഹ്റുവും മുഹമ്മദാലി ജിന്നയുമായി നടന്ന ജനഹിത പരിശോധന ചർച്ചയെത്തുടർന്ന് നിലപാട് മാറ്റി. 1954 ൽ പാകിസ്ഥാൻ അമേരിക്കൻ മേധാവിത്വത്തോട് അടുക്കുകയും 1955 ൽ ഇന്ത്യ റഷ്യയോട് അടുക്കുകയും ചെയ്തപ്പോൾ കാശ്മീർ പ്രശ്നം പല അന്താരാഷ്ട്രവേദികളിലും ഇരുമേധാവിത്തങ്ങൾ ഉന്നയിച്ചു. 1954, മെയ് മാസത്തിൽ 370-ാം വകുപ്പ് അനുസരിച്ച് ഇന്ത്യ-കാശ്മീർ യോജിപ്പ് ഇന്ത്യൻ പ്രസിഡന്റ് അംഗീകരിച്ചു.

പാകിസ്ഥാൻ വിദേശകാര്യമന്ത്രി ഫിറോസ്ഖാൻ ആണ് കാശ്മീരിനെ ഇന്ത്യയിൽനിന്ന് മോചിപ്പിക്കാൻ യു എൻ സേന രൂപീകരിക്കണമെന്ന ആവശ്യം ഉന്നയിച്ചത്. ആസ്ട്രേലിയ, ക്യൂബ, ഇംഗ്ലണ്ട്, അമേരിക്ക എന്നീ രാജ്യങ്ങൾ ഈ നിർദ്ദേശത്തെ പിന്തുണച്ചു. പക്ഷേ, റഷ്യ വീറ്റോ ചെയ്തത് കാരണം ഈ ആവശ്യം പരാജയപ്പെട്ടു. 1957 ജനുവരി 26 ന് നിലവിൽ വന്ന ഭരണഘടനയനുസരിച്ച് 6 വർഷം കാലാവധിയുള്ള നിയമസഭയിൽ 102 അംഗങ്ങൾ ഉണ്ടായിരിക്കും. 24 സീറ്റുകൾ പാക് അധീന കാശ്മീരിന് വേണ്ടി ഒഴിച്ചിട്ടശേഷം 76 സീറ്റുകളിലേക്കായിരിക്കും തിരഞ്ഞെടുപ്പ് നടത്തുക. തുടർന്ന് മാർച്ചിൽ നടന്ന തിരഞ്ഞെടുപ്പിൽ ഷേക്ക് അബ്ദുള്ളയുടെ അനുയായികൾ മീഴ്സാ അഫ്സൽ ബേഗിന്റെ കീഴിൽ പ്ലിബിസിറ്റി ഫ്രണ്ട് എന്ന രാഷ്ട്രീയകക്ഷി രൂപീകരിച്ചു. ഇതേതുടർന്ന് സീറ്റ് ലഭിക്കാത്തവർ ചേർന്ന് ഡമോക്രാറ്റിക് നാഷണൽ കോൺഫറൻസ് എന്ന രാഷ്ട്രീയകക്ഷിയും രൂപീകൃതമായി. ഇരുകക്ഷികളെയും തോല്പിച്ച് നാഷണൽ കോൺഫറൻസ് ഭൂരിപക്ഷം നേടുകയും ബക്ഷിഗുലാം മുഹമ്മദ് വാസീർ - ഉൾ - ആസാം (പ്രധാനമന്ത്രി) ആയി ചുമതലയേല്ക്കുകയും ചെയ്തു. 1957 ൽ 68 പേർ ജയിച്ചിടത്ത് 1963 ലെ ഇലക്ഷനിൽ 70 പേർ നാഷണൽ കോൺഫറൻസിൽനിന്ന് വിജയിച്ചു. അഴിമതി, സ്വജനപക്ഷപാതം ആരോപിക്കപ്പെട്ടതും, ജനവികാരം എതിരായതുകൊണ്ടും 1963 മദ്ധ്യത്തിലെ കാമരാജ് നാടാർ പദ്ധതി അനുസരിച്ച് 10 വർഷം അധികാരത്തിലിരുന്നവർ പാർട്ടി പ്രവർത്തനത്തിനുവേണ്ടി അധികാരം ഒഴിയണമെന്ന പദ്ധതിയുടെ അടിസ്ഥാനത്തിലും ബക്ഷിഗുലാം മുഹമ്മദ് രാജിവയ്ക്കുകയും അദ്ദേഹത്തിന്റെ മനഃസാക്ഷി സൂക്ഷിപ്പുകാ

രനായ ഖ്വാജ ഷംസുദ്ദീൻ ഭരണമേറ്റെടുക്കുകയും ചെയ്തു. 12 ഒക്ടോബർ 1963 മുതൽ 29 ഫെബ്രുവരി 1964 വരെയായിരുന്നു ജനവിരുദ്ധപ്രസ്ഥാനത്തിന്റെ നായകനായ ക്യാജ ഷംസുദ്ദീൻ കാശ്മീർ ഭരിച്ചതെന്ന് പ്ലിബിസിറ്റി ഫ്രണ്ട് പറയുന്നു.

ഹസ്രത്ത്ബാലും മൊ-ഇ-മുക്കഡെസ്സും

പ്രവാചകൻ മുഹമ്മദ് നബിയുടെ തിരുശേഷിപ്പായ താടിരോമങ്ങളിലൊന്ന് ശ്രീനഗറിൽ ഹസ്രത്ത്ബാൽ പള്ളിയിലായിരുന്നു സൂക്ഷിച്ചിരുന്നത്. 1963 ഡിസംബർ 27 ന് ഈ മൊ-ഇ-മുക്കഡ്ഡസ് കാണാതായി. ഈ തിരുശേഷിപ്പിന് ലോകത്താകമാനം ഉള്ള മുസ്ലീങ്ങൾക്കിടയിൽ വികാരപരമായ സ്വാധീനം ഉണ്ടായിരുന്നു. മുഹമ്മദ് നബിയുടെ വംശത്തിലുള്ള സയ്ദ് അബ്ദുള്ള എന്ന അറബി 1635 ലാണ് മദീനയിൽനിന്ന് ബീജപ്പൂർ സുൽത്താന് ഇത് നല്കിയത്. അത് നഷ്ടപ്പെടാതിരിക്കാൻ ഔറംഗസീബ് അജ്മീർ ദർഗ്ഗയിൽ കൊണ്ടുപോകാൻ ശ്രമിച്ചെങ്കിലും രാത്രി സ്വപ്നത്തിൽ പ്രവാചകദർശനം ലഭിക്കുകയും ഹസ്രത്ത്ബാൽ പള്ളിയിൽ സൂക്ഷിക്കണമെന്ന് നിർദ്ദേശിക്കുകയും ചെയ്തു. ഷാജഹാൻ പണിത ഡാൽ തടാകത്തിന് അഭിമുഖമായി സ്ഥിതി ചെയ്യുന്ന ഹസ്രത്ത്ബാലിൽ വർഷത്തിൽ രണ്ട് പ്രാവശ്യം ഇത് ജനങ്ങൾക്കായി പ്രദർശിപ്പിച്ചിരുന്നു. ഡിസംബർ 27-ാം തീയതി തിരുശേഷിപ്പ് അപ്രത്യക്ഷമായതിനെ തുടർന്ന് ശ്രീനഗറിൽ എന്തും സംഭവിക്കാമെന്ന അവസ്ഥ വന്നു. ജനങ്ങൾ ബക്ഷിഗുലാം മുഹമ്മദിനെ സംശയിച്ചു. തുടർന്ന് നടന്ന സംഘട്ടനങ്ങളിൽ 13 പേർ മരണപ്പെടുകയും അനേകം പേർക്ക് ഗുരുതരമായ പരുക്കേല്ക്കുകയും ചെയ്തു. ഇതിനെത്തുടർന്ന് രൂപീകരിച്ച ആക്ഷൻ കമ്മിറ്റിക്ക് താഴ്വരയിൽ ജനങ്ങൾ നല്ല സ്വീകരണം നല്കുകയും ബക്ഷിഗുലാം മുഹമ്മദിനെ അറസ്റ്റു ചെയ്യുകയും ചെയ്തു. 1964 ജനുവരി 4 ന് ഡോ. കരൺസിങ് ഹസ്രത്ത്ബാൽ പള്ളി സന്ദർശിക്കുകയും തിരുശേഷിപ്പ് മടക്കി ലഭിക്കാനായി കാശ്മീരിലെ എല്ലാ ക്ഷേത്രങ്ങളിലും വിശേഷപൂജകൾ നടത്തണമെന്ന് ആഹ്വാനം ചെയ്യുകയും ചെയ്തു. അത്ഭുതമെന്ന് പറയട്ടെ അന്ന് വൈകുന്നേരം തിരുശേഷിപ്പ് മടക്കിക്കിട്ടുകയും വൻജനാവലിക്ക് മുന്നിൽ പ്രദർശിപ്പിക്കുകയും ചെയ്തു. പല സംഘടനകളും ഇന്നും തിരുശേഷിപ്പിനെക്കുറിച്ച് സംശയങ്ങൾ ഉന്നയിക്കുന്നുണ്ടെങ്കിലും മതമേലദ്ധ്യക്ഷന്മാരുടെ പരിശോധനയിൽ അസ്സൽ തന്നെയെന്ന് ഏകകണ്ഠമായി പ്രഖ്യാപിച്ചത് കാരണം മറ്റൊരു രക്തപ്പുഴ ഒഴുക്കേണ്ട സമയത്ത് സമാധാനം നിലവിൽ വന്നു.

ജി എം സാദിക്കിന്റെ പരീക്ഷണം

1926 ലെ ചൈനാബന്ധവും 1963 ലെ ഹസ്രത്ത്ബാൽ സംഭവവും നെഹ്റുവിനെ മാനസികമായി വളരെയധികം തളർത്തി. 1963 ഫെബ്രുവരി 29 ന് ഷംസുദ്ദീനെ മാറ്റി ഗുലാം മുഹമ്മദ് സാദിക്കിനെ പ്രധാനമ

ന്ത്രിയായി നിയമിച്ചു. ഇദ്ദേഹത്തിന്റെ കൂടി ശ്രമഫലമായി ഏപ്രിൽ 8 ന് ഷേക്ക് അബ്ദുള്ളയേയും 14 സഹതടവുകാരെയും മോചിപ്പിച്ചു. 11 വർഷത്തിനുശേഷം കണ്ടുമുട്ടിയ നെഹ്റുവും അബ്ദുള്ളയും കാശ്മീർ പ്രശ്ന പരിഹാരത്തിനായി വിട്ടുവീഴ്ചകൾക്ക് തയ്യാറായി. ഏപ്രിൽ 29 ന് ഷേക്ക് അബ്ദുള്ള തന്റെ പുത്രൻ ഫറൂഖ് അബ്ദുള്ള, മിഴ്സാ അഫ്സൽ ബേഗിനോടൊപ്പം ഡൽഹിയിൽ പോയി നെഹ്റുവുമായി ചർച്ച നടത്തി. അതിന്റെ അടിസ്ഥാനത്തിൽ ഇന്ത്യയും കാശ്മീരും പാകിസ്ഥാനും ചേർന്ന് കോൺഫെഡറേഷനുണ്ടാക്കാനും അത് പഠിക്കാനായി വിദേശ വകുപ്പിലെ ഡോ. കൃഷ്ണറാവുവിനെ ചുമതലപ്പെടുത്തുകയും ചെയ്തു. തുടർന്ന് മെയ് 23 ന് ഷേക്ക്, തന്റെ അനുയായികളോടൊപ്പം ഇന്നത്തെ കറാച്ചിയിലെത്തുകയും ആയൂബ്ഖാനെക്കൊണ്ട് കോൺഫെഡറേഷൻ അംഗീകരിപ്പിക്കുകയും ചെയ്തു. എന്നാൽ മെയ് 26 ന് അർദ്ധരാത്രി പണ്ഡിറ്റ് നെഹ്റുവിന്റെ നിര്യാണം കാശ്മീർ സമാധാനശ്രമങ്ങൾക്ക് തിരിച്ചടി നല്കുകയും ഇന്നും പൂർണ്ണതയിലെത്താത്ത നാടകമായി തുടരുകയും ചെയ്യുന്നു.

തുടർന്ന് കേന്ദ്രഭരണം ഏറ്റെടുത്ത ലാൽ ബഹദൂർ ശാസ്ത്രി കാശ്മീർ പ്രശ്നം പഠിക്കാനോ പരിഹരിക്കാനോ ശ്രമിച്ചില്ല. മറിച്ച് ഭരണഘടനയിലെ 356, 357 വകുപ്പുകൾ ജമ്മുകാശ്മീരിനു കൂടെ ബാധകമാക്കുകയും സദർ-ഇ-ആസാം എന്നതിനെ മുഖ്യമന്ത്രിയെന്നുമാക്കി. 1965 ഏപ്രിൽ 10 ന് ജമ്മുകാശ്മീർ ആർട്ടിക്കിൾ 370 ഒഴികെ മറ്റെല്ലാതരത്തിലും ഇന്ത്യയിലെ മറ്റ് സംസ്ഥാനങ്ങൾക്ക് തുല്യമായി.

1965 ജനുവരി 26 ന് ജമ്മുകാശ്മീരിൽ ഇന്ത്യൻ നാഷണൽ കോൺഗ്രസ് സ്ഥാപിച്ചു. ഇതിനെത്തുടർന്ന് ഷേക്ക് അബ്ദുള്ള പ്ലിബിസെറ്റ് ഫ്രണ്ടിനെ പുനർജ്ജീവിപ്പിക്കുകയും സ്വയം നിർണ്ണയാവകാശത്തിന് വേണ്ടി കാശ്മീരികളെ ആഹ്വാനം ചെയ്യുകയും ചെയ്തു. ഷേക്ക് ഗമാൽ അബ്ദുൾ നാസറെ സന്ദർശിക്കാൻ അനുമതി ലഭിക്കുകയും മാർച്ച് 31 ന് ഷേക്കുമായി നടന്ന ചർച്ചയിൽ ചൈനീസ് പ്രധാനമന്ത്രി ചൗ എൻ ലായുടെ വിവാദ പ്രസ്താവന ഇന്ത്യയിൽ കടുത്ത പ്രതിഷേധങ്ങൾക്ക് കാരണമാവുകയും മടങ്ങിവന്ന ഉടനെ ഷേക്കിനെ 1965 മെയ് 8 ന് വീട്ടുതടങ്കലിലാക്കുകയും ചെയ്തു. ശേഷം ഷേക്കിനെ തമിഴ്നാട്ടിലെ ഊട്ടിയിലും, കൊടൈക്കനാലിലും താമസിപ്പിച്ചു. ഇതിനുമുമ്പ് 30 മാർച്ച് 1965 ന് തന്നെ ജി എം സാദിക്കിന് പ്രധാനമന്ത്രി സ്ഥാനത്തുനിന്ന് മാറേണ്ടിവന്നു. പിന്നെ ജമ്മുകാശ്മീരിന്റെ തലവൻ പ്രധാനമന്ത്രി എന്നതിന് അന്ത്യം വരുകയും മുഖ്യമന്ത്രി സംസ്ഥാന തലവനായി അംഗീകരിക്കപ്പെടുകയും ചെയ്തു.

1965 ലെ ഇന്ത്യാ - പാക്ക് യുദ്ധം

കാശ്മീർ സിംഹത്തിന്റെ അറസ്റ്റോടെ കാശ്മീർ താഴ്വരയിൽ തീവ്രവാദ പ്രവർത്തനങ്ങൾ ആരംഭിച്ചു. എങ്ങനെയെങ്കിലും ജമ്മുകാശ്മീരിനെ

പാകിസ്ഥാനോടൊപ്പം ചേർക്കണമെന്നും, കഴിഞ്ഞില്ലെങ്കിൽ ഇന്ത്യയുടെ തലയായ സംസ്ഥാനം സ്വതന്ത്രരാജ്യമാക്കിയെങ്കിലും മാറ്റണമെന്നായിരുന്നു പാകിസ്ഥാന്റെ തീരുമാനം. ഇതിനുവേണ്ടി സുൾഫിക്കർ അലി ഭൂട്ടോ, അസീസ് അഹമ്മദ്, ആസാദ് കാശ്മീർ മേജർ ജനറൽ അക്താർ ഹുസൈൻ മാലിക് എന്നിവരുടെ നേതൃത്വത്തിൽ ഇന്ത്യൻ സേനയ്ക്ക് നേരെ ആക്രമണം തുടങ്ങി. 1965 ഏപ്രിൽ 9 ന് പാക്ക് സൈന്യം റാൻ ഓഫ് കച്ചിലെ ചതുപ്പുനിലങ്ങളിലൂടെ നുഴഞ്ഞുകയറാൻ ശ്രമിക്കുകയും അതിൽ അവർ വിജയിക്കുകയും ചെയ്തു. തുടർന്ന് ബ്രിട്ടീഷ് പ്രധാനമന്ത്രി ഹരോൾഡ് വിൽസൺ അടിയന്തരമായി ഇടപെടുകയും വെടിനിർത്തൽ കരാർ സ്ഥാപിക്കുകയും ചെയ്തു. ഈ വിജയം പാകിസ്ഥാന് കാശ്മീർ ആക്രമിക്കാനുള്ള മാനസിക ധൈര്യം നല്കി.

ഓപ്പറേഷൻ ജിബ്രാൾട്ടർ എന്നാണ് കാശ്മീർ ആക്രമണപദ്ധതിക്ക് പേരിട്ടിരുന്നത്. ഇതിലേക്കായി പരിശീലനം ലഭിച്ച 7000 പേരെയാണ് നിയോഗിച്ചത്. ആഗസ്ത് 7 മുതൽ അതിർത്തി വഴി സംഘങ്ങളായി നുഴഞ്ഞ് കയറിയ ഇവർ കാർഗിൽ, ഗുറൈസ്, ഉറി, ഗുൽമാർഗ്, ശ്രീനഗർ, ജമ്മുവിലെ മന്ദി, രജൂറി, മെഡാർ, പുഞ്ച്, നൗഷേറ എന്നീ മേഖലകളിൽ ഇന്ത്യൻ ആർമിക്കെതിരായി പോരാടാനുള്ള തയ്യാറെടുപ്പുകളും തുടങ്ങി. എന്നാൽ മുജാഹിദ്ദിനുകളെ സഹായിക്കാൻ നാട്ടുകാർ തയ്യാറാകാത്തതും, ഇന്ത്യൻ സേനയ്ക്ക് ഇവരെ പിടികൂടാൻ സഹായിക്കുക കൂടി ആയപ്പോൾ, നാശനഷ്ടങ്ങൾ വരുത്തിവയ്ക്കാനായിരുന്നു പിന്നത്തെ ശ്രമം.

1965 സെപ്തംബർ 1 ന് പാക്ക് പട്ടാളം അതിർത്തിരേഖ കടന്ന് ഛാംബ് എന്ന പട്ടണം കീഴ്പ്പെടുത്തി. താവി നദി കടന്ന് ജമ്മുവിനടുത്തായി സ്ഥിതി ചെയ്യുന്ന അഖ്നൂർ പിടിച്ചെടുക്കാൻ പാഞ്ഞ സൈന്യം അവരുടെ മുൻനിര സൈനിക നേതാക്കളിൽ വന്ന ആശയക്കുഴപ്പം കൊണ്ട് മുന്നേറാൻ സാധിക്കാതെ നിന്നു. ഇത് ഇന്ത്യൻ വായുസേനയിലെ വിമാനങ്ങൾക്ക് ആക്രമിക്കാനുള്ള അവസരം നല്കുകയും ചെയ്തു. എന്നാൽ പാക്ക്സൈന്യം ഇന്ത്യൻ ആർമിക്ക് നേരെ കനത്ത ഷെൽപ്രയോഗം നടത്തി. സെപ്തംബർ 4 ന് മേജർ ജനറൽ ഗുർബക്സിങ്ങിന്റെ നേതൃത്വത്തിൽ അതിർത്തി ഗ്രാമമായ ഖേംകരണിൽ ഇന്ത്യൻ സൈന്യം നിലയുറപ്പിച്ചു. അപ്പുറത്ത് കുസൂർ എന്ന പ്രദേശത്ത് മേജർ ജനറൽ അഹമ്മദ്ഖാന്റെ കീഴിൽ പാക്ക് ആർമിയും. ചുവന്ന പരുന്ത് കൊടി അടയാളമുള്ള നാലാം ഇന്ത്യൻ ആർമി ഡിവിഷൻ 4 കി. മീ. കടന്ന് പാകിസ്ഥാനിലേക്ക് കടന്നപ്പോഴേക്കും ഇരുവശത്ത് നിന്നും വന്ന അപ്രതീക്ഷിത ശത്രു ആക്രമണത്തിൽ ഇന്ത്യൻ ആർമി തകർന്നു. സെപ്തംബർ 9 ന് ഇന്ത്യൻ ആർമി ഒരുക്കിയ ചതിയിൽ പാക്ക് സൈന്യം വന്നുപെടുകയും പാകിസ്ഥാനുവേണ്ടി നൂറുകണക്കിന് ഭടന്മാർ രക്തസാക്ഷികളാകുകയും ചെയ്തു. തുടർന്ന് ഇരുഭാഗത്തും നാശനഷ്ടങ്ങൾ ഉണ്ടായെങ്കിലും സെപ്തംബർ 23 ന് ഐക്യരാഷ്ട്രസഭയുടെ കീഴിൽ വെടിനിർത്തൽ നിലവിൽ വന്നു. പാകിസ്ഥാന്റെ 740 ചതുരശ്ര കി. മീ ഇന്ത്യ

യും, ഇന്ത്യയുടെ 210 ചതുരശ്ര കി. മീ പാകിസ്ഥാനും പിടിച്ചെടുത്തു. 1966 ജനുവരി 10 ന് സോവിയറ്റ് യൂണിയനിലെ താഷ്ക്കെന്റിൽ വച്ച് പാക്ക്പ്രസിഡന്റ് ആയൂബ്ഖാനും ഇന്ത്യൻ പ്രധാനമന്ത്രി ലാൽ ബഹദൂർ ശാസ്ത്രിയുമായുള്ള ചർച്ച വിജയിക്കുകയും ഉന്നയിച്ച മൂന്ന് വ്യവസ്ഥകളും ഇരുരാജ്യങ്ങളും അംഗീകരിക്കുകയും ചെയ്തു.

1) നയതന്ത്രബന്ധങ്ങളും കരാറുകളും പുനഃസ്ഥാപിക്കുക.
2) ഇരുരാഷ്ട്രങ്ങളും തമ്മിൽ ബന്ധമുള്ള കാര്യങ്ങൾ ഉന്നതതലത്തിൽ ചർച്ച ചെയ്യുക.
3) ഇരുസൈന്യങ്ങളും 1965 ആഗസ്ത് 5 ലെ പ്രദേശങ്ങളിലേക്ക് മാറുക. എന്നാൽ ലാൽ ബഹദൂർ ശാസ്ത്രിയുടെ ഹൃദയസ്തംഭനം യഥാർത്ഥത്തിൽ സ്തംഭിപ്പിച്ചത് ഇന്ത്യ-പാക്ക് ബന്ധത്തെയാണ്.

1965 ൽ നടന്ന ഇലക്ഷനിൽ ഗുലാം മുഹമ്മദ് സാദിക്കിന്റെ പ്രദേശ് കോൺഗ്രസിന് 59 സീറ്റും നാഷണൽ കോൺഫറൻസിന് 9 സീറ്റും ലഭിച്ചു. തടവിലായിരുന്ന ഷേക് അബ്ദുള്ള, മിഴ്സാ അഫ്സൽ ബേഗ്, മൗലാനാമസാദി എന്നിവരെ മോചിപ്പിച്ചു. ഷേക്ക് അബ്ദുള്ളയെ കൊടൈക്കനാലിൽനിന്ന് ഡൽഹിയിലേക്ക് മാറ്റി. ഇന്ദിരാഗാന്ധിയുടെ താല്പര്യാർത്ഥം 1968 ജനുവരി 2 ന് ഷേക്ക് മോചിതനായി. 1971 ജനുവരി 30 ന് കാശ്മീർ ലിബറേഷൻ ഫ്രണ്ട് എന്ന സംഘടനയിലെ രണ്ടുപേർ ചേർന്ന് ഇന്ത്യൻ എയർലൈൻസ് വിമാനമായ ഗംഗയെ തട്ടിക്കൊണ്ടുപോയി ലാഹോറിലെത്തിച്ചു. ഇന്ത്യ വിമാനറാഞ്ചികളെ ആവശ്യപ്പെടുകയും, വിമാനം മടക്കി ലഭിക്കണമെന്നാവശ്യപ്പെട്ടെങ്കിലും വിമാനം തീവച്ച് നശിപ്പിക്കുകയാണ് ചെയ്തത്. ഡിസംബർ 13 ന് ജി എം സാദിക് അന്തരിച്ചു.

മിർക്കാസിം

മിർക്കാസിം മുഖ്യമന്ത്രിയായതോടെ സംസ്ഥാനത്ത് ചിതറിക്കിടന്നിരുന്ന വർഗ്ഗീയശക്തികൾക്ക് ഒന്നിക്കാനും സ്വതന്ത്ര കാശ്മീർ സങ്കല്പം കാശ്മീരി മനസ്സുകളിലെത്തിക്കാനും കഴിഞ്ഞു. 1972 ൽ നടന്ന പൊതുതിരഞ്ഞെടുപ്പിൽ മൊത്തം 75 സീറ്റിൽ മിർക്കാസിമിന്റെ നേതൃത്വത്തിലുള്ള ഇന്ത്യൻ നാഷണൽ കോൺഗ്രസിന് 57 സീറ്റും, പാക്ക് അനുകൂലികളായ ജമാത്തെ-ഇസ്ലാമിക് 5 സീറ്റും, ജനസംഘിന് 3 സീറ്റും ലഭിച്ചു. പ്ലിബിസിറ്റി ഫ്രണ്ട് തിരഞ്ഞെടുപ്പിൽ പങ്കെടുത്തില്ല. 1972 ജൂൺ 5 ന് ഷേക്ക് അബ്ദുള്ളയുടെയും മിഴ്സാബേഗിന്റെയും നിരോധനം നീക്കി, 1973 ജനുവരി 12 ന് പ്ലിബിസിറ്റി ഫ്രണ്ടിന്റെ നിരോധനവും നീക്കി. തുടർന്ന് ഹസ്രത്ത്ബാലിൽ വച്ച് നടന്ന ചർച്ചയിൽ അടുത്ത ഇലക്ഷനിൽ പങ്കെടുക്കാമെന്ന് ഷേക്ക് അബ്ദുള്ള സമ്മതിച്ചു. 1974 ൽ ഷേക്ക് അബ്ദുള്ളയുടെ മകനായ ഡോ. ഫറൂഖ് അബ്ദുള്ള ലണ്ടനിൽനിന്ന് പാക്ക് അധീന കാശ്മീരിലെത്തുകയും സ്വതന്ത്ര കാശ്മീരിനുവേണ്ടി വാദിക്കുന്ന തീവ്രവാദി നേതാക്കളായ മക്ബുൽഭട്ട്, അമാനുള്ളഖാൻ, ഹാഷിം ഖുറേഷി എന്നിവരെ കാണുകയും കാശ്മീരി ജനതയ്ക്ക് പാകിസ്ഥാനോട് ലയിക്കാൻ

താല്പര്യമില്ലെന്നും സ്വതന്ത്രമായി നില്ക്കാനാണ് ആഗ്രഹമെന്നും അറിയിക്കുകയും ചെയ്യുന്നു. പാക്ക് വികാരം കാശ്മീർ ജനതയിൽനിന്ന് അപ്രത്യക്ഷമായെങ്കിലും മതവികാരത്തിന് കാശ്മീരികൾ അടിപ്പെട്ടു. 1975 ഫെബ്രുവരി 24 ന് ഇന്ദിരാ - അബ്ദുള്ള കരാർ പ്രകാരം (എ) ഭരണഘടനാവകുപ്പ് 370 ൽ മാറ്റമില്ല. (ബി) ആർട്ടിക്കിൾ 356 ഉം ഇലക്ഷൻ കമ്മീഷനും ടി സംസ്ഥാനത്തിനും ബാധകമായി. (സി) ഇന്ത്യയുടെ പരമാധികാരത്തെ ബന്ധിക്കാത്ത മറ്റ് കാര്യങ്ങൾ സംസ്ഥാന നിയമസഭയിൽ തീരുമാനമാക്കാം. (ഡി) 1953 നുശേഷം ഇരു ഗവൺമെന്റുകൾക്കുമുള്ള അധികാരങ്ങളെക്കുറിച്ച് സംസ്ഥാന നിയമസഭയ്ക്ക് പുനഃപരിശോധിക്കാവുന്നതാണ്. ഷേക്ക് അബ്ദുള്ളയ്ക്ക് അധികാരത്തിൽ വരാൻ വേണ്ടി മിർക്കാസിം രാജിവയ്ക്കുകയും നിയമസഭ പിരിച്ച് വിടാതെ ഷേക്ക് അബ്ദുള്ള പറഞ്ഞു: "പാകിസ്ഥാൻ ഞങ്ങളുടെ കാര്യത്തിൽ ഇടപെടണ്ട. ഇവിടെ ആരും ജയിക്കുകയോ തോല്ക്കുകയോ ചെയ്തിട്ടില്ല. പരസ്പര വിശ്വാസം കൊണ്ടല്ലാതെ പ്രതിസന്ധികൾ തരണം ചെയ്യാൻ പറ്റില്ല."

1977 മാർച്ചിൽ നടന്ന കേന്ദ്രതിരഞ്ഞെടുപ്പിൽ ഇന്ദിരാഗാന്ധിയുടെ ഏകാധിപത്യ നടപടികൾ കോൺഗ്രസ് പാർട്ടിക്ക് തലവേദനയാവുകയും ജനങ്ങൾ അവരെ അധികാരത്തിന് പുറത്താക്കുകയും ചെയ്തു. തുടർന്ന് മൊറാർജി ദേശായിയുടെ നേതൃത്വത്തിൽ ജനതാ മന്ത്രിസഭ നിലവിൽ വരുകയും പാർലമെന്റ് അംഗമല്ലാത്ത ഇന്ദിരയെ കാശ്മീരിന്റെ പ്രതിനിധിയായി പാർലമെന്റിലേക്ക് അയക്കാൻ തയ്യാറായി. പക്ഷേ, ഇന്ദിര ഇത് നിരസിക്കുകയുണ്ടായി. 1977 ജൂൺ-ജൂലൈ മാസങ്ങളിലായി നടന്ന തിരഞ്ഞെടുപ്പിൽ ഇത് ഒരു ജനഹിത പരിശോധനയാണെന്നും, ദേശാഭിമാനികൾ നാഷണൽ കോൺഫറൻസിനെ വിജയിപ്പിക്കണമെന്നും ഷേക്ക് അഭ്യർത്ഥിച്ചു. അഭ്യർത്ഥന സ്വീകരിച്ച കാശ്മീരികൾ 76 അംഗ നിയമസഭയിൽ നാഷണൽ കോൺഫറൻസിന് 47 സീറ്റും, ജനതാപാർട്ടിക്ക് 13 സീറ്റും, കോൺഗ്രസിന് 11 സീറ്റുകളും നല്കി വിജയിപ്പിച്ചു. സുതാര്യവും പാർശ്വഫലങ്ങൾ ഇല്ലാതെയും നടന്ന ഇലക്ഷനിൽ ജനങ്ങൾ, ജനഹിതമായി ഇന്ത്യയോടൊപ്പം നില്ക്കാനാണ് എന്ന ആഗ്രഹം തെളിയിക്കുക കൂടിയായി. 9 ജൂലൈ 1977 മുതൽ 8 സെപ്തംബർ 1982 വരെ കാശ്മീർ സിംഹം കാശ്മീർ ഭരിച്ചു.

1980 ലെ ഇന്ത്യൻ പൊതുതിരഞ്ഞെടുപ്പിൽ ഇന്ദിരാഗാന്ധിയുടെ കോൺഗ്രസിനെ സഹായിക്കാനായി മകനായ ഫാറൂഖ് അബ്ദുള്ളയെ ഷേക്ക് നിയമിച്ചു. എന്നാൽ 1982 സെപ്തംബർ 8 ന് ഉണ്ടായ പിതാവിന്റെ നിര്യാണം നിമിത്തം രാഷ്ട്രീയമായോ ഭരണപരമായോ പരിചയമില്ലാത്ത ഡോ. ഫാറൂഖ് അബ്ദുള്ളയ്ക്ക് മുഖ്യമന്ത്രി സ്ഥാനം ഏറ്റെടുക്കേണ്ടി വന്നു. തിരഞ്ഞെടുപ്പിൽ 76 സീറ്റുകളിൽ 46 എണ്ണം നാഷണൽ കോൺഫറൻസും, 20 സീറ്റുകൾ കോൺഗ്രസിനും ലഭിച്ചു. കോൺഗ്രസ് വിരുദ്ധരെ ഒന്നിപ്പിക്കാൻ 1983 മെയ് 28 ന് ഹൈദ്രാബാദിൽ രാമറാവു വിളിച്ച് ചേർത്ത യോഗത്തിൽ ഫാറൂഖ് അബ്ദുള്ള പങ്കെടുക്കുകയും ഒക്ടോബർ 5,6,7

തീയതികളിൽ ശ്രീനഗറിൽ 17 കോൺഗ്രസ് വിരുദ്ധ പാർട്ടികളിലെ 59 നേതാക്കന്മാരുടെ ഒത്തുകൂടലും നടത്തി. 1984 ജനുവരിയിൽ ദില്ലി സന്ദർശിച്ച ഫാറൂഖിന് തന്നെ ഡിസ്മിസ് ചെയ്യാൻ സാദ്ധ്യതയുണ്ടെന്ന റിവ് കിട്ടി. എന്നാൽ സഞ്ജയ് ഗാന്ധിയുടെ വലംകൈയായി പ്രവർത്തിച്ച ജഗ്മോഹനെ കാശ്മീർ ഗവർണറായി നിയമിച്ചുകൊണ്ട് ഫാറൂഖിന്റെ ചിറ കരിയാനാണ് കോൺഗ്രസ് നേതൃത്വം ശ്രമിച്ചത്.

1984 ജൂൺ 7 ന് പഞ്ചാബിലെ സുവർണ്ണക്ഷേത്രത്തിൽ ഉണ്ടായ ഓപ്പ റേഷൻ ബ്ലൂസ്റ്റാറും, ബിദ്രന്ദൻവാലയുടെ മരണവും ജമ്മുകാശ്മീരിലെ സിഖുകാർ ആക്രമണങ്ങളിലൂടെ പ്രതികരിക്കുകയും തുടർന്നുണ്ടായ വെടിവെയ്പിൽ 9 പേർ മരണപ്പെടുകയും 313 പേർ അറസ്റ്റ് ചെയ്യപ്പെടു കയും ചെയ്തു. ജൂൺ 21 ന് കോൺഗ്രസ് പ്രവർത്തകസമിതി ഫാറൂഖ് ഗവൺമെന്റിനെ അട്ടിമറിക്കാൻ പദ്ധതികൾ ആരംഭിക്കുകയും ജൂൺ 28 ന് നാഷണൽ കോൺഫറൻസിലെ 13 പേരും ഒരു സ്വതന്ത്രനും ഫറൂഖ് ഗവൺമെന്റിൽ അവിശ്വാസം രേഖപ്പെടുത്തിയ കത്ത് ഗവർണ്ണർക്ക് നല്കി. തുടർന്ന് ഫാറൂക്കിനെ രാജ്ഭവനിൽ വിളിച്ച് രാജി ആവശ്യപ്പെടുകയും വൈകുന്നേരത്തോടെ ഫാറൂഖ് ഗവൺമെന്റിനെ ഡിസ്മിസ് ചെയ്യുകയും ചെയ്തു.

ജി എം ഷാ

2 ജൂലൈ 1984 ന് നാഷണൽ കോൺഫറൻസിന്റെ വിമതരും 24 കോൺഗ്രസംഗങ്ങളും ഒരു സ്വതന്ത്രന്റെയും പിന്തുണയോടെ ഗുലാം മുഹ മ്മദ് ഷാ കാശ്മീരിന്റെ മുഖ്യമന്ത്രിയായി. വിമതർക്കെല്ലാം മന്ത്രിസ്ഥാനം നല്കിയെങ്കിലും അഹങ്കാരിയും അഴിമതിക്കാരനുമായ ഷായോട് കാശ്മീ രികൾക്ക് ആദരവ് ഇല്ലായിരുന്നു. ജൂലൈ 13, 1985 ന് ആരംഭിച്ച ജനകീയ പ്രക്ഷോഭങ്ങൾ അടിച്ചമർത്താൻ കഴിയാതെ നാണംകെട്ട് 6 മാർച്ച് 1986 ന് ഷാ മുഖ്യമന്ത്രിസ്ഥാനം ഒഴിഞ്ഞു. തുടർന്ന് 6 മാർച്ച് 1986 മുതൽ 7 നവംബർ 1986 വരെ ജമ്മുകാശ്മീരിൽ പ്രസിഡന്റ് ഭരണം പ്രഖ്യാപിച്ചു.

1984 ഒക്ടോബറിലെ ഇന്ദിരാഗാന്ധിയുടെ മരണത്തിനുശേഷം രാജീവ്ഗാന്ധിയുടെ നേതൃത്വത്തിൽ നടന്ന പാർലമെന്റ് തിരഞ്ഞെടുപ്പിൽ കോൺഗ്രസിന് വൻഭൂരിപക്ഷം ലഭിക്കുകയും ഇത് വ്യക്തിപരമായി രാജീ വിനോട് ഫാറൂഖിന് ഉണ്ടായിരുന്ന സ്നേഹബന്ധം പുതുക്കാനും ഇട യാക്കി. 1987 ൽ നടന്ന കാശ്മീർ തിരഞ്ഞെടുപ്പിൽ നാഷണൽ കോൺ ഗ്രസ്-കോൺഗ്രസ് സഖ്യം കാശ്മീർ താഴ്വരയിൽ മതമൗലിക വാദി കൾക്കും തീവ്രവാദികൾക്കും പ്രഹരം ഏല്പിച്ചുകൊണ്ട് എല്ലാ സീറ്റുക ളിലും വിജയിച്ചു. കനത്ത ഭൂരിപക്ഷമുണ്ടായിരുന്ന നിയമസഭയിൽ വീണ്ടും ഫാറൂഖ് അബ്ദുള്ള മുഖ്യമന്ത്രിയായി. സംസ്ഥാന ഗവർണറായിരുന്ന ജഗ്മോഹനെ മാറ്റി ജനറൽ കൃഷ്ണറാവുവിനെ കാശ്മീർ ഗവർണറായി നിയമിച്ചു. ഫാറൂഖിന്റെ ഭരണം 19 ജനുവരി 1990 വരെ നടന്നെങ്കിലും അതിർത്തി കടന്നുള്ള തീവ്രവാദത്തിന് വേരുകൾ കണ്ടെത്താൻ ഈ

ഭരണം ഇടയാക്കി. പണവും തോക്കും നല്കി മതത്തിന്റെ പേരിൽ സമാധാനത്തിന്റെ പറുദീസയായ കാശ്മീരിനെ രക്തനിറമാക്കാൻ തീവ്രവാദികൾക്ക് കഴിഞ്ഞു. ബോംബ് സ്ഫോടനങ്ങൾ, കൊല, കൊള്ളിവെയ്പ്, തട്ടിക്കൊണ്ടുപോകൽ ഒക്കെ ദിനംപ്രതിയായി. ഇന്ത്യ - വെസ്റ്റിൻഡീസ്, ഇന്ത്യ - ആസ്ട്രേലിയ ക്രിക്കറ്റ് മത്സരവേദികൾ ഒക്കെ ശക്തമായ ആക്രമണങ്ങൾക്ക് ഇരയായി. 68 തീവ്രവാദികളുടെ സംയുക്ത കൂട്ടായ്മ ഇന്ത്യൻ നുകത്തിൽനിന്ന് കാശ്മീരിനെ മോചിപ്പിക്കാനും 1989 ൽ നടക്കുന്ന പാർലമെന്റ് തിരഞ്ഞെടുപ്പ് ബഹിഷ്കരിക്കാനും ആഹ്വാനം ചെയ്തു. തുടർന്ന് നടന്ന കേന്ദ്ര തിരഞ്ഞെടുപ്പിൽ ഒൻപത് ശതമാനത്തിന് താഴെയായിരുന്നു പോളിങ്.

ഡോ. റുബ്വയ്യയും - തട്ടിക്കൊണ്ടുപോകൽ നാടകവും

രാജീവ്ഗാന്ധിയുടെ കോൺഗ്രസ് ഗവൺമെന്റിനെ തോല്പിച്ചു കൊണ്ട് വി പി സിങ്ങിന്റെ നേതൃത്വത്തിൽ കേന്ദ്രത്തിൽ സ്ഥാപിതമായ ഗവൺമെന്റിൽ ആഭ്യന്തരമന്ത്രിയായിരുന്നത് ഫാറൂഖ് അബ്ദുള്ളയുടെ എതിരാളിയായിരുന്ന മുഫ്തി മുഹമ്മദ് സയ്യിദ് ആയിരുന്നു. 1989 ഡിസംബർ 8 ന് ഉച്ചയ്ക്ക് ആശുപത്രിയിൽനിന്ന് വീട്ടിലേക്ക് വരവെ കേന്ദ്ര ആഭ്യന്തരമന്ത്രിയുടെ മകളായ ഡോ. റുബ്വയ്യയെ 4 പേർ ചേർന്ന് ബലമായി മാരുതിക്കാറിൽ പിടിച്ചുകൊണ്ടുപോയി. രണ്ട് മണിക്കൂർ കഴിഞ്ഞപ്പോൾ *കാശ്മീർ ടൈംസ്* പത്ര ഓഫീസിൽ ജമ്മുകാശ്മീർ ലിബറേഷൻ ഫ്രണ്ടിലെ അംഗം എന്ന് പരിചയപ്പെടുത്തി വിളിച്ച ആൾ തങ്ങളാണ് അവിവാഹിതയായ ഡോ. റുബ്വയ്യയെ ബന്ധിയാക്കിയിരിക്കുന്നതെന്നും തങ്ങളുടെ ഷേക്ക് അബ്ദുൾ ഹമീദിനെയും നാല് സഹതടവുകാരെയും മോചിപ്പിച്ചാൽ മാത്രമേ റുബ്വയ്യയെ മോചിപ്പിക്കുകയുള്ളൂ എന്നും അറിയിച്ചു. യാതൊരു വിട്ടുവീഴ്ചകൾക്കും തയ്യാറാകാത്ത ഫറൂഖ് അബ്ദുള്ള, ഭീകരരെ മോചിപ്പിക്കാൻ ഭാവിയിലും ഇത്തരം നാടകങ്ങൾ നടക്കാൻ സാദ്ധ്യതയുള്ളതായും പറഞ്ഞു. പക്ഷേ, ഫാറൂഖിന്റെ വാക്കുകൾക്ക് വില കല്പിക്കാത്ത കേന്ദ്രനേതൃത്വം രണ്ട് കേന്ദ്രമന്ത്രിമാരെ ശ്രീനഗറിലേക്കയച്ച് തടവുകാരെ മോചിപ്പിച്ചു. മോചിതരായ തടവുകാർക്ക് കാശ്മീർ താഴ്വരയിൽ അതിഗംഭീര സ്വീകരണമാണ് ലഭിച്ചത്. ഇവർ വേഗത്തിൽ അതിർത്തി കടന്ന് പാകിസ്ഥാനിലെത്തുകയും ഇന്നും ഇന്ത്യാവിരുദ്ധ പ്രവർത്തനങ്ങളിൽ ഏർപ്പെടുകയും ചെയ്യുന്നു. തുടർന്ന് ജനറൽ കെ വി കൃഷ്ണറാവുവിനെ ഗവർണർ സ്ഥാനത്തുനിന്ന് നീക്കുകയും ജഗ്മോഹനെ വീണ്ടും ഗവർണറായി പ്രതിഷ്ഠിക്കുകയും ചെയ്തു. ഇതിൽ പ്രതിഷേധിച്ച് 19 ജനുവരി 1990 ന് ഡോ. ഫാറൂഖ് അബ്ദുള്ള മുഖ്യമന്ത്രി സ്ഥാനം രാജിവച്ച് പത്നിയുടെ സ്വദേശമായ ലണ്ടനിലേക്കു പോയി. 19 ജനുവരി 1990 മുതൽ 9 ഒക്ടോബർ 1996 വരെ വീണ്ടും കാശ്മീരിൽ പ്രസിഡന്റ് ഭരണം ഏർപ്പെടുത്തി.

1996 ൽ നടന്ന കാശ്മീർ തിരഞ്ഞെടുപ്പിൽ 87 സീറ്റുകളിൽ 57 എണ്ണം

ഒക്ടോബറിൽ നേടിയ നാഷണൽ കോൺഫറൻസ് രണ്ട് സ്വതന്ത്രരെ കൂടി ഉൾപ്പെടുത്തി ഭൂരിപക്ഷം നേടി. ലഡാക്കിലെ ബുദ്ധമത മേഖലയിലെ നാല് സീറ്റുകളിൽ 3 ഉം നേടാൻ ഫാറൂഖിന്റെ പാർട്ടിക്ക് കഴിഞ്ഞു. ബി ജെ പി 9 സീറ്റും കോൺഗ്രസ് 7 സീറ്റും നേടി. ഒക്ടോബർ 19 ന് ഫാറൂഖിന്റെ നേതൃത്വത്തിൽ 27 അംഗമന്ത്രിസഭ സത്യപ്രതിജ്ഞ ചെയ്ത് അധികാരമേറ്റു. ആയുധങ്ങൾ ഉപേക്ഷിച്ച് സമാധാനമാർഗ്ഗം സ്വീകരിക്കാനായി തടവിൽ കിടന്ന ഹൂറിയത്ത് നേതാക്കളെ മോചിപ്പിച്ചെങ്കിലും മനുഷ്യാവകാശ ലംഘനങ്ങളും തീവ്രവാദ പ്രവർത്തനങ്ങളും കാശ്മീരിൽ വർദ്ധിച്ചു. ആർക്കും എന്തും സംഭവിക്കാം എന്ന ഭയപ്പെടുത്തലിന്റെയും ഒറ്റപ്പെടുത്തലിന്റെയും അവസ്ഥ വന്നു. ഇതിനെ പ്രതിരോധിക്കാനോ ജനങ്ങളുടെ സ്വത്തിനും ജീവനും സംരക്ഷണം നല്കാനോ ഫാറൂഖ് ഗവൺമെന്റിന് കഴിഞ്ഞില്ല. 18 ഒക്ടോബർ 2002 ന് ഫാറൂഖ് ഗവൺമെന്റ് കാലാവധി പൂർത്തിയാക്കിയ ശേഷം ഇലക്ഷൻ നടത്താൻ താല്പര്യമെടുക്കാത്ത കേന്ദ്രനേതൃത്വം 18 ഒക്ടോബർ 2002 മുതൽ 2 നവംബർ 2002 വരെ കാശ്മീരിൽ പ്രസിഡന്റ് ഭരണം പ്രഖ്യാപിച്ചു. 2002 ൽ നടന്ന കാശ്മീർ ഇലക്ഷനിൽ രാഷ്ട്രീയ സമവാക്യങ്ങളിൽ മാറ്റംവരുകയും കോൺഗ്രസിനെ എതിർത്തിരുന്ന മുഫ്തി മുഹമ്മദ് സെയ്യ്ദ് രൂപീകരിച്ച പി ഡി പി പാർട്ടിയോട് ചേർന്ന് കോൺഗ്രസിന് മത്സരിക്കേണ്ടിവരികയും ചെയ്തു. ഇലക്ഷന്റെ റിസൽട്ട് വന്നപ്പോൾ നാഷണൽ കോൺഫറൻസിനെ പിന്നിലാക്കിക്കൊണ്ട് പി ഡി പി - കോൺഗ്രസ് ഐക്യം കാശ്മീരിൽ പുതിയ ഭരണത്തിന് തുടക്കമിട്ടു. ആദ്യ അവസരം 2 നവംബർ 2002 മുതൽ 2 നവംബർ 2005 വരെ മുഫ്തി മുഹമ്മദ് സെയ്ദ് മുഖ്യമന്ത്രിയായും ശേഷം 2 നവംബർ 2005 മുതൽ 11 ജൂലൈ 2008 വരെ കോൺഗ്രസിന്റെ ഗുലാം മുഹമ്മദ് ആസാദ് മുഖ്യമന്ത്രിയായും തുടർന്നു. പിന്നീട് കോൺഗ്രസ് പി ഡി പിയുമായുള്ള സഖ്യം ഉപേക്ഷിച്ച് ഫാറൂഖ് അബ്ദുള്ളയുമായി കൂട്ടുകൂടി. 11 ജൂലൈ 2008 മുതൽ 5 ജൂലൈ 2009 വരെ കാശ്മീരിൽ വീണ്ടും സുരക്ഷിതത്വത്തിന്റെ പേരിൽ പ്രസിഡന്റ് ഭരണം ഏർപ്പെടുത്തി. 2009 – 10 ൽ നടന്ന സംസ്ഥാന നിയമസഭ ഇലക്ഷനിൽ നാഷണൽ കോൺഫറൻസ് - കോൺഗ്രസ് ഐക്യം ഭൂരിപക്ഷം നേടുകയും ഫാറൂഖ് അബ്ദുള്ള കോൺഗ്രസിന്റെ നേതൃത്വത്തിലുള്ള കേന്ദ്രമന്ത്രിസഭയിൽ ചേരുകയും മകനായ ഒമർ അബ്ദുള്ള മുഖ്യമന്ത്രിയായി ചുമതലയേല്ക്കുകയും ചെയ്തു. പല കാര്യങ്ങളിലും അനിശ്ചിതത്വങ്ങളും നിന്ദകളും സംസ്ഥാനത്തിൽ സൃഷ്ടിക്കുന്നുണ്ടെങ്കിലും ജനാധിപത്യത്തെ കാത്ത് സൂക്ഷിക്കുവാൻ തയ്യാറാണെന്ന സന്ദേശം കേന്ദ്രവും കാശ്മീരികളും നല്ല സൂചനയായിട്ടാണ് എടുത്തിരിക്കുന്നത്. അതിർത്തി കടന്നുള്ള തീവ്രവാദത്തിനും പല തീവ്രവാദി നേതാക്കളും ഇപ്പോൾ സമർപ്പണത്തിന്റെ പാതയിലായത് കാരണവും, ഒമർ ഗവൺമെന്റ് ഇതുവരെയും മുൻ ഗവൺമെന്റുകളെപോലെ തീവ്രവാദ ഭീഷണി നേരിട്ടിട്ടില്ല. പലപ്പോഴും ഇന്ത്യൻ ആർമിയുടെ രീതികളോട് പൊരുത്തപ്പെട്ട് പോകാ

നാകാത്തതും തുറന്നടിച്ചുള്ള സംസാരങ്ങളും പലപ്പോഴും ഒമറിന് പ്രതിസന്ധികൾ സൃഷ്ടിക്കാറുണ്ട്. പിന്നീട് നടന്ന സംസ്ഥാന ഇലക്ഷനിൽ രാഷ്ട്രീയ നിരീക്ഷകരെ വിസ്മയിപ്പിച്ചുകൊണ്ട് പി ഡി പി - ബി ജെ പി സഖ്യത്തിനാണ് ഭൂരിപക്ഷം ലഭിച്ചത്.

കാശ്മീരും ചൈനയും

1949 ൽ ചിയാങ് കൈഷക്കിന്റെ കുമിന്താങ് ഗവൺമെന്റിനെ ഇന്നത്തെ തായ്‌വാനിലേക്കോടിച്ച് മാവോ സെ തുങ്ങിന്റെ നേതൃത്വത്തിൽ കമ്യൂണിസ്റ്റ് പാർട്ടി ചൈനയിൽ അധികാരത്തിൽ വന്നപ്പോൾ ആദ്യമായി അംഗീകരിച്ച രാഷ്ട്രം ഇന്ത്യയായിരുന്നു. "ഇന്ത്യ-ചീനി ഭായ് ഭായ്" എന്ന മുദ്രാവാക്യം ഇന്ത്യൻ നാഷണൽ കോൺഗ്രസ് ദേശത്തിന് നല്കി. ടിബറ്റിന് മേൽ ചൈനയ്ക്ക് ഉണ്ടായിരുന്ന മേധാവിത്തം ഇന്ത്യ അംഗീകരിക്കുകയും കാശ്മീരിന് മേൽ ഇന്ത്യക്കുള്ള മേധാവിത്തം ചൈനയും അംഗീകരിച്ചു. കാശ്മീരിലെ ലഡാക്കിന്റെ അതിർത്തി ഇരുരാഷ്ട്രങ്ങളും നിർണ്ണയിച്ചിരുന്നില്ല. 1953 ൽ ബാഗ്ദാദ് സഖ്യം നിലവിൽ വന്നപ്പോൾ റഷ്യ ഇന്ത്യയോട് അടുക്കാൻ ശ്രമിച്ചു. 1954 ൽ ഇന്ത്യ അക്സായ് ചിൻ, ലഡാക്കിന്റെ ഭാഗമാണെന്ന് അവകാശപ്പെട്ടു. 1956 ൽ ടിബറ്റും ചൈനീസ് തുക്മെനിസ്ഥാനേയും ബന്ധിച്ചിരുന്ന റോഡ് പൂർത്തിയായ ശേഷമാണ് ഇന്ത്യ അറിഞ്ഞത്, അത് അക്സായ് ചിനിലൂടെയാണ് കടന്നുപോകുന്നതെന്ന്. 1960 ൽ ഡൽഹി സന്ദർശനത്തിൽ ചൈനീസ് പ്രസിഡന്റ് ചൗ എൻ ലായ് ഒത്തുതീർപ്പിന് ശ്രമിക്കുകയും അക്സായ് ചിൻ വിട്ടുകൊടുത്താൽ ബ്രിട്ടീഷുകാർ നടപ്പിലാക്കിയ മക്മോഹൻരേഖ അതിർത്തിയായി അംഗീകരിക്കാമെന്ന് ഉറപ്പും നല്കി.

1962 മേയ് 10 ന് പാക്ക് വിദേശകാര്യമന്ത്രിയായിരുന്ന ഭൂട്ടോ ചൈനയും ജിൽജിത്തുമായുള്ള അതിർത്തി നിർണ്ണയിച്ചു. ഇന്ത്യ, ജിൽജിത്ത് കാശ്മീരിന്റെ ഭാഗമാണെന്നും പാകിസ്ഥാന് ചൈനയ്ക്ക് വിട്ടുകൊടുക്കാൻ അധികാരമില്ലെന്നും വാദിച്ചു. ചൈനയാകട്ടെ കാശ്മീരിന്റെ പരമാധികാരം ആർക്കാണെന്ന് ജനഹിതത്തിലൂടെ ഉറപ്പ് വരുത്തിയാൽ അതിർത്തി പുനഃക്രമീകരിക്കുമെന്നും ഇന്ത്യയെ അറിയിച്ചു. അക്സായ് ചിൻ ലഡാക്കിന്റെ ഭാഗമാണെന്ന് ഇന്ത്യക്ക് വാദിക്കാൻ ആകെയുള്ള തെളിവ് 1850 ൽ അക്സായ് ചിൻ സന്ദർശിച്ച സർവ്വേ ഓഫ് ഇന്ത്യയിലെ ഉദ്യോഗസ്ഥനായ ഡബ്ല്യു എച്ച് ജോൺസൺ രേഖപ്പെടുത്തിയ രേഖ മാത്രമാണ്. 1947 ൽ ഇന്ത്യ സ്വതന്ത്രയാകുന്നതുവരെയും ചൈനയുമായും ടിബറ്റുമായും കാശ്മീരിന്റെ അതിർത്തി നിർണ്ണയിക്കാൻ ബ്രിട്ടീഷുകാർ യാതൊരു ശ്രമവും നടത്തിയിരുന്നില്ല. ചില ഭൂപടങ്ങളിലും രേഖകളിലും അക്സായി ചിന്നിനെ കാശ്മീരിൽ ഉൾപ്പെടുത്തിയിരുന്നെങ്കിലും ഇതുവരെയും ഇന്ത്യയുടെ ഭാഗമാണെന്ന് ഉറപ്പിക്കാൻ വേണ്ട തെളിവുകൾ ലഭ്യമല്ല.

1962 ഒക്ടോബർ 20 ന് ചൈനീസ് പട്ടാളം മക്മോഹൻ രേഖ ലംഘിച്ച്

ഇന്ത്യയുടെ വടക്ക് കിഴക്കൻ മേഖലകളിൽ കൂടി ലഡാക്കിന്റെ ഭാഗമെന്ന് ഇന്ത്യ വാദിച്ച അക്സായ് ചിന്നിൽ കടന്നു. തീരെ പ്രതീക്ഷിക്കാത്ത ആ ആക്രമണം പണ്ഡിറ്റ് ജവഹർലാൽ നെഹ്റുവിൽ വ്യക്തിപരമായി ദുഃഖങ്ങൾ കൂടി സമ്മാനിച്ച യുദ്ധമായിരുന്നു. സഹോദരനും സ്നേഹിതനും തമ്മിലുള്ള യുദ്ധമായിട്ടാണ് സോവിയറ്റ് യൂണിയൻ ഇതിനെ കണ്ടത്. ലഡാക്കിലെ ചൂഷൺ വിമാനത്താവളം ചൈനീസ് വിമാനങ്ങൾ ബോംബിട്ട് തകർത്തപ്പോഴാണ് ഇന്ത്യൻ സേന ചൈനീസ് കടന്നുകയറ്റത്തിന്റെ തീവ്രത മനസ്സിലാക്കിയതും പ്രതികരിക്കാനും പ്രതിരോധിക്കാനും ശ്രമിച്ചതും. ഇന്ത്യയുടെ പ്രതിരോധ സജ്ജീകരണങ്ങളുടെ പരാജയങ്ങൾ തുറന്നു കാട്ടിയ യുദ്ധം കൂടിയായിരുന്നു ഇത്. തുടർന്ന് അമേരിക്കൻ പ്രസിഡന്റായ കെന്നഡി ഇന്ത്യക്ക് സഹായ വാഗ്ദാനവുമായി മുന്നോട്ടുവന്നു. ശേഷം നടന്ന അന്താരാഷ്ട്ര സമ്മർദ്ദങ്ങളുടെ ഫലമായി ഏകപക്ഷീയമായി ചൈന വെടിനിർത്തൽ പ്രഖ്യാപിച്ചു. വെടിനിറുത്തൽ വ്യവസ്ഥകൾ ഇന്ത്യ അംഗീകരിച്ചു. (എ) മക്മോഹൻ രേഖയിൽനിന്ന് ഇരുകൂട്ടരും പിന്മാറുക (എ) ലഡാക്കിൽ അക്സായ് പ്രവിശ്യക്ക് പുറമേ അല്പംകൂടി മാറി ചൈന വെടിനിർത്തൽ രേഖ നിർണ്ണയിച്ചു. ഇവയായിരുന്നു വ്യവസ്ഥകൾ. ഇന്നാകട്ടെ അരുണാചൽപ്രദേശ് ചൈനയ്ക്ക് അവകാശപ്പെട്ടതാണെന്ന് വാദവുമായി പലപ്പോഴും നോർത്ത് ഈസ്റ്റ് മേഖലകളിലെ ഇന്ത്യൻ അതിർത്തികളിൽ ചൈന ഭീഷണി ഉയർത്തുന്നു.

കാശ്മീരും സുബ്രമണ്യം കമ്മിറ്റിയും

ഇന്ത്യയിൽ നടന്ന പല വിധ്വംസക പ്രവർത്തനങ്ങൾ മുൻകൂട്ടി കാണാനോ, വിവരങ്ങൾ ശേഖരിക്കാനോ നമ്മുടെ രഹസ്യാന്വേഷണ ഏജൻസികൾക്ക് പൂർണ്ണമായും കഴിഞ്ഞിട്ടില്ല. 1965 സെപ്തംബർ 4 ന് പാകിസ്ഥാൻ ഇന്ത്യൻ സേനയെ പരാജയപ്പെടുത്തി ഖെംകരൺ പിടിച്ചെടുത്തത് ഇതിന് ഉദാഹരണമാണ്. സുൾഫിക്കർ അലി ഭൂട്ടോ പ്രഖ്യാപിച്ച ആയിരം വർഷത്തെ കാശ്മീർ വിമോചന സമരത്തെത്തുടർന്നു കാശ്മീരിലെ യൂണിവേഴ്സിറ്റികളിൽ തമ്പടിച്ച തീവ്രവാദികളെ പിടികൂടാൻ ഇന്ത്യൻ ആർമി തുടങ്ങിയപ്പോൾ മുഹമ്മദ് നബിയുടെ തിരുകേശം സൂക്ഷിച്ചിരിക്കുന്ന ഹസ്രത്ത്ബാൽ പള്ളിയിലേക്ക് കടക്കുകയും ഇവരെ നേരിടാൻ ആർമി തുടങ്ങിയപ്പോഴേക്കും അകത്തെ ഭീകരരെക്കുറിച്ചുള്ള യാതൊരു വിവരങ്ങളും ലഭ്യമല്ലായിരുന്നു. എണ്ണത്തെക്കുറിച്ചോ, ആയുധങ്ങളെക്കുറിച്ചോ യാതൊന്നും രഹസ്യാന്വേഷണ വിഭാഗങ്ങൾക്ക് ലഭിച്ചിരുന്നില്ല. 1995 ൽ ചരാർ ഇ ഷെരീഫ് ഭീകരർ തീവച്ച് നശിപ്പിച്ചപ്പോഴും ഇത് തന്നെയാണ് സംഭവിച്ചത്. ഹിന്ദു-മുസ്ലീം ഐക്യത്തിന്റെ പ്രതിരൂപമായിരുന്ന സൂഫി സന്ന്യാസിവര്യനായ ഷേയ്ഖ് നൂറുദ്ദീന്റെ ഖബർ സ്ഥിതി ചെയ്തിരുന്നത് ചരാർ എന്ന പട്ടണത്തിലാണ്. 1999 ൽ നടന്ന കാർഗിൽ യുദ്ധത്തിലും നമ്മുടെ നൂറുകണക്കിന് യുവഭടന്മാർക്ക് ജീവൻ നഷ്ടപ്പെടാൻ ഇടയാക്കിയതും രഹസ്വാന്വേഷണത്തിന്റെ പരാജയമാണ്. ബ്രിട്ടീ

ഷുകാരുടെ ഭരണകാലത്ത് ആരംഭിച്ച രഹസ്വാന്വേഷണ വിഭാഗത്തെ ഉടച്ച് വാർക്കണമെന്ന് ഇതിനകം തന്നെ വിദഗ്ദ്ധർ ഇന്ത്യൻ ഗവൺമെന്റി നോടാവശ്യപ്പെട്ടിട്ടുണ്ട്. സുബ്രമണ്യം കമ്മിറ്റിയും രഹസ്യാന്വേഷണ വിഭാഗങ്ങളുടെ പരാജയങ്ങൾ പഠിക്കണമെന്നും ശാസ്ത്രീയ സമീപനങ്ങളുടെ മനഃശാസ്ത്രപരമായ പഠനരീതികൾ ഉൾപ്പെടുത്തണമെന്നും ആവശ്യപ്പെട്ടിട്ടുണ്ട്. ഇതുവരെ ഏകദേശം 30 ഓളം കമ്മിറ്റികൾ ഒരേ സ്വരത്തിൽ കേന്ദ്രത്തോട് ആവശ്യപ്പെട്ടിട്ടുള്ളതാണ് രഹസ്യാന്വേഷണ വിഭാഗം പുനഃസംഘടിപ്പിക്കണമെന്ന്. എന്നാൽ രാഷ്ട്രീയ മേധാവിത്തങ്ങൾ ഇതുവരെയും പ്രതികരിക്കാത്തത് കാരണം ഈ റിപ്പോർട്ടുകൾ ആകെ ഉറക്കത്തിലാണ്.

ഇന്ത്യൻ ജനാധിപത്യത്തിന്റെ മഹനീയ ഗോപുരമായ പാർലമെന്റിൽ നടത്തിയ ആക്രമണം, മുംബൈയിലെ ആക്രമണം, വിവിധ സ്ഫോടനങ്ങൾ ഒക്കെ വിജയകരമായി നടപ്പിലാക്കിയ തീവ്രവാദി സംഘങ്ങളുടെ രീതികൾ മനസ്സിലാക്കാനോ, ഉറവിടങ്ങൾ കണ്ടെത്താനോ, കാരണക്കാരെ ശിക്ഷാനിയമത്തിന് മുന്നിൽ കൊണ്ടുവരാനോ കഴിയാതെ, സാമൂഹ്യനീതികളും, അവകാശങ്ങളും ആവശ്യപ്പെടുന്ന വ്യക്തിത്വങ്ങളെ തീവ്രവാദി, സാമൂഹ്യദ്രോഹി, രാജ്യദ്രോഹി, നക്സലൈറ്റ് എന്നിങ്ങനെ മുദ്രയടിക്കാനാണ് അധികാരികൾ താല്പര്യപ്പെടുന്നത്. പൗരന്മാരുടെ അവകാശങ്ങൾ സംരക്ഷിക്കാനും മനുഷ്യാവകാശലംഘനങ്ങൾ ലഘൂകരിക്കാനും, സുശക്തമായ രഹസ്യനീക്കങ്ങളിലൂടെ ഇന്ത്യൻ ജനാധിപത്യത്തെ മുന്നോട്ടു നയിക്കാനുമായി സുബ്രമണ്യം കമ്മിറ്റി നല്കിയ യാതൊരു നിർദ്ദേശവും അധികാരികൾ സ്വീകരിക്കുകയോ ഇതുവരെ നടപ്പിലാക്കുകയോ ചെയ്തിട്ടില്ല.

കാശ്മീരും ഭാരതീയ ജനതാപാർട്ടിയും

കാശ്മീരിൽ നടപ്പിലാക്കിയ പല കാര്യങ്ങളും പരാജയപ്പെട്ടപ്പോൾ കോൺഗ്രസ് പാർട്ടിയെ നിശിതമായി വിമർശിച്ചവരാണ് ബി ജെ പി. വാജ്പേയിയുടെ നേതൃത്വത്തിൽ കേന്ദ്രം ഭരിക്കാൻ തുടങ്ങിയപ്പോൾ വ്യക്തമായ നയമില്ലാതെ ഇരുട്ടിൽ തപ്പുകയായിരുന്നു ഇവർ. ഭീകരപ്രവർത്തനത്തെ കർശനമായി നേരിടും, ശക്തിയായി തിരിച്ചടിക്കും, ശക്തമായി അപലപിക്കുന്നു, ക്ഷമ പരീക്ഷിക്കരുത്, ഭീകരരെ നേരിടാനുള്ള കരുത്ത് ഇന്ത്യക്കുണ്ട് എന്നീ വാചകങ്ങളിലൂടെ വീമ്പിളക്കാൻ മാത്രമേ ബി ജെ പിക്ക് കഴിഞ്ഞുള്ളൂ. ഇന്ത്യയുടെ ചേരിചേരാനയത്തെയും മതേതരത്വത്തെയും മറച്ചു വച്ചുകൊണ്ട് ഇന്ത്യയെ ഹൈന്ദവവല്ക്കരിക്കാനും അതിനു വിഘാതം വരുത്തുന്നവരെ പുറത്താക്കാനുമാണ് ബി ജെ പി ശ്രമിച്ചത്. പാക്ക് അധീന കാശ്മീരിലെ തീവ്രവാദ ക്യാമ്പുകൾ രാത്രിയിൽ ആക്രമിച്ച് തകർത്ത സംഭവവും ബി ജെ പിക്ക് ഉണർവ്വ് നല്കിയെങ്കിലും കാശ്മീർ തീവ്രവാദത്തിന്റെ ഭാഗമായി സ്വതന്ത്ര ഇന്ത്യയിൽനിന്നും മൂന്നരലക്ഷത്തേക്കാൾ കാശ്മീരി പണ്ഡിറ്റുകൾ ഇന്ത്യയുടെ വിവിധ ഭാഗ

ങ്ങളിൽ അഭയാർത്ഥികളായി പേടിച്ചരണ്ട മുയലുകളെ പോലെ കഴിയുന്നു. സരസ്യാത് ബ്രാഹ്മണ സമുദായത്തിൽപ്പെട്ട ഇവർക്ക് വർഷങ്ങളായി ആചാരങ്ങളോ അനുഷ്ഠാനങ്ങളോ തുടരാൻ കഴിയാതെ സംസ്കാരങ്ങൾ ഒക്കെ തകർന്ന് മാതൃരാജ്യത്ത് അഭയാർത്ഥികളായി കഴിയുന്നു. ഇവരുടെ പുനരധിവാസത്തിന് വേണ്ടി യാതൊന്നും നടപ്പിലാക്കാത്ത പാർട്ടി ഓരോ ഇലക്ഷൻ സമയത്തും കാശ്മീരി പണ്ഡിറ്റുകളുടെ കദനകഥകളും ആർട്ടിക്കിൾ 370 ഉം പറഞ്ഞ് വോട്ടിനു വേണ്ടി യാചിക്കാറുണ്ട്. കാശ്മീർ പ്രശ്ന പരിഹാരത്തിന് വാജ്പേയി പാക്ക് പ്രസിഡന്റ് മുഷറഫിനെ ആഗ്രയിലേക്ക് ക്ഷണിക്കുകയും ആഗ്ര ഉച്ചകോടി വിജയത്തിലേക്ക് നീങ്ങിയപ്പോൾ, അട്ടിമറിച്ച മുഷറഫിനെ വീണ്ടും ഇന്ത്യയിലേക്ക് ക്ഷണിക്കുകയും ചെയ്തു. വാജ്പേയിയുടെ ആത്മാർത്ഥതയും ഉദ്ദേശ്യശുദ്ധിയേയും പ്രകീർത്തിക്കുമ്പോൾ തന്നെ ഖജനാവിൽനിന്ന് കോടികൾ ചെലവഴിച്ചു വീണ്ടും എന്തിന് ആഗ്ര ഉച്ചക്കോടി എന്ന വിമർശനം ഉയർന്നിട്ടുണ്ട്.

ഫാറൂഖ് അബ്ദുള്ളയും തീവ്രവാദവും

പിതാവ് ഷേക്ക് അബ്ദുള്ളയെപോലെ രാഷ്ട്രതന്ത്രജ്ഞതയോ പാരമ്പര്യങ്ങളോ അവകാശപ്പെടാനില്ലാത്ത നേതാവാണ് ഫാറൂഖ്. മെഡിക്കൽ ബിരുദം നേടിയശേഷം ആകസ്മികമായി പിതാവിന്റെ മരണശേഷം നാഷണൽ കോൺഫറൻസിലൂടെ മുഖ്യമന്ത്രി പദത്തിൽ എത്തിയതാണ്. ജമ്മു കാശ്മീരിനുവേണ്ടി ഒരുപാട് ത്യാഗപൂർണ്ണമായ കാര്യങ്ങൾ ചെയ്യുകയും മതേതരത്വത്തെ കാത്തുസൂക്ഷിക്കാൻ ശ്രമിച്ചു എന്നതും ശരിതന്നെ. പലപ്പോഴും അദ്ദേഹത്തിന്റെ ഇരട്ടവ്യക്തിത്വം കാശ്മീർ പ്രശ്നത്തിൽ വൈരുദ്ധ്യങ്ങൾ സൃഷ്ടിച്ചിട്ടുണ്ട്. കാശ്മീർ താഴ്വരയിൽ ഇന്ത്യക്ക് എതിരായും ഡൽഹിയിൽ ഇന്ത്യക്കനുകൂലമായും സംസാരിക്കുന്നു എന്നാണ് അദ്ദേഹത്തിന്റെ വിമർശകർ പറയുന്നത്. സ്ഥിരതയില്ലാത്ത സമീപനങ്ങളിലൂടെ പലതും ചെയ്തപ്പോൾ ഒരുപാട് ശത്രുക്കളെ സൃഷ്ടിക്കാനും കഴിഞ്ഞു. 1977–82 കാലയളവ് തീവ്രവാദികൾക്ക് ഒത്തിരി സൗജന്യങ്ങൾ ഭരണകൂടത്തിൽനിന്ന് ലഭിച്ചതായി ചരിത്രകാരന്മാർ പറയുന്നു. വെള്ളിയാഴ്ചകളിൽ സിനിമ തിയേറ്ററുകൾ അടച്ചിടാനും നിസ്കാരസമയത്ത് ഓഫീസുകൾ പ്രവർത്തിക്കുവാൻ പാടില്ലെന്ന തീരുമാനവും ഒക്കെ തീവ്രവാദികൾക്ക് സഹായകരമായി. ഇൻകംടാക്സ് ഉദ്യോഗസ്ഥർക്ക് ടാക്സ് പിരിക്കാൻ പോലും പലയിടങ്ങളിലും ബുദ്ധിമുട്ട് അനുഭവപ്പെട്ടു. മറ്റ് സംസ്ഥാനങ്ങളിൽനിന്ന് വന്ന ഐ എ എസ് ഓഫീസർമാരെ പ്രധാന വകുപ്പുകൾ നല്കാതെ അപ്രധാന വകുപ്പുകളിലേക്ക് ഒതുക്കി. ജമാത്ത് – ഇ – ഇസ്ലാമിക്ക് സംസ്ഥാനത്ത് സ്കൂൾ, കോളേജുകൾ തുറക്കാൻ സൗകര്യം നല്കുകയും പലയിടത്തും ഈ സൗജന്യം ദുരുപയോഗം ചെയ്യപ്പെടുകയും ചെയ്തു.

ക്രമസമാധാനം നടപ്പിലാക്കേണ്ട കാശ്മീർ പൊലീസിന് ഭരണതലങ്ങളിലെ ഇടപെടലുകളെത്തുടർന്ന് നിഷ്ക്രിയത പുലർത്താനും, പല

ബറ്റാലിയനുകൾക്കും വർഗ്ഗീയവാദികൾക്ക് അഭയം നല്കേണ്ടിയും വന്നു. അദ്ദേഹത്തിന്റെ രാഷ്ട്രീയ ജീവിതത്തിന്റെ ഭൂരിഭാഗ സമയവും കാശ്മീരികളുടെ മനസ്സിൽ ഇന്ത്യയെ സംശയത്തിന്റെ നിഴലിലാക്കാനാണ് ഉപകരിച്ചത്. രാജീവ്ഗാന്ധിയുമായുള്ള അടുപ്പം, ഡൽഹിയിൽ ഫാറൂഖിന് മേൽവിലാസം നല്കിയെങ്കിലും സംസ്ഥാനത്ത് കോൺഗ്രസിനെ വിമർശിക്കുന്നതിൽ ഒന്നാമനായിരുന്നു ഫാറൂഖ്.

ബ്രിട്ടീഷ് രഹസ്യാന്വേഷണ ഏജൻസികളുടെ അഭിപ്രായത്തിൽ ഫാറൂഖ് അബ്ദുള്ളയ്ക്ക് ജമ്മുകാശ്മീർ ലിബറേഷൻ ഫ്രണ്ടുമായി രഹസ്യബന്ധം ഉണ്ടായിരുന്നു. 1973 ൽ പാക് അധീന കാശ്മീരിൽ എത്തി, ആസാദ് കാശ്മീരിനായി പ്രതിജ്ഞ എടുത്തിരുന്നതായും രഹസ്യാന്വേഷണ സംഘങ്ങൾ പറയുന്നു. ജമ്മുകാശ്മീരിൽ ജെ കെ എൽ എഫ് ഉയർത്തിയ "കാശ്മീർ നിങ്ങളുടേതാണ് പക്ഷേ, എന്റെയും" എന്ന മുദ്രാവാക്യം പ്രതിരോധിക്കാൻ തയ്യാറാകാതെ, രഹസ്യമായി അംഗീകരിക്കുകയാണ് ചെയ്തത്. അഴിമതി, വർഗ്ഗീയത, തീവ്രവാദം എന്നിവ തടയാനോ, സംസ്ഥാനത്തിനകത്ത് അടിസ്ഥാന സൗകര്യങ്ങൾ ഒരുക്കാനോ അദ്ദേഹം തയ്യാറായില്ല. വർഷംതോറും കേന്ദ്രത്തിൽനിന്ന് ലഭിക്കുന്ന കോടികൾ, ആർമിക്കും മറ്റ് ചെലവുകൾക്കും അല്ലാതെ ഗ്രാമങ്ങളിലെ വികസനത്തിനായി യാതൊന്നും ചെയ്തിട്ടില്ല എന്നാണ് മാധ്യമ നിരീക്ഷകർ പറയുന്നത്. കാശ്മീരിന്റെ പദവിയും മാന്യതയും സംരക്ഷിക്കാൻ ഇന്ത്യയുമായി എതിരിടാനും തയ്യാറായിരുന്നു ഫാറൂഖ്. പഞ്ചാബിലെ ഖാലിസ്ഥാൻ പ്രസ്ഥാനത്തിന് വളരാൻ വേണ്ടിയുള്ള സൗകര്യങ്ങൾ രഹസ്യമായി സംസ്ഥാനത്ത് നല്കിയതായും നിരീക്ഷകർ പറയുന്നു. ഭിന്ദ്രൻവാലയുടെ മരണത്തിന് തൊട്ടുമുമ്പ് വരെ പാകിസ്ഥാനിലെ രഹസ്യക്യാമ്പുകളിൽ സിഖുകാരെ ട്രെയിനിങ്ങിന് അയച്ച്, വൻതോതിൽ ആയുധങ്ങളും, പണവും നല്കി ഇന്ത്യക്കെതിരായി യുദ്ധം ചെയ്യാനുള്ള അധാർമ്മിക അനീതി നടപ്പിലാക്കിയ വ്യക്തിത്വം കൂടിയായിരുന്നു ഫാറൂഖ് എന്ന് നിരീക്ഷകർ പറയുന്നു. ഭിന്ദ്രൻവാല മരണമടഞ്ഞപ്പോൾ സിഖുകാരുടെയും ഹിന്ദുക്കളുടെയും പുണ്യസ്ഥലമായ 'കിർബവാനി'യിലെ ത്തുകയും സർദാരികൾക്ക് ഗുരുനഷ്ടമായെന്നും ഭക്തരോട് മടങ്ങിപ്പോകാൻ ആവശ്യപ്പെട്ടതായും മാധ്യമങ്ങളിൽ വാർത്തകൾ വന്നിരുന്നു. തുടർന്ന് കാശ്മീരിലെ പ്രശ്നബാധിത മേഖലകളായ ശ്രീനഗർ, ജവഹർനഗർ, വസീർബാഗ്, ഹനുമാൻ മന്ദിർ ഒക്കെ കൊലയും കൊള്ളിവയ്പുംമോഷണവും നിത്യസംഭവങ്ങളായി. ആർമി ബാരക്കുകളും വാഹനങ്ങളും വൻതോതിൽ ആക്രമിക്കപ്പെട്ടു.

കാശ്മീർ യൂണിവേഴ്സിറ്റിയിൽ നടന്ന പൊതുപരിപാടിയിൽ കാശ്മിരിയത്ത് എന്നാൽ ഇസ്ലാം സംസ്കാരമാണെന്നാണ് പറഞ്ഞത്. ഇന്ത്യ കാശ്മീരിൽ വർഗ്ഗീയത വളർത്തുകയാണെന്നും, ഇന്ത്യയിൽ എവിടെയെങ്കിലും മുസൽമാന് സുരക്ഷിതത്വം ഉണ്ടോയെന്നും ഇന്ദിരാഗാന്ധിയോട് ചോദിച്ചു. 1983 ലെ ഇലക്ഷനിൽ കാശ്മീരിൽ സ്വാതന്ത്ര്യമാണ് ആവശ്യ

പ്പെട്ടത്. ശ്രീനഗറിൽ നടന്ന ഇന്ദിരാഗാന്ധിയുടെ പൊതുപരിപാടി അലങ്കോലപ്പെടുത്തുകയും സ്റ്റേജ് തീവച്ച് നശിപ്പിക്കുകയും ചെയ്തു. വെസ്റ്റിൻഡീസും ഇന്ത്യയുമായുള്ള ക്രിക്കറ്റ് മത്സരം ശ്രീനഗറിൽ നടന്നപ്പോൾ ഇന്ത്യൻ പതാക പരസ്യമായി കത്തിക്കുകയും ചെയ്തത് ഫാറൂഖിന്റെ സാന്നിദ്ധ്യത്തിലാണ്. 1986 ൽ കാശ്മീരിലെ അനന്ത്നാഗ് ജില്ലയിൽ സമാധാന പ്രിയരായ ഹിന്ദു സരസ്യാത് ബ്രാഹ്മണ വർഗ്ഗത്തിൽപ്പെട്ട ന്യൂനപക്ഷങ്ങൾക്കെതിരായ ആക്രമണങ്ങൾ ആരംഭിക്കുകയും ഇതിനെ തടയാൻ ശ്രമിക്കാതെ, ആയുധധാരികൾക്ക് രക്ഷപ്പെടാൻ അവസരമൊരുക്കുകയുമാണ് ഫാറൂഖ് ചെയ്തതെന്ന് പണ്ഡിറ്റ് സംഘടനകൾ ആരോപിച്ചു. കാശ്മീരിലെ ഹിന്ദുക്ഷേത്രങ്ങളും സ്ഥാപനങ്ങളും വ്യാപകമായി നശിപ്പിക്കപ്പെടുകയും വർഷങ്ങൾ നീണ്ട നരഹത്യയിൽ ഏകദേശം 2500 ഓളം കാശ്മീരി പണ്ഡിറ്റുകൾക്ക് ജീവൻ നഷ്ടപ്പെട്ടു. ഇരട്ടിയിലധികം പേർക്ക് ഗുരുതരമായ പരുക്കേറ്റു.

1989 ൽ രാജീവ്ഗാന്ധിയുടെ അഭ്യർത്ഥനയെത്തുടർന്ന് 23 തീവ്രവാദികളെ കാശ്മീരിലെ ജയിലുകളിൽനിന്ന് തുറന്നുവിട്ടപ്പോൾ ജനാധിപത്യത്തിൻ കീഴിൽ ഇവർ സമാധാനകാംക്ഷികളായി കഴിയും എന്നാണ് പ്രതീക്ഷിക്കപ്പെട്ടിരുന്നത്. പക്ഷേ, പിൻകാല അനുഭവങ്ങൾ സൂചിപ്പിക്കുന്നത് ഈ മോചനം ഇന്ത്യക്ക് കണ്ണുനീരിന്റെ അനുഭവങ്ങളാണ് സമ്മാനിച്ചതെന്നാണ്. കണ്ടഹാർ വിമാനറാഞ്ചൽ മുതൽ പാർലമെന്റാക്രമണം, മുംബൈ ആക്രമണം ഒക്കെ നടത്തിയത് ഇവർ സഹായം നല്കിയവരായിരുന്നു. 1989 ആഗസ്ത് 14 ന് താഴ്വരയിലുടനീളം പാക്ക് സ്വതന്ത്ര്യദിനം വർണ്ണപ്പകിട്ടോടെ നടത്തിയപ്പോൾ ആഗസ്ത് 15 ന് ഇന്ത്യൻ സ്വാതന്ത്ര്യദിനം ആക്രമണത്തിലും തീവയ്പിലുമാണ് കലാശിച്ചത്. ഇന്ത്യൻ ദേശീയപതാകകൾ വ്യാപകമായി പലയിടത്തും കത്തിച്ചപ്പോൾ ഇന്ന് ദേശീയതയും മതേതരത്വവും സംസാരിക്കുന്ന ഫാറൂഖിന് ഇതിനെ ഒക്കെ നിയന്ത്രിക്കാൻ കഴിയാതെ ബോധപൂർവ്വമോ അല്ലാതെയോ ആസാദ് കാശ്മീരിന് വേണ്ടി വാദിക്കുകയാണ് ചെയ്തത്. എന്തെങ്കിലും സംഭവം ആരെങ്കിലും പൊലീസ് അധികാരികളെ അറിയിച്ചാൽ “നിസ്സാരമായി എടുക്കൂ അല്ലെങ്കിൽ മറന്നേക്കൂ” എന്ന സന്ദേശമാണ് മറുപടിയായി ലഭിച്ചിരുന്നത്. ഇന്ത്യൻ ഭരണഘടന നല്കുന്ന മൗലിക അവകാശങ്ങൾ പൗരന്മാർക്ക് നല്കാനോ സ്വത്തിനും ജീവനും സംരക്ഷണം നല്കനോ തയ്യാറാകാതെ മതമൗലികവാദികൾക്ക് നിയമവിരുദ്ധ സഹായം നല്കാനാണ് ശ്രമിച്ചത്. പിതാവ് കാശ്മീർ പ്രശ്നം ഒത്തുതീർപ്പാക്കാനും മതേതരത്വം നിലനിർത്താനുമായി നടത്തിയ സമർപ്പണങ്ങൾ വിസ്മരിച്ചുകൊണ്ട് ഡോ. ഫാറൂഖ് അബ്ദുള്ള ഇന്ത്യയുടെ ആനുകൂല്യങ്ങളും നേട്ടങ്ങളും സൗഭാഗ്യങ്ങളും നേടിയെടുത്തിട്ട് ഒറ്റുകാരന്റെ റോളിൽ അവസരവാദിയായി സഞ്ചരിക്കാനാണ് ശ്രമിച്ചതെന്ന് ചരിത്രകാരന്മാർ പറയുന്നു.

1988 – 89 കാലയളവിൽ ബന്ദ്, കർഫ്യൂ സമരനാടകങ്ങൾ ഒക്കെ പതിവായി. നാഷണൽ കോൺഫറൻസ് അംഗങ്ങൾ അല്ലെങ്കിൽ മതതീ

വ്രവാദികൾക്ക് മാത്രമേ കാശ്മീരിൽ ജീവിക്കാൻ കഴിയൂ എന്ന സ്ഥിതി വന്നു. സാധാരണക്കാരന്റെ ജനജീവിതം ദുസ്സഹമാക്കി. കമ്യൂണിസ്റ്റ് പാർട്ടിയേയും അംഗങ്ങളെയും ഇന്ത്യക്കാരുടെ ഏജന്റായി കണക്കാക്കി. പാർട്ടി ഓഫീസുകൾ തകർക്കുകയും നേതാക്കൾക്ക് വധഭീഷണി പുറപ്പെടുവിക്കുകയും ചെയ്തു. അൻപതോളം പാർട്ടിയംഗങ്ങൾ ജീവൻ നഷ്ടപ്പെട്ടതായും പാർട്ടിയംഗങ്ങളുടെ വീടുകൾ കൊള്ളയടിക്കുകയും പലർക്കും ജമ്മുവിലോട്ട് മാറി നില്ക്കേണ്ടി വന്നതായും പാർട്ടിയംഗങ്ങൾ പറയുന്നു. എന്തായാലും കാശ്മീരിന്റെ അനിശ്ചിതാവസ്ഥയെയും ദൗർബല്യങ്ങളെയും സമർത്ഥമായി ചൂഷണം ചെയ്തുകൊണ്ട് ഒരേസമയം മതേതരവാദിയായും മതമൗലികവാദിയായും അഭിനയിച്ച ഫാറൂഖ് അബ്ദുള്ളയുടെ അവസരവാദനയങ്ങൾ കൂടിയായപ്പോൾ സമാധാനവും സുരക്ഷിതത്വവും കാശ്മീർ താഴ്വരയിൽ അപ്രത്യക്ഷമാവുകയും പറുദീസ, സാത്താന്റെ താഴ്വരയായി മാറുകയും ചെയ്തു.

കാശ്മീർ തീവ്രവാദം

കാശ്മീരിന്റെ ചരിത്രം അവിടത്തെ തീവ്രവാദ പ്രവർത്തനങ്ങളുടെയും ചരിത്രമാണ്. കാശ്മീരി പണ്ഡിറ്റുകൾക്ക് ഭൂരിപക്ഷം ഉണ്ടായിരുന്ന താഴ്വരയാണ് മുസ്ലീം ആധിപത്യത്തിന് കീഴിലായത്. എ ഡി 631 ൽ കാശ്മീർ സന്ദർശിച്ച ചൈനീസ് സഞ്ചാരിയായ ഹുയാൻസാങ് അഭിപ്രായപ്പെട്ടത് കാഷ് - മി - ലോ ആണ് കഷീർ എന്ന് മാറുകയും ഇന്നത്തെ കാശ്മീർ ആയതും എന്നാണ്. 1960 ൽ പുരാവസ്തുഗവേഷണ വകുപ്പ് കാശ്മീർ താഴ്വരയിൽ വിവിധ സ്ഥലങ്ങളിൽ പര്യവേക്ഷണം നടത്തിയതിൽനിന്ന് മനസ്സിലാക്കിയത് രാജവംശങ്ങൾ തമ്മിലുള്ള യുദ്ധങ്ങൾ അസ്ഥിരതയ്ക്ക് വഴി തെളിയിക്കുകയും ഇത് അന്ധകാരശക്തികൾക്ക് മേല്ക്കോയ്മ നേടാൻ ഇടയാക്കുകയും ചെയ്തുവെന്നാണ്. മൂന്നാം ആഗോള ബുദ്ധ കോൺഫറൻസ് നടന്നത് ഇന്നത്തെ ഷാലിമർ ഗാർഡന് സമീപം, ഹർവനിലായിരുന്നു. ഏകദേശം 500 ൽപ്പരം ബുദ്ധഭിക്ഷുക്കുകൾ 'കുണ്ഡലവനിൽ' പങ്കെടുത്തതായി ചരിത്രം. ഹൂണന്മാരുടെ വരവോടെ കാശ്മീർ ചരിത്രത്തിന് കേടുപാടുകൾ സംഭവിക്കുകയും സ്വതന്ത്ര ഭാരത രൂപീകരണത്തിനുശേഷം കാശ്മീർ മതതീവ്രവാദികളുടെ ഇഷ്ട ഭൂമിയായി മാറുകയും ചെയ്തു. വിലാപങ്ങളും നഷ്ടസ്വപ്നങ്ങളും കണ്ണുനീരും ഭീതിയാർന്ന സാഹചര്യങ്ങളും കൂടിയായപ്പോൾ കാശ്മീർ തീവ്രവാദം പൂർണ്ണമായി. മാതാപിതാക്കൾ നഷ്ടപ്പെട്ട മക്കൾ, മക്കൾ നഷ്ടപ്പെട്ട മാതാപിതാക്കൾ, ഉറ്റവരുടെയും ഉടയവരുടെയും അപ്രത്യക്ഷതയിൽ വിലപിക്കുന്ന പാവപ്പെട്ട കാശ്മീരികൾ. കടുത്ത മനുഷ്യാവകാശലംഘനങ്ങൾ ആർമിയും തീവ്രവാദികളും നടത്തുന്നതായി കാശ്മീരികൾ. ആർക്കും ആരേയും വിശ്വാസം ഇല്ലാത്ത അവസ്ഥ. എപ്പോൾ വേണമെങ്കിലും എന്തും സംഭവിക്കാവുന്ന സാഹചര്യം. ഇതിനിടയിലാണ് ഏക

ദേശം 63 ശതമാനം കാശ്മീരികൾ ഇന്ന് ഇന്ത്യയോടൊപ്പം നില്ക്കാൻ മനസ്സുകൊണ്ട് ആഗ്രഹിക്കുന്നത്. 33 ശതമാനം ആസാദ് കാശ്മീരും 4 ശതമാനം പാകിസ്ഥാനോട് ചേരാനും ആഗ്രഹിക്കുന്നു.

1947 ലെ ഓപ്പറേഷൻ ഗുൽമാർഗ്ഗ്, 1965 ലെ ഓപ്പറേഷൻ ജിബ്രാൾട്ടർ ഒക്കെ കാശ്മീരി യുവാക്കളെ ആകർഷിക്കാനും ഇന്ത്യാവിരുദ്ധ കേന്ദ്ര ങ്ങളായ മുസാഫറാബാദ് പോലുള്ള പാകിസ്ഥാനിലെ രഹസ്യ പരിശീ ലന കേന്ദ്രങ്ങളിൽ കൊണ്ടുപോയി പരിശീലനം കൊടുത്തശേഷം അഫ്ഗാനിസ്ഥാനിലെ മുസ്ലീം സഹോദരങ്ങളെ സഹായിക്കാനായി റഷ്യ ക്കെതിരെ പോരാടാനും നിയമിച്ചു. റഷ്യയുടെ പിൻവാങ്ങലിനുശേഷം മുജാഹിദിനികളുടെ പ്രവർത്തനം പൂർണ്ണമായും കാശ്മീരിലൂടെ ഇന്ത്യ ക്കെതിരായി. ഇന്ത്യയുടെ തലയായ കാശ്മീരിനെ സ്വതന്ത്രമാക്കി മുസ്ലീം രാഷ്ട്രമാക്കാനാണ് തീവ്രവാദികൾ ശ്രമിക്കുന്നത്. പാകിസ്ഥാനിൽ പരി ശീലനം ലഭിച്ചവർ, പ്രാദേശിക വാസികളുമായി ചേർന്നാണ് ലക്ഷ്യത്തി നുവേണ്ടി പ്രവർത്തിക്കുന്നത്. സമാധാനവും സുരക്ഷിതത്വവും തകർക്കു ന്നതിലൂടെ അവരുടെ ലക്ഷ്യം നേടിയെടുക്കാൻ കഴിയും എന്ന് അവർ കരുതുന്നു. ജമ്മുകാശ്മീരിലെ വിഘടനവാദത്തിന് വർഷങ്ങളുടെ പഴ ക്കമുണ്ടെങ്കിലും കാശ്മീരിന്റെ പുരോഗതി തകരുവാൻ ഇടയായത് ജമ്മു കാശ്മീർ ലിബറേഷൻ ഫ്രണ്ട് എന്ന സംഘടനയുടെ രൂപീകരണത്തോ ടെയാണ്.

കാശ്മീരും ജമ്മുകാശ്മീർ ലിബറേഷൻ ഫ്രണ്ടും

1965 ൽ മക്ബുൽബട്ട്, അമാനുള്ളഖാൻ, യാസിൻമാലിക്. ഹാഷിം ഖുറേഷി എന്നിവർ ചേർന്ന് കാശ്മീരിനെ സ്വതന്ത്രമാക്കാനായി രൂപം കൊടുത്ത സംഘടനയായിരുന്നു കാശ്മീർ നാഷണൽ ലിബറേഷൻ ഫ്രണ്ട്. 1963-64 ഷബീൽഷായുടെ നേതൃത്വത്തിലും അഫ്സൽ ബേഗിന്റെ ആശീർവാദത്തോടും ആരംഭിച്ച ജമ്മുകാശ്മീർ മുസ്ലീം യുവജന സംഘ ടനയിലെ അംഗങ്ങളാണ് ഇതിൽ അംഗങ്ങളായി ചേർന്നത്. പാകിസ്ഥാന് ഇന്ത്യയിൽ നിന്നേറ്റ പ്രഹരത്തിന് മറുപടി നല്കാൻ പറ്റാതായപ്പോൾ കാശ്മീരിനെയാണ് ഇന്ത്യക്കെതിരായി ഉപയോഗിച്ചത്. മക്ബുൽഭട്ടിന്റെ നേതൃത്വത്തിലുള്ള സംഘം ആർമിക്കും ഇന്ത്യൻ ഭരണകൂടത്തിനുമെതിരെ ഒളിപ്പോർ തന്ത്രം പ്രയോഗിക്കാനും തുടങ്ങി. 1967 - 68 ൽ ഗുലാം റസൂർ സഹീഗിറിന്റെ നേതൃത്വത്തിൽ ഫസ് - അർ - ഹക്ക്, നസീർ അഹമ്മദ് വാണി, അസ്സം ഇൻകില്യാബി എന്നിവർ ചേർന്ന് കാശ്മീരിനെ ഇന്ത്യ യിൽനിന്ന് മോചിപ്പിക്കുവാനുള്ള ശ്രമങ്ങൾ തുടങ്ങി. ജനഹിതം എന്ന ആശയം ജനങ്ങളുടെ മുമ്പിൽ ഉന്നയിച്ച ഇവർ ഇന്ത്യാ ഗവൺമെന്റിന്റെ അടിമത്ത മനോഭാവത്തെക്കുറിച്ചും വാഗ്ദാന ലംഘനങ്ങളെക്കുറിച്ചും വ്യാപക പ്രചരണം നടത്തി. 1967 ൽ മക്ബുൽബട്ട് ഇന്ത്യൻ കസ്റ്റഡിയി ലായെങ്കിലും 1968 ൽ ഇന്ത്യയിലെ ജയിലിൽനിന്ന് രക്ഷപ്പെടുകയും

അതിർത്തി കടന്ന് പാകിസ്ഥാനിലെത്തി ഇന്ത്യാവിരുദ്ധ രഹസ്യക്യാമ്പുകൾക്ക് നേതൃത്വം നല്കുകയും ചെയ്തു. 1971 ൽ അൽത്താഫ്, ഹാഷിം ഖുറേഷിയും ചേർന്ന് ഇന്ത്യൻ എയർലൈൻസ് വിമാനം ഗംഗയെ തട്ടിക്കൊണ്ട് ലാഹോറിൽ ഇറക്കുകയും ഇന്ത്യയുടെ ആവശ്യം നിരാകരിച്ച പാക്ക് ഭരണാധികാരികൾ വിമാനത്തെ തീവ്രവാദികൾ തീവച്ച് നശിപ്പിക്കുന്നതിന് കൂട്ടുനിന്നു. തുടർന്ന് നടന്ന ഇന്ത്യാവിരുദ്ധ നിലപാടുകളും നടപടികളും ഇന്ത്യക്ക് തലവേദനയായിത്തീരുകയും നാഷണൽ ഫ്രണ്ട് എന്ന പേര് മാറ്റി പുതിയ പേരിൽ ലണ്ടനിൽ രൂപംകൊള്ളുകയും ചെയ്തു.

1977 മെയിലാണ് ജമ്മുകാശ്മീർ ലിബറേഷൻ ഫ്രണ്ട് യു കെയിൽ രൂപംകൊണ്ടത്. അമാനുള്ളഖാനിന്റെ നേതൃത്വത്തിൻ കീഴിൽ രൂപം കൊണ്ട പ്രസ്ഥാനം കാശ്മീർ താഴ്വരയിലാകെ രക്തം കൊണ്ടുള്ള ഗൺ സംസ്കാരത്തിന് തുടക്കം കുറിച്ചു. ഇന്ത്യയുടെ സമ്മർദ്ദംകൊണ്ട് യു കെയിൽ നിന്ന് പാക്ക് അധീന കാശ്മീരിലേക്ക് പ്രവർത്തനം മാറ്റിയ ജെ കെ എൽ എഫ് രണ്ടായി പിരിയുകയും പാക്ക് അധീന മീർപൂർ കേന്ദ്രീകരിച്ച് അമാനുള്ളഖാന്റെ നേതൃത്വത്തിൽ ഇന്ത്യാവിരുദ്ധ പ്രവർത്തനങ്ങൾ ആരംഭിച്ചു. കാശ്മീരിന് സ്വാതന്ത്ര്യവും സ്വയംഭരണവുമാണ് ലക്ഷ്യമെന്ന് പ്രഖ്യാപിച്ച സംഘടന അത് നേടിയെടുക്കാനായി ബോംബേറുകൾ, തട്ടിക്കൊണ്ടുപോകൽ, കൊള്ള, കൊലപാതകം, പല തരത്തിലുള്ള പീഡനങ്ങൾ ഒക്കെ ആരംഭിച്ചു. ഇന്ത്യൻ ആർമിയുടെ മനുഷ്യാവകാശ ലംഘനങ്ങൾ പാശ്ചാത്യരാജ്യങ്ങളിൽ അവതരിപ്പിക്കാനും, കാശ്മീർ തർക്കഭൂമിയാണെന്ന് വരുത്തിത്തീർക്കാനുമാണ് അമാനുള്ളഖാൻ ശ്രമിച്ചത്. 1976 മദ്ധ്യത്തിൽ അതിർത്തി കടക്കാൻ ശ്രമിച്ച മക്ബുൽഭട്ടിനെ ആർമി പിടികൂടുകയും തീഹാർ ജയിലിലേക്ക് മാറ്റുകയും ചെയ്തു. 1968 ലെ ഇന്ത്യൻ രഹസ്യാന്വേഷണ ഉദ്യോഗസ്ഥന്റെ വധവുമായി ബന്ധപ്പെട്ട് മക്ബുൽ ഭട്ടിന് സുപ്രീംകോടതി വധശിക്ഷ പ്രഖ്യാപിച്ചു. 1984 ഫെബ്രുവരി 3 ന് യു കെയിലെ ബിർമ്മിംഹാമിലെ ഇന്ത്യൻ ഡെപ്യൂട്ടി ഹൈ കമ്മീഷണറായിരുന്ന രവീന്ദ്രമേഹ്ത്തറയെ ജെ കെ എൽ എഫ് തട്ടിക്കൊണ്ടു പോവുകയും മക്ബുൽഭട്ടിനെ മോചിപ്പിക്കണമെന്നാവശ്യപ്പെടുകയും ചെയ്തു. 6 ന് തൂക്കിക്കൊലയ്ക്ക് അനുമതി നല്കുകയും 11 ന് രാവിലെ വിധി നടപ്പാക്കുകയും ചെയ്തു. അടുത്ത ദിവസം ഇന്ത്യൻ ഡെപ്യൂട്ടി ഹൈകമ്മീഷണറുടെ തലയില്ലാത്ത മൃതദേഹം ബിർമ്മിങ്ഹാമിലെ ഓവുചാലിൽ നിന്ന് കണ്ടെടുത്തു. കൊലപാതകവുമായി ബന്ധപ്പെട്ട് അമാനുള്ളഖാനെ പിടികൂടാൻ ശ്രമിച്ചെങ്കിലും വിദഗ്ദ്ധമായി പാക്ക് അധീന കാശ്മീരിലേക്ക് രക്ഷപ്പെട്ടു. പാക്ക് രഹസ്യാന്വേഷണ ഏജൻസിയായ ഐ എസ് ഐയുടെ തണലിൽ ഇന്ത്യയെ അട്ടിമറിക്കാനുള്ള പ്രവർത്തനങ്ങളുമായി ഇന്നും മുന്നോട്ടുപോകുന്നു.

1988 ൽ ശ്രീനഗറിലെ തിരക്കേറിയ മാർക്കറ്റിൽ ബോംബ് സ്ഫോടനം നടത്തിക്കൊണ്ടാണ് കാശ്മീർ താഴ്വരയിൽ ജെ കെ എൽ എഫ് പ്രവേശിച്ചത്. വൻതോതിൽ പണവും ആധുനിക ആയുധങ്ങളും പരിശീലന

ങ്ങളും നല്കി കാശ്മീരിലെ ഇന്ത്യൻവിരുദ്ധ യുവാക്കളുടെ മനസ്സിനെ കീഴടക്കാൻ കഴിഞ്ഞു. 1991 ൽ പാകിസ്ഥാൻ രഹസ്യാന്വേഷണ ഏജൻസികളുടെ സഹായത്തോടെ ഹിസ്ബുൾ മുജാഹിദ്ദീൻ എന്ന തീവ്രവാദ ഗ്രൂപ്പ് കാശ്മീർ താഴ്വരയിൽ പ്രവർത്തനമാരംഭിച്ചു. ഇതോടൊപ്പം ഹർക്കത്തുൽ - അൻസർ, ലഷ്കർ - ഇ - തൊയിബയും വന്നു. ജെ കെ എൽ എഫിനെക്കാളും ക്രൂരന്മാരായിരുന്നു ഈ ഗ്രൂപ്പുകൾ. ജെ കെ എൽ എഫിന്റെ പാക്ക് അധീന ക്യാമ്പുകൾ അടച്ച് 1995 ൽ ആശയപരമായി ജെ കെ എൽ എഫ് രണ്ടായി പിരിഞ്ഞു. ഇന്ത്യാവിരുദ്ധ തീവ്രവാദ പ്രവർത്തനങ്ങളുമായി പാക്ക് അധീന കാശ്മീരിൽ അമാനുള്ളഖാനും കാശ്മീരിന്റെ തലസ്ഥാനമായ ശ്രീനഗറിലെ മൈസൂമ കേന്ദ്രീകരിച്ച് യാസിൻമാലിക്കും വിഘടിച്ച സംഘടനകൾക്ക് നേതൃത്വം നല്കുന്നു. ഇന്ത്യയിലെ ജെ കെ എൽ എഫ് അണികൾക്ക് ആയുധങ്ങൾ താഴെവയ്ക്കാൻ 1996 ൽ സംഘടനാ നേതൃത്വം അന്ത്യശാസനം നല്കുകയും ഇപ്പോൾ എല്ലാ തീവ്രവാദ പ്രവർത്തനങ്ങളും നിർത്തി കാൾ മാർക്സ്, ബുദ്ധൻ, അംബേദ്കർ, ഗാന്ധിജി, നെൽസൺ മണ്ടേല എന്നിവരുടെ ആശയങ്ങളുമായി മുന്നോട്ടുപോവുകയാണെന്ന് കോ-ചെയർമാൻ അബ്ദുൾ റഷീദ് പറഞ്ഞു. തീവ്രവാദി പ്രസ്ഥാനത്തിൽനിന്ന് രാഷ്ട്രീയ പാർട്ടിയായി രൂപപ്പെടുത്താനുള്ള ശ്രമത്തിലാണ് ജെ കെ എൽ എഫ്.

തീവ്രവാദികൾക്ക് ലഭിക്കുന്ന പിന്തുണകളുടെ ഉറവിടം

ഇന്ത്യയെ നേരിട്ട് തോല്പിക്കാൻ പറ്റില്ലെന്ന് മനസ്സിലാക്കിയ പാകിസ്ഥാൻ കണ്ടെത്തിയ പ്രധാന വഴിയാണ് കാശ്മീരിലേക്ക് ഐ എസ് ഐയുടെ സഹായത്തോടെ തീവ്രവാദം ഇറക്കുമതി ചെയ്യൽ. താഴ്വരയിലൂടെ ഇന്ത്യാവിരുദ്ധ വികാരം വളർത്തിയശേഷം ഇന്ത്യയുടെ ഐക്യം, അഖണ്ഡത തകർക്കാനാണ് ശ്രമിക്കുന്നത്. കാശ്മീർ തീവ്രവാദത്തിന്റെ 60 ശതമാനം പണവും വിദേശരാജ്യങ്ങളിൽ നിന്നാണ് ലഭിക്കുന്നത്. ഇതോടൊപ്പം മിഡിൽ ഈസ്റ്റ് രാഷ്ട്രങ്ങളിൽനിന്നും, ലഹരിമരുന്ന് കള്ളക്കടത്ത് വഴിയും, കള്ളനോട്ടടിച്ച് വിതരണം നടത്തിയും, ഭീഷണി, സമ്മർദ്ദങ്ങൾ വഴിയും പണംകണ്ടെത്തുന്നു. അതിർത്തി വ്യാപാരത്തിൽനിന്ന് പിരിക്കുന്ന സ്വത്ത് (ടാക്സ്), ടൂറിസ്റ്റ് കേന്ദ്രങ്ങളിൽനിന്ന് രഹസ്യമായി ലഭിക്കുന്ന പിരിവുകൾ, മനുഷ്യകള്ളക്കടത്ത് വഴിയും ധനം കണ്ടെത്തുന്നു. ഓരോ വർഷവും കാശ്മീരിനെ സ്വതന്ത്രമാക്കാനായി 400-500 കോടി രൂപ വിവിധ തീവ്രവാദി സംഘങ്ങൾ ചെലവഴിക്കുന്നതായി രഹസ്യാന്വേഷണ ഏജൻസികൾ അവകാശപ്പെടുന്നു. കഴിഞ്ഞ രണ്ടു വർഷത്തിനിടയ്ക്ക് 20 ഓളം ഹവാല സംഘങ്ങളെ അതിർത്തിയിൽ പിടികൂടാൻ കഴിഞ്ഞതായി ആർമിവൃത്തങ്ങൾ. സെപ്തംബർ 11 ലെ അമേരിക്കൻ വേൾഡ് ട്രേഡ് ആക്രമണവുമായി ബന്ധപ്പെട്ട് അന്താരാഷ്ട്ര തീവ്രവാദ ഗ്രൂപ്പുകളെ ആഗോളവ്യാപകമായി നിരോധിച്ചെങ്കിലും ഇന്നും ചാരിറ്റബിൾ

ലേബലിന്റെ പേരിൽ വിവിധ പേരുകളിൽ പ്രവർത്തിക്കുന്നു. ഇന്ത്യൻ ആർമിയുടെ അഭിപ്രായത്തിൽ 68 ൽപ്പരം തീവ്രവാദി ഗ്രൂപ്പുകളാണ് കാശ്മീരിനെ മോചിപ്പിക്കാനായി പ്രവർത്തിക്കുന്നത്.

തീവ്രവാദികളെ തിരഞ്ഞെടുക്കുന്ന രീതികൾ

ഇന്ത്യൻ ഗവൺമെന്റിന്റെ അഭിപ്രായത്തിൽ തീവ്രവാദികൾ ഇല്ലായെന്നും സാഹചര്യങ്ങൾ മോശപ്പെടുത്തിയ ചെറുപ്പക്കാരെ പാകിസ്ഥാൻ ഇന്ത്യക്കെതിരായ വിശുദ്ധയുദ്ധത്തിന് ഉപയോഗിക്കുന്നു എന്നും ആണ്. നമ്മൾ തീവ്രവാദികൾ എന്ന് വിളിക്കുമ്പോൾ അവർ വിളിക്കുന്നത് സ്വാതന്ത്ര്യ സമരപോരാളികൾ എന്നും. 40% പേർ കാശ്മീരികളും 60% പേർ വിദേശ തീവ്രവാദികളുമാണ് കാശ്മീരിൽ വിധ്വംസക പ്രവർത്തനങ്ങൾ നടത്തുന്നത്. കാശ്മീരി തീവ്രവാദത്തിൽ ആകൃഷ്ടരാകുന്നത് ഗ്രാമങ്ങളിലെ യുവാക്കളാണ്. പ്രധാനമായും രജോറി, പുഞ്ച്, പുൽവാമ, കുപ്‌വാര, ബാരാമുള്ള അതിർത്തിമേഖലകളിൽനിന്നും. കാർഗിൽ യുദ്ധസമയത്ത് വൻതോതിൽ തീവ്രവാദികൾ ഇന്ത്യയിലേക്ക് കടന്നുകയറിയതായി കാശ്മീരി മാധ്യമങ്ങൾ റിപ്പോർട്ട് ചെയ്തിട്ടുണ്ട്. 2001 ൽ മാത്രം 1500–2000 യുവാക്കൾ അതിർത്തി കടന്ന് ഇന്ത്യയിൽ വന്നതായി റിപ്പോർട്ടുകൾ സൂചിപ്പിക്കുന്നു. 2003 ൽ രജോറി, പുഞ്ച് ജില്ലകളിലെ അതിർത്തികൾ വഴി ഏകദേശം 400 പേർ ഇന്ത്യയിലേക്ക് പ്രവേശിച്ചതായി ഗ്രാമത്തലവന്മാർ പറഞ്ഞു. ജമ്മുകാശ്മീരിലെ മുൻ ഇൻസ്പെക്ടർ ജനറലായ അശോക് ഭവന്റെ അഭിപ്രായത്തിൽ, "ആയുധങ്ങളിലൂടെ കാശ്മീരിനെ സ്വതന്ത്രമാക്കാൻ ശ്രമിച്ച തീവ്രവാദസംഘങ്ങൾ പരാജയപ്പെട്ടു. എന്നാൽ മതത്തിന്റെ പേരിൽ ജിഹാദിനെ വളച്ചൊടിച്ച് ഇന്ത്യയിൽ രക്തപ്പുഴ ഒഴുക്കാനാണ് ശ്രമിക്കുന്നത്." ജിഹാദിൽ ചേർന്നാൽ പണവും പറുദീസയും ലഭിക്കുമെന്നാണ് തീവ്രവാദികൾ യുവാക്കൾക്ക് നല്കുന്ന സന്ദേശം. പാകിസ്ഥാൻ, അഫ്ഗാനിസ്ഥാൻ, സുഡാൻ എന്നിവിടങ്ങളിൽ നിന്നാണ് തീവ്രവാദികൾ കാശ്മീരിലേക്ക് എത്തുന്നത്. ലഷ്കർ ഇ – തോയിബയും ജെയ്ഷ്-ഇ-മുഹമ്മദും മതപഠനങ്ങൾ കേന്ദ്രീകരിച്ചാണ് തീവ്രവാദ ആശയങ്ങൾ കൈമാറുന്നത്. കാശ്മീരിൽ മദ്രസകൾ തീവ്രവാദികൾക്കനുകൂലമായ നിലപാട് സ്വീകരിച്ചപ്പോൾ അധികാരികൾ നല്കിയ അവബോധനങ്ങളിലൂടെ മദ്രസാ തീവ്രവാദ പ്രവർത്തനങ്ങൾക്ക് 90 ശതമാനവും അന്ത്യം വന്നു. പാകിസ്ഥാനിലെ പഞ്ചാബ്, സിന്ധ്, നോർത്ത് വെസ്റ്റ് ഫ്രണ്ടിയേഴ്സ്, പാക്ക് അധീന മുസാഫറാബാദ്, കോത്ത്‌ലി, റാവൽകോട്ട് എന്നിവിടങ്ങളിലാണ് തീവ്രവാദ പരിശീലന കേന്ദ്രങ്ങൾ സ്ഥിതി ചെയ്യുന്നത്. ഓരോ വർഷവും നൂറ് കണക്കിന് യുവാക്കളെയാണ് തീവ്രവാദത്തിനായി പരിശീലനം നല്കുന്നതെന്ന് യു കെയിലെ *സൺഡെ ടൈംസ്* റിപ്പോർട്ട് ചെയ്യുന്നു.

ആറ് മാസത്തെ പരിശീലന കാലയളവിൽ ഓരോ തീവ്രവാദി ഗ്രൂപ്പുകളും ഓരോ അംഗത്തിന് മാസം 70,000 രൂപ ചെലവാക്കുന്നു. ഇതിൽ

20,000 രൂപ പ്രതിമാസ വേതനമായി വീട്ടിൽ എത്തിക്കും. കുട്ടികളുടെ സ്കൂൾ വിദ്യാഭ്യാസം, വീട്ടുചെലവുകൾ, മക്കളുടെ വിവാഹം ഒക്കെ ഈ കാലയളവിൽ തീവ്രവാദി ഗ്രൂപ്പുകൾ നടത്തിക്കൊടുക്കും. ട്രെയിനിങ് കഴിഞ്ഞാൽ മാസം 30,000/- രൂപയിൽ കുറയാതെ ശമ്പളം. ആദ്യം പ്രാദേശിക ഘടകങ്ങളുമായി മാത്രം ബന്ധപ്പെടുത്തുകയും, സംഘടനയുടെ മേൽത്തട്ടിന് പൂർണ്ണവിശ്വാസം വന്നെങ്കിൽ മാത്രമേ സ്വതന്ത്രലക്ഷ്യങ്ങൾ നടത്താനായി നിയമിക്കൂ. ഏതെങ്കിലും കാരണവശാൽ രഹസ്യങ്ങൾ ശത്രുക്കൾക്ക് ചോർത്തി നല്കിയാൽ ഫലം മരണമായിരിക്കും. ആർമിയിലെ ഉന്നത റാങ്കിലുള്ളവരെയും, മന്ത്രിമാർ, ഉയർന്ന രാഷ്ട്രീയ നേതാക്കളെയും വധിച്ചാൽ സ്പെഷ്യൽ അലവൻസുകളും പ്രമോഷനുകളും നല്കും. ഇന്ത്യൻ ആർമിയിലെ മേജർ റാങ്കിലുള്ള വ്യക്തിയെ കൊന്നാൽ ഏകദേശം ഒരു ലക്ഷത്തോളം രൂപ ലഭിക്കും. ജവാനാണേൽ 50,000/- രൂപ ഉറപ്പ്. ജനങ്ങൾ ഒന്നിച്ച് കൂടുന്ന മാർക്കറ്റ്, ബസ് സ്റ്റോപ്പ്, ഹോട്ടൽ എന്നിവിടങ്ങളിൽ ബോംബ് സ്ഫോടനം നടത്തിയാലും പങ്കെടുക്കുന്ന ഓരോരുത്തർക്കും 20,000/- രൂപ വീതം ലഭിക്കും. പ്രാദേശിക ഘടകങ്ങൾ നല്കുന്ന നിർദ്ദേശങ്ങൾ അനുസരിച്ച് മാത്രമേ ഇപ്പോൾ തീവ്രവാദഗ്രൂപ്പുകൾ ആക്രമണങ്ങൾ നടത്താറുള്ളൂ.

ആർമിയുടെ ആക്രമണത്തിൽ കൊല്ലപ്പെട്ട തീവ്രവാദികളുടെ എണ്ണം

വർഷം	*കൊല്ലപ്പെട്ട ആകെ തീവ്രവാദികൾ*	*വിദേശ തീവ്രവാദികൾ*
1997	1075	267
1998	999	406
1999	1082	548
2000	1520	870
2001	2020	1198
2002	1707	1063
2003	1447	1004
2004	660	349
2005	513	261
2006	310	167
2007	300	110
2008	213	92

തീവ്രവാദി ആക്രമണത്തിൽ ഏറ്റവും കൂടുതൽ ജവാന്മാർ നഷ്ടപ്പെട്ടത് ബി എസ് എഫിനാണ്.

തീവ്രവാദത്തിനിടയാക്കുന്ന കാരണങ്ങൾ

തൊഴിലില്ലായ്മ	80%
ദാരിദ്ര്യം	62%
സാമൂഹിക സാമ്പത്തിക തകർച്ചകൾ	71%
മാനസികപ്രശ്നങ്ങൾ	37%
മനുഷ്യാവകാശ ലംഘനങ്ങൾ	86%
സ്വാതന്ത്ര്യം	39%
ജീവിതചര്യകളിൽ വന്ന മാറ്റം	60%
വാഗ്ദാന ലംഘനങ്ങൾ	65%

1989 മുതൽ 2012 വരെ തീവ്രവാദി ആക്രമണങ്ങളിൽ ഏകദേശം 60,000 പേർ മരണപ്പെട്ടതായി കണക്കുകൾ സൂചിപ്പിക്കുന്നു. തീവ്രവാദികൾക്ക് ലഭിക്കുന്ന സാമ്പത്തികമായ ആനുകൂല്യങ്ങളും മെച്ചപ്പെട്ട സൗകര്യങ്ങളുമാണ് കോടികൾ ചെലവഴിച്ചിട്ടും അതിർത്തി കടന്നുള്ള തീവ്രവാദത്തെ പൂർണ്ണമായും തടയാൻ കഴിയാത്തത്.

മക്ബുൽബട്ട്

"I have rebelled
against slavery, oppression
Poverty, ignorance and
exploitation of my people"

ജെ കെ എൽ എഫിന്റെ കാശ്മീർ തീവ്രവാദം പൂർണ്ണമായി അറിയണമെങ്കിൽ മക്ബുൽബട്ട്, അഫ്സൽ ഗുരു എന്നിവരുടെ ഇന്ത്യാവിരുദ്ധ പ്രവർത്തനങ്ങൾ മനസ്സിലാക്കിയേ പറ്റൂ. കാശ്മീരിലെ ഹന്ദ്വാര ജില്ലയിലെ ട്രാഹ്ഗാം വില്ലേജിലെ കർഷക മാതാപിതാക്കളുടെ പുത്രനാണ് മക്ബുൽബട്ട്. ഇന്ത്യൻ ആർമിയെയും ഗവൺമെന്റിനെയും വെല്ലുവിളിച്ചുകൊണ്ടാണ് 1976 വരെ കഴിഞ്ഞത്. ബാരാമുള്ളയിലെ സെന്റ് ജോസഫ് കോളേജിൽനിന്ന് ഉയർന്ന മാർക്കോടെ ഡിഗ്രി നേടിയശേഷം ചെന്നെത്തിയത് തീവ്രവാദ ആശയങ്ങളിലും കാശ്മീരിന്റെ വിമോചനശ്രമങ്ങളിലും. നൂറുകണക്കിന് കാശ്മീരി യുവാക്കളോടൊപ്പം ആയുധപരിശീലനത്തിനായി അതിർത്തി കടന്ന മക്ബുൽ പാകിസ്ഥാനിൽ പിടിയിലാവുകയും 1971 ൽ ജയിൽമോചിതനായ മക്ബുൽബട്ട് 1976 ൽ നുഴഞ്ഞുകയറ്റത്തിനിടെ ഇന്ത്യൻ ആർമിയുടെ പിടിയിലാവുകയും ചെയ്തു. കാശ്മീരിലെ രഹസ്യാന്വേഷണ ഉദ്യോഗസ്ഥന്റെ വധവുമായി ബന്ധപ്പെട്ട് 1978 ൽ സുപ്രീംകോടതി വധശിക്ഷ വിധിക്കുകയും പ്രസിഡന്റിന് അയച്ച ദയാഹർജി നിരസിക്കുകയും 11 ഫെബ്രുവരി 1984 ന് ഡൽഹിയിലെ തീഹാർ ജയിലിൽ തൂക്കിക്കൊലയ്ക്കിരയാവുകയും ചെയ്തു. എല്ലാവർഷവും

ഫെബ്രുവരി 11 ജെ കെ എൽ എഫ് മക്ബുൽബട്ടിന്റെ രക്തസാക്ഷിത്വം കാശ്മീർ താഴ്‌വരയിൽ ജനജീവിതം സ്തംഭിപ്പിക്കുന്നു. ഗവൺമെന്റാകട്ടെ ഇത് നേരിടാനായി എല്ലാ വർഷവും ഈ ദിവസം കർഫ്യൂ, നിശാനിയമങ്ങളും പ്രഖ്യാപിക്കുന്നു.

അഫ്സൽഗുരു

കൊച്ച് ലണ്ടൻ എന്നു വിളിക്കുന്ന, ഝലംനദിയുടെ തീരത്തുള്ള സോപോറിലെ സീർജഗീർ ഗ്രാമത്തിലാണ് അഫ്സൽഗുരു ജനിച്ചത്. മുന്തിയയിനം ആപ്പിൾകൃഷി തോട്ടങ്ങളുടെ പറുദീസ കൂടിയാണിത്. പാവപ്പെട്ടവരെ സേവിക്കാനായി ഡോക്ടർ ആകാനായിരുന്നു മോഹം. പഠിത്തത്തിലും കലാസാംസ്കാരിക പ്രവർത്തനങ്ങളിലും മുന്നിൽനിന്ന അഫ്സൽ 1998 ൽ ഝലംവാലി മെഡിക്കൽ കോളേജിൽ മെഡിക്കൽ പഠനത്തിനായി ചേർന്നു. മെഡിക്കൽ സ്വപ്നം പൂർത്തീകരിക്കാതെ കാശ്മീരിനെ മോചിപ്പിക്കാനായുള്ള കൂട്ടായ്മകളിൽ സജീവമാവുകയും ജെ കെ എൽ എഫിൽ ചേരുകയും ചെയ്തു. ഇടയ്ക്കുവച്ച് മെഡിക്കൽ പഠനം ഉപേക്ഷിക്കുകയും ഡിഗ്രിയെടുക്കുകയും ചെയ്തു. ഡൽഹി സ്കൂൾ ഓഫ് ഇക്കണോമിക്സിൽ ഉപരിപഠനത്തിനായി ശ്രമിച്ചെങ്കിലും നടന്നില്ല. ഡർഹിയിലെ വിദ്യാർത്ഥികൾക്ക് ട്യൂഷനെടുത്തും മരുന്നിന്റെ വില്പനയുമായി ജീവിതം തുടർന്നു. ഇതിനിടയിലും രഹസ്യമായി ഇന്ത്യാവിരുദ്ധ കൂട്ടായ്മകളിൽ പങ്കെടുത്തിരുന്നതായി ഇന്ത്യൻ ആർമി കണ്ടെത്തിയിട്ടുണ്ട്. നിയന്ത്രണരേഖയ്ക്കപ്പുറത്തെ പരിശീലനം നേടിയ അഫ്സൽ 1991 ൽ സോപോറിലേക്ക് മടങ്ങി. 1993 ൽ അതിർത്തിസേനയ്ക്ക് മുമ്പാകെ കീഴടങ്ങിയ അഫ്സലിനെ പൊലീസിന്റെ ചാരനായി പ്രവർത്തിക്കാൻ നിർബ്ബന്ധിച്ചെങ്കിലും വഴങ്ങാതെ, തടവിൽനിന്ന് പുറത്തുവന്നത് മുതൽ പുതിയ ജീവിതം തുടങ്ങാനും പൂർത്തിയാകാത്ത മെഡിക്കൽപഠനം പൂർത്തിയാക്കാനുമായി ശ്രമം. കീഴടങ്ങിയ സമയത്ത് ലഭിച്ച പണംകൊണ്ട് മരുന്നുകട തുടങ്ങുകയും വിവാഹിതനാവുകയും ചെയ്തു. അഫ്സലിന് പിന്നീട് എന്തു പറ്റിയെന്ന് ഗ്രാമവാസികൾക്കറിയില്ല. മാധ്യമങ്ങളിൽ വന്ന വാർത്തയുടെ അടിസ്ഥാനത്തിൽ 13 ഡിസംബർ 2001 ന് ഇന്ത്യൻ പാർലമെന്റ് ആക്രമണക്കേസുമായി ബന്ധപ്പെട്ട് അഫ്സൽ അറസ്റ്റിലായെന്നും 10 ഫെബ്രുവരി 2013 ന് തീഹാർ ജയിലിൽ തൂക്കിലേറ്റിയെന്നും. ഇന്നും കാശ്മീരികൾ വിശ്വസിക്കുന്നത് ഗൂഢാലോചനയുടെ ഫലമാണ് അഫ്സലിന്റെ തൂക്കിക്കൊലയെന്നും കാശ്മീരിന്റെ മോചനത്തിനായി ഇനിയും അഫ്സൽ ഗുരുമാർ ജനിക്കുമെന്നും പറയുന്നു. അടിസ്ഥാന കാരണം കണ്ടുപിടിക്കാതെ എത്രകാലം കോടികൾകൊണ്ട് യാന്ത്രിക സമാധാനം സൃഷ്ടിക്കാൻ കഴിയും ഇന്ത്യക്ക്?

വിശ്വാസമില്ലാത്ത ഉടമ്പടികൾ

ഇന്ത്യയും പാകിസ്ഥാനുമായി തീവ്രവാദം അമർച്ച ചെയ്യാനായി

ചെറുതും വലുതുമായി ഏകദേശം 28 ഓളം ഉടമ്പടികൾ സൃഷ്ടിച്ചു. എന്നാൽ തീവ്രവാദം ഇരുരാഷ്ട്രങ്ങൾക്കും ഭീഷണിയായി ഇന്നും സഞ്ച രിക്കുന്നു. പരസ്പര ബഹുമാനമോ വിശ്വാസമോ സ്നേഹബന്ധങ്ങളോ ഇല്ലാതെ ഇരുരാഷ്ട്രങ്ങളിലേയും സാധാരണ ജനങ്ങൾ കാപട്യ, അവ സരവാദ രാഷ്ട്രീയത്തിന് ഇരകളാകുന്നു. കാശ്മീർ തീവ്രവാദത്തിന് ഇര കളായി മാനസികനില തകർത്തത് കുട്ടികളേയും സ്ത്രീകളെയുമായി രുന്നു. തീവ്രവാദത്തിന്റെ വികൃതരൂപങ്ങൾ ഏറ്റവും കൂടുതൽ നേരിൽ കണ്ടതും ഇവരാണ്. എൽ ഒ സി വിഭജനത്തെ തുടർന്ന് 15 ഓളം ക്യാമ്പു കളിലായി 25,000 പേരാണ് പാക്ക് അധീന കാശ്മീരിൽ കഴിയുന്നത്. ഇത് കൂടാതെ 35,000 പേർ അംഗീകൃത രജിസ്ട്രേഷൻ ഇല്ലാതെ പാക്ക് അധീന കാശ്മീരിലും പാകിസ്ഥാനിലും കഴിയുന്നു. ഇവരെ ഇന്ത്യയിലേക്ക് മടക്കി ക്കൊണ്ടുവരാനായി നയതന്ത്ര തലത്തിലും ആർമി തലത്തിലും ചർച്ച കൾ നടന്നെങ്കിലും വിഭജനത്തിന്റെ മുറിവുകളുമായി 60,000 കുടുംബങ്ങ ളാണ് വേദനയിലും കണ്ണുനീരിലും കഴിയുന്നത്. ഇന്ത്യൻ അഡ്മിനിസ്ട്രേ ഷനിൽ ഭരണം നടത്തുന്ന 75% ഉദ്യോഗസ്ഥരും കാശ്മീരികളുടെ വികാ രങ്ങളോ ചിന്താഗതികളോ അറിഞ്ഞുകൂടാത്തവരാണ്. ഇവരുടെ രീതി കൾ ഉടമ്പടികൾക്ക് ഇടയാക്കുകയും വിഭജനങ്ങൾ സൃഷ്ടിക്കാൻ നിമി ത്തമാവുകയും ചെയ്യുന്നു. തുടർച്ചയായുള്ള പരാജയങ്ങൾ, സന്ധിസംഭാ ഷണങ്ങൾ, ജനാധിപത്യപരമായ അവസരവാദ സൗഹാർദ്ദങ്ങൾ, രാഷ് ട്രീയ നേതൃത്വങ്ങളുടെ പരാജയങ്ങൾ, കാരണങ്ങൾ മനസ്സിലാക്കാതെ യുള്ള കോടികൾ ചെലവഴിക്കുന്നത് ഒക്കെ പരസ്പരം പരാജയപ്പെടു ത്താനേ ഇടയാക്കൂ. കാശ്മീരികൾ എല്ലാം തീവ്രവാദികളും തീവ്രവാദി കൾ എല്ലാം കാശ്മീരിൽ ആണെന്നുമുള്ള ഇടുങ്ങിയ, സങ്കുചിത സമീപ നങ്ങളെയാണ് ബഹുഭൂരിപക്ഷം മതേതര കാശ്മീരികളും എതിർക്കുന്നത്.

തീവ്രവാദത്തിന്റെ നേഴ്സറി

ഇസ്ലാമാബാദിന്റെ സ്ഥിര ആശയമാണ് കാശ്മീരിനെ ഇന്ത്യയിൽ നിന്ന് മോചിപ്പിക്കാനായി നൂറ് വർഷത്തെ വിശുദ്ധ യുദ്ധം നടത്തുക എന്നത്. 1970 ൽ സുൾഫിക്കർ അലി ഭൂട്ടോ ആണ് ഇതിന് തുടക്കമിട്ടത്. സിഖ്, കാശ്മീരി യുവാക്കളെ വൻതോതിൽ ഇന്ത്യൻ അതിർത്തി കടത്തി പാകിസ്ഥാനിലെ ട്രെയിനിങ് ക്യാമ്പുകളിൽ പരിശീലനം നല്കി വീണ്ടും ഇന്ത്യൻ അതിർത്തി കടത്തിവിട്ട ശേഷം ഇന്ത്യക്കെതിരെ യുദ്ധം ചെയ്യാൻ പ്രേരിപ്പിക്കുന്നു. ആദ്യകാലങ്ങളിൽ ഒളിപ്പോർ യുദ്ധമുറകളാണ് പരിശീ ലിപ്പിച്ചത്. ശേഷം അത്യാധുനിക ആയുധങ്ങളിലും, മഞ്ഞുകാലത്ത് എപ്ര കാരം മലകളുടെ മുകളിൽ കഴിയാമെന്നും ദീർഘനാൾ ആഹാരം കഴി ക്കാതെ വിറ്റാമിൻ ഗുളികകൾ മാത്രം ഉപയോഗിച്ച് എങ്ങനെ ജീവൻ നില നിർത്താമെന്നുമൊക്കെ പഠിപ്പിച്ചത് ഐ എസ് എ ആണ്. ഇന്ത്യൻ ആർമി യുടെ സിഗ്നലുകൾ നിരന്തരം പിടിച്ചെടുക്കുകയും ആർമിയുടെ കോഡു കൾ ഉപയോഗിച്ച് സന്ദേശങ്ങൾ തീവ്രവാദികൾക്ക് നല്കി കബളിപ്പിക്കു

ന്നതും പതിവാക്കി. ജനാധിപത്യത്തിനെ അട്ടിമറിക്കാനും പരമാധികാരത്തെ തകർക്കാനുമായിട്ടാണ് മുംബൈ ആക്രമണം, ഇന്ത്യൻ പാർലമെന്റ് ആക്രമണം, ബോംബ് സ്ഫോടനങ്ങൾ ഒക്കെ തയ്യാറാക്കിയത്. പാകിസ്ഥാനും ജെ കെ എൽ എഫും കൂടി ആസൂത്രണം ചെയ്ത വംശീയതയാണ് 1989-90 ലെ കാശ്മീരി പണ്ഡിറ്റുകളുടെ പലായനം. ഇന്നും മാതൃരാജ്യം നഷ്ടപ്പെട്ട മൂന്നര ലക്ഷം പണ്ഡിറ്റുകൾ ഇന്ത്യയുടെ വിവിധ ഭാഗങ്ങളിലെ അഭയാർത്ഥി ക്യാമ്പുകളിലായി കഴിയുന്നു. 2500 നിരപരാധികളായ പണ്ഡിറ്റുകൾക്ക് ജീവൻ നഷ്ടപ്പെടാനും ആയിരങ്ങൾക്ക് ഗുരുതരമായി പരുക്കേല്ക്കാനും ആചാരങ്ങളും അനുഷ്ഠാനങ്ങളും സംസ്കാരങ്ങളും തകർക്കാനുമിടയായത് തീവ്രവാദ പ്രവർത്തനങ്ങൾ നിമിത്തമാണ്.

2001 ഒക്ടോബർ 1 ന് ആത്മഹത്യ സ്ക്വാഡിലെ അംഗങ്ങൾ ജമ്മു കാശ്മീർ നിയമസഭയ്ക്ക് നേരെ നടത്തിയ ആക്രമണത്തിൽ 25 പേർ മരണമടയുകയും 50 പേർക്ക് ഗുരുതരമായി പരുക്കേല്ക്കുകയും ചെയ്തു. അതിശക്തമായ സുരക്ഷാനിയന്ത്രണങ്ങൾ ഉള്ള നിയമസഭയ്ക്ക് നേരെ നടത്തിയ ആക്രമണം ചുറ്റുപാടുമുള്ള 150 കെട്ടിടങ്ങളെയും തകർക്കുകയുണ്ടായി. പാകിസ്ഥാനിലെ ജയ്ഷേ - ഇ - മുഹമ്മദ് എന്ന തീവ്രവാദ സംഘടന ഇതിന്റെ ഉത്തരവാദിത്വമേറ്റു. ബഡ്ഗാം ജില്ലയിൽ അതേ ദിവസം നടന്ന മറ്റൊരു ആക്രമണത്തിൽ ഹിസ്ബുൾ മുജാഹിദ്ദിന്റെ ജില്ലാ കമാൻഡറെ ആർമി വധിക്കുകയും 2 പട്ടാളക്കാർക്കും മറ്റ് 5 തീവ്രവാദികൾക്കും ജീവൻ നഷ്ടപ്പെടുകയും ചെയ്തു. ഇതേദിവസം രജോറിയിലും പൂഞ്ചിലെ സുരാൻകോടിലും ആർമിക്ക് നേരെ നടന്ന ആക്രമണത്തിൽ 3 പേർ മരണമടയുകയും പ്രത്യാക്രമണത്തിൽ 2 തീവ്രവാദികൾ മരണപ്പെട്ടു. ഇതോടൊപ്പം തന്നെ റാംഗർഖ് പൊലീസ് അതിർത്തിയിൽപ്പെട്ട ചാക്ക് സലറിയ എന്ന ഗ്രാമത്തിൽ ക്രിക്കറ്റ് ഗ്രൗണ്ടിൽ ഭീകരർ നടത്തിയ ആക്രമണത്തിൽ തസീംലാൽ എന്ന 24 വയസ്സുകാരൻ മരണപ്പെടുകയും, 4 സഹകളിക്കാർക്ക് ഗുരുതരമായി പരിക്കേല്ക്കുകയും ചെയ്തു. ഒക്ടോബർ 1 ന് മാത്രം ജമ്മുകാശ്മീരിൽ വ്യത്യസ്ത സംഭവങ്ങളിലായി ഏകദേശം 120 ഓളംപേർ മരണപ്പെട്ടതായി കാശ്മീർ മാധ്യമങ്ങൾ. എല്ലാ ആക്രമണത്തിന്റെ പുറകിലും പാകിസ്ഥാനിലിരുന്ന് നിയന്ത്രിക്കുന്ന തീവ്രവാദഗ്രൂപ്പുകളും. ആദ്യമൊക്കെ ഹിന്ദുക്കളെയും സിഖുകാരെയും ഉന്നം വച്ചിരുന്ന തീവ്രവാദം ഇന്ന് ജാതി, മത, വർഗ്ഗങ്ങൾ കണക്കാക്കാതെ എല്ലാവരേയും ലക്ഷ്യമിടുന്നു. ഒരു ആക്രമണം നടത്തിയാൽ അതിന്റെ വ്യാപ്തി വർദ്ധിപ്പിക്കാനാണ് ലക്ഷ്യമിടുന്നത്. കാശ്മീരിൽ നടത്തുന്ന വിശുദ്ധയുദ്ധത്തിൽ കൂടുതൽ ഇരകളാകുന്നതാകട്ടെ മതേതരത്വത്തിൽ വിശ്വസിക്കുന്ന നിരപരാധികളായ കാശ്മീരികളും.

സ്വാതന്ത്ര്യത്തിനു വേണ്ടി രക്തം വിലയായി നല്കിയാൽ മാത്രമേ അനശ്വര സ്വാതന്ത്ര്യം ലഭിക്കൂ എന്നാണ് തീവ്രവാദികൾ വാദിക്കുന്നത്. കാശ്മീർ താഴ്വരയിൽ വർഷങ്ങളായി ആരാധന നടത്തുന്ന അനന്തനാ

ഗിലെ സൂര്യക്ഷേത്രം, ബുദ്ധവിഹാരങ്ങൾ, മറ്റ് ക്ഷേത്രങ്ങൾ ഒക്കെ നശിപ്പിക്കപ്പെട്ടു. കൊള്ളയടിക്കപ്പെട്ടു. പലതും കൈയേറി താമസസ്ഥലങ്ങളാക്കി മാറ്റി. കാശ്മീർ താഴ്വരയിലുള്ള ഭൂരിപക്ഷം ഹിന്ദുക്കളെയും ഭീഷണി, സമ്മർദ്ദതന്ത്രങ്ങൾ ഉപയോഗിച്ച് പാക്ക് തീവ്രവാദി സംഘടനകൾ ഓടിക്കുകയും ശേഷം അമിതവിലയ്ക്ക് അവരുടെ സ്ഥലങ്ങളും വീടുകളും വില്ക്കുകയുമുണ്ടായി. ജമ്മുവിലെ കട്ടറയിൽ സ്ഥിതിചെയ്യുന്ന വൈഷ്ണവമാതാക്ഷേത്രം, അമർനാഥ് യാത്ര ഒക്കെ ആക്രമിക്കാൻ പലപ്പോഴും തീവ്രവാദ സംഘടനകൾ ശ്രമിച്ചെങ്കിലും സമാധാനവും സുരക്ഷിതത്വവും ആഗ്രഹിക്കുന്ന, ഇന്ത്യയുടെ തോളോട് തോൾ ചേർന്ന് യാത്ര ചെയ്യാൻ ആഗ്രഹിക്കുന്നവരുടെ നിശ്ചയദാർഢ്യം കൊണ്ട് ഒക്കെ പരാജയപ്പെട്ടു. ഓരോ വർഷവും ഇരുരാജ്യങ്ങളും ബഡ്ജറ്റിൽ സൈനികചെലവിനായി കോടികളാണ് ഉൾക്കൊള്ളിക്കുന്നത്. മഞ്ഞുകാലത്ത് മലകളുടെ മുകളിലും വേനൽക്കാലത്ത് ഗ്രാമങ്ങളിലുമാണ് പാകിസ്ഥാൻ തീവ്രവാദികളെ ഒളിപ്പിക്കുന്നത്. ഇന്നാകട്ടെ ഇന്ത്യൻ ആർമിയുടെ ഓപ്പറേഷൻ സദ്ഭാവനയുടെ കീഴിൽ മിക്ക ഗ്രാമങ്ങളിലും ഗ്രാമത്തലവന്മാരെ ഉൾക്കൊള്ളിച്ചുകൊണ്ട് പ്രതിരോധ യൂണിറ്റുകൾ ആരംഭിച്ചിട്ടുണ്ട്. അപരിചിതർ ഗ്രാമത്തിൽ പ്രവേശിച്ചാൽ ഉടനടി ഗ്രാമത്തലവൻ ആർമിയെ അറിയിക്കും. ഇതുകാരണം തീവ്രവാദികൾക്ക് മുമ്പത്തെപ്പോലെ അട്ടിമറി പ്രവർത്തനങ്ങൾ നടത്താൻ വേഗത്തിൽ കഴിയുന്നില്ല. എല്ലാറ്റിനും ഉപരിയായി തീവ്രവാദം വളർത്തിയ പാകിസ്ഥാൻ ഇപ്പോൾ തീവ്രവാദ പ്രസ്ഥാനങ്ങളുടെ കൈയിൽക്കിടന്ന് വേദനിക്കുകയാണ്. അബോട്ടബാദിലെ-അമേരിക്കൻ മറീനുകളുടെ രഹസ്യ ആക്രമണത്തിൽ മരണമടഞ്ഞ ബിൻലാദൻ സംഭവം ഇതിന് ഉദാഹരണമാണ്.

സ്ത്രീകളുടെയും കുട്ടികളുടെയും മാനസികനില തകർന്നു

കാശ്മീർ തീവ്രവാദംമൂലം ദുരിതമനുഭവിക്കുന്ന രണ്ട് വിഭാഗങ്ങൾ സ്ത്രീകളും കുട്ടികളുമാണ്. പല ദുരന്തങ്ങളും നേരിൽ കണ്ട് ഇവർക്ക് ഇപ്പോഴും ജീവിതത്തിലോട്ട് മടങ്ങിവരാൻ കഴിഞ്ഞിട്ടില്ല. ഡെൻമാർക്കിലെ ആരോഗ്യസംഘടന 2007-08 ൽ നടത്തിയ സർവ്വേ സൂചിപ്പിക്കുന്നത് ഏകദേശം 68 ശതമാനം സ്ത്രീകളും, 52 ശതമാനം കുട്ടികളും മാനസികമായി തകർന്ന നിലയിലാണെന്നും അടിയന്തരമായി സർക്കാർ ഇവർക്ക് കൗൺസലിങ് നല്കണമെന്നും 1990 ലെ തീവ്രവാദ സംഘടനകളുടെ ആക്രമണത്തെ തുടർന്ന് 25000 കുടുംബങ്ങളാണ് പാക്ക് അധീന കാശ്മീരിലെ 15 ക്യാമ്പുകളിലായി കഴിയുന്നത് എന്നുമാണ്. മുസഫറാബാദിലെ 9 ക്യാമ്പുകളിലായി 14,000 പേർ, ബാഗ്ജില്ലയിലെ 4 ക്യാമ്പുകളിലായി 3500 പേർ, മീർപൂറിലെ ക്യാമ്പിൽ 470 ഉം, റാവൽകോട്ട് ക്യാമ്പിൽ 1000 പേരും. തീവ്രവാദത്തിന്റെ രൂക്ഷത ഇപ്പോഴും ഇവരുടെ മനസ്സുകളെ വേട്ടയാടുന്നു. സാമൂഹിക സാമ്പത്തികമേഖലകൾ തകർന്നു, വിദ്യാഭ്യാസം, കുടുംബബന്ധങ്ങൾ, സംസ്കാരം, ആചാരങ്ങൾ, അനുഷ്ഠാനങ്ങൾ ഒക്കെ

തകർന്ന് അതിർത്തി രേഖയുടെ ഇരുപുറവുമായിക്കഴിഞ്ഞ നല്ല കാലവും ഓർത്ത് കഴിയുകയാണ്. 98% ഗ്രാമങ്ങളിലേയും സ്ത്രീകൾ ഇന്ന് ഭയത്തിന് കീഴിലാണ്. മുൻനിര രാഷ്ട്രീയ നേതാക്കളോ രാഷ്ട്രീയ പ്രസ്ഥാനങ്ങളോ ഒന്നും തന്നെ ഇവരുടെ വിലാപങ്ങളെ കേട്ടില്ല. 2005 ഏപ്രിൽ 7ന് ആരംഭിച്ച ശ്രീനഗർ-മുസഫറാബാദ് ബസ് സർവ്വീസ് തീവ്രവാദം വിഭജിച്ച വേദനകൾക്ക് ഒരു പരിധി വരെ പരിഹാരമായി. പൂഞ്ച്-റാവൽകോട്ട് ബസ് സർവ്വീസ് ഇരുരാഷ്ട്രങ്ങളിലേയും ജനങ്ങൾക്ക് പ്രതീക്ഷകൾ നല്കിയെങ്കിലും പാകിസ്ഥാന്റെ വഞ്ചനാപരമായ നിലപാടുകൾ പലപ്പോഴും അതിർത്തി ബസ് സർവ്വീസുകളേയും അതിർത്തി കടന്നുള്ള വ്യാപാരങ്ങളേയും ബാധിക്കുന്നു.

അപ്രത്യക്ഷരാകുന്ന ആത്മാക്കളുടെ തേങ്ങലുകൾ

കാശ്മീരിലെ 72 വർഷത്തെ സംഘർഷത്തിനിടയ്ക്ക് ഏകദേശം 15000 യുവതീ യുവാക്കളാണ് പലയിടങ്ങളിലായി അപ്രത്യക്ഷരായിരിക്കുന്നത്. ആർക്കും തന്നെ അറിഞ്ഞുകൂടാ ജീവിച്ചിരിപ്പുണ്ടോ, മരണപ്പെട്ടോ എന്ന്. മൃതശരീരം ലഭിച്ചെങ്കിൽ ആചാരങ്ങൾ അനുസരിച്ച് മറവ് ചെയ്യാമായിരുന്നു. ആയിരക്കണക്കിന് കുടുംബങ്ങളാണ് ഉറ്റവരുടെ മടങ്ങിവരവും കാത്ത് കണ്ണുനീരോടെ കാശ്മീർ താഴ്‌വരയിൽ കഴിയുന്നത്. വ്യാജ ഏറ്റുമുട്ടലുകൾ വഴി പലപ്പോഴും കാശ്മീർ പൊലീസും ആർമിയും നിരപരാധികളെ കൊന്നിട്ടുണ്ടെന്ന് കാശ്മീരികൾ. 2006 ഡിസംബർ 8 ന് മകൾക്ക് ചുംബനവും നല്കി വീട്ടിൽനിന്ന് പണിക്കിറങ്ങിയതാണ് അബ്ദുൽ റഹ്മാൻ പദാർ. 2006, 9 ഡിസംബറിൽ ഗന്ധർബാൽ പൊലീസ് സ്റ്റേഷന് കീഴിലുള്ള ലാർണോ എന്ന വില്ലേജിൽ നടന്ന വ്യാജ ഏറ്റുമുട്ടലിൽ അബ്ദുൾ റഹ്മാൻ പദാറിന് ജീവൻ നഷ്ടപ്പെടുകയും നേതൃത്വം നല്കിയ എ എസ് ഐ അഷറൂഖ് അഹമ്മദ് ഗുഡുവിന് പാരിതോഷികങ്ങളും സർവ്വീസിൽ സ്ഥാനക്കയറ്റവും ലഭിച്ചു. ഇതുപോലെ നൂറുകണക്കിന് ആൾക്കാരാണ് അനാഥരായി മരണപ്പെട്ടിട്ടുള്ളത്. വ്യാജ ഏറ്റുമുട്ടലുകളിൽ വധിച്ചശേഷം പാകിസ്ഥാനിലെ ഏതെങ്കിലും തീവ്രവാദ ഗ്രൂപ്പിന്റെ അംഗമായി പറയും. 2006 ഫെബ്രുവരിയിൽ തെരുവിൽ സുഗന്ധവസ്തുക്കൾ വില്ക്കുന്ന മൂന്ന് കുട്ടികളുടെ പിതാവായ നസീർ അഹമ്മദ് ഭേക്കാ, സഹപ്രവർത്തകൻ ഗുലാംനബി വാണി എന്നിവരെ ലഷ്കർ തോയിബയുടെ പ്രവർത്തകരാണെന്ന അടിസ്ഥാനത്തിൽ അറസ്റ്റു ചെയ്തു. ഒരു മാസം നീണ്ട ക്രൂരമായ പീഡനങ്ങൾക്കുശേഷം 2006 മാർച്ചിന് ഇരുവരുടെയും മൃതദേഹം കുറ്റിക്കാട്ടിൽ വലിച്ചെറിഞ്ഞു. തുടർന്ന് നടന്ന അന്വേഷണത്തിൽ ഗന്ധർബാൽ സീനിയർ പോലീസ് സൂപ്രണ്ട് ഹാൻസ് രാജ് പരിഹാർ, ഡെപ്യൂട്ടി പോലീസ് സൂപ്രണ്ട് ബഹദൂർറാം എന്നിവർ അറസ്റ്റിലായി.

1989 ൽ മാത്രം 1017 യുവാക്കളാണ് കാശ്മീർ താഴ്‌വരയിൽനിന്ന് അപ്രത്യക്ഷമായിരിക്കുന്നത്. ബാരാമുള്ള ജില്ലയിൽ മാത്രം 433 മിസ്സിങ്

കേസുകളാണ് റിപ്പോർട്ട് ചെയ്തിരിക്കുന്നത്. സ്പെഷ്യൽ ഓപ്പറേഷൻ ഗ്രൂപ്പിന് നേർക്കാണ് ഇതൊക്കെ വിരൽ ചൂണ്ടുന്നത്. ഉറ്റവരുടെയും ഉടയവരുടെയും മരണത്തിന് പകരമായി അധികാരികൾ നല്കുന്ന ലക്ഷങ്ങളുടെ നഷ്ടപരിഹാരം കൊണ്ട് എന്ത് പ്രയോജനമെന്ന് കാശ്മീരികൾ. 2006 ഫെബ്രുവരിയിൽ ജെ കെ എൽ എഫിന്റെ നേതൃത്വത്തിൽ സംസ്ഥാനത്ത് ബന്ദ് നടത്തുകയും അടിയന്തര അന്വേഷണ കമ്മീഷനെ നിയമിക്കണമെന്നും ആവശ്യപ്പെട്ടു. ഇതോടൊപ്പം തന്നെ 26 കാശ്മീരി രാഷ്ട്രീയ കക്ഷികളുടെ കൂട്ടായ്മയായ ആൾ പാർട്ടി ഹുറിയത്ത് കോൺഫറൻസിന്റെ നേതൃത്വത്തിൽ പ്രകടനങ്ങളും സമരങ്ങളും സംസ്ഥാനത്തുടനീളം നടന്നു. ദേശീയ മനുഷ്യാവകാശ കമ്മീഷന്റെയും സംസ്ഥാന മനുഷ്യാവകാശ കമ്മീഷനുകളുടെയും പ്രവർത്തനം സംസ്ഥാനത്തിന് മാതൃകയല്ല എന്നും 670 പരാതികളാണ് ഇതുമായി ബന്ധപ്പെട്ട് തീർപ്പ് കല്പിക്കാതെ കമ്മീഷനുകളിൽ കെട്ടിക്കിടക്കുന്നതെന്നും മനുഷ്യാവകാശ സംഘടനകൾ. ഇന്ത്യൻ ആർമിക്ക് നല്കിയിരിക്കുന്ന സ്പെഷ്യൽ അധികാരങ്ങൾ, ടാഡ, പോട്ട ഒക്കെത്തന്നെ മനുഷ്യന്റെ ജീവിക്കാനുള്ള അവകാശത്തെ തുടർച്ചയായി ലംഘിക്കുന്നുവെന്നും കാശ്മീരികളുടെ ജീവന് വിലയില്ലാത്ത സംസ്ഥാനത്ത് ഞങ്ങളുടെ രോദനങ്ങൾക്കും വേദനകൾക്കും പരിഹാരം തരേണ്ട അധികാരികൾ നിശ്ശബ്ദതയുടെ താഴ്വരയിലൂടെ സഞ്ചരിക്കാനാണ് ഞങ്ങളോട് ആവശ്യപ്പെടുന്നതെന്നും ഇന്ത്യയുടെ ഐക്യത്തിനും മതേതരത്വം കാത്ത് സൂക്ഷിക്കാനുമായി ഞങ്ങൾ നടത്തിയ സമർപ്പണങ്ങൾ, ത്യാഗങ്ങൾ ഒന്നും അധികാരികൾ ഓർക്കുന്നില്ലെന്നും കാശ്മീരികൾ.

ഷേഖ് അബ്ദുള്ളയ്ക്കുശേഷം ജനകീയ പ്രസ്ഥാനങ്ങൾ ഒന്നും തന്നെ കാശ്മീരിൽ ഉണ്ടായിട്ടില്ല. ബ്രിട്ടീഷുകാർ ഇന്ത്യ വിട്ട് 40 വർഷം കഴിഞ്ഞാണ് ഭീകരഗ്രൂപ്പുകൾ കാശ്മീരിൽ ആധിപത്യം സ്ഥാപിക്കുന്നത്. കഴിവുകെട്ട ഭരണവും അഴിമതിയും തൊഴിലില്ലായ്മയും തീവ്രവാദത്തിന് ശക്തി നല്കി. 1948, 1965, 1992, 1999 ൽ ഒക്കെ തീവ്രവാദികൾ സംഘം ചേർന്ന് ഇന്ത്യൻ അതിർത്തി കടന്നപ്പോൾ പ്രതികരിക്കേണ്ടവർ നിശ്ശബ്ദരായി. 1989 ആഗസ്ത് 14 ന് ആയിരംവെടികളോടെ പാക്ക് പതാക ശ്രീനഗറിലെ ഗനി സ്റ്റേഡിയത്തിൽ ഉയർത്തിയപ്പോൾ തടയേണ്ട ഭരണകൂടം ആഗസ്ത് 15 ന് ഇന്ത്യൻ പതാക കത്തിക്കുന്നതിന് കാഴ്ചക്കാരായി നിന്നതേയുള്ളൂ. 1989 ൽ രാജീവ്ഗാന്ധിയുടെ കരാറിനെത്തുടർന്ന് 70 തീവ്രവാദികളെ കാശ്മീരിലെ ജയിലുകളിൽനിന്ന് മോചിപ്പിച്ചപ്പോൾ 742 കി. മീറ്റർ വ്യാപ്തിയുള്ള നിയന്ത്രണരേഖയ്ക്ക് ഇരുപുറവും തീവ്രവാദികൾക്ക് വമ്പിച്ച സ്വീകരണമാണ് ലഭിച്ചത്.

പാകിസ്ഥാനിലെ 7000 മദ്രസകളിൽ 18 ലക്ഷം പേർ ഭീകര പരിശീലനം നേടുന്നതിനായി 2000 ആഗസ്തിൽ *വാഷിങ്ടൺ ടൈംസ്* റിപ്പോർട്ട് ചെയ്തിരുന്നു. നിരക്ഷരതയിൽ മുന്നിൽ നില്ക്കുന്ന പാകിസ്ഥാനിൽ മതത്തിന്റെ പേരിലായതുകൊണ്ടാണ് തീവ്രവാദ സംഘടനകൾക്ക് ആൾക്കാരെ ക്ഷാമമില്ലാതെ ലഭിക്കുന്നത്. മുസ്ലീം സ്ത്രീകൾ പർദ്ദ ധരിക്കണം,

പുരുഷന്മാരും സ്ത്രീകളും ബസിൽ അടുത്ത് ഇരിക്കരുത്, ഹിന്ദു സ്ത്രീകൾ പർദ്ദ ധരിക്കണം, സിഖ് സ്ത്രീകൾ കാവി ദുപ്പട്ട ധരിക്കണം, കൈയിൽ ധരിക്കുന്ന വാച്ചിന്റെ സമയം പാകിസ്ഥാൻ സമയമാക്കണം എന്നൊക്കെ ഭീകരർ ആഹ്വാനം ചെയ്തപ്പോൾ, അത് ഒക്കെ അനുസരിക്കാൻ ചുരുക്കം കാശ്മീരികൾ തയ്യാറായത് ഇന്ത്യാ ഗവൺമെന്റിന്റെ പരാജയപ്പെട്ട കാശ്മീർ നയമായതുകൊണ്ടാണ്. 1995 മെയ് 15 നു പ്രധാനമന്ത്രി നരസിംഹറാവു ലോകസഭയിൽ തുറന്ന് സമ്മതിച്ചത്, "തന്റെ കാശ്മീർ നയം പരാജയപ്പെട്ടെന്ന്." പല തീവ്രവാദി സംഘടനകൾക്കും കാശ്മീർ മുതൽ കന്യാകുമാരി വരെ ശക്തമായ സംഘടനാ പ്രവർത്തനം ഉള്ളതായി ഇപ്പോഴത്തെ സംഭവങ്ങൾ സൂചിപ്പിക്കുന്നു. 2007 ൽ കൊച്ചി തുറമുഖത്ത് എത്തിയ ഒരു കപ്പലിൽനിന്ന് വളരെയധികം വിദേശ നിർമ്മിത ആയുധങ്ങൾ കണ്ടെടുത്തത് മറക്കാറായിട്ടില്ല. അടുത്ത കാലത്ത് നടന്ന കേന്ദ്രപഠനങ്ങൾ വ്യക്തമാക്കുന്നത് മുൻ ഇന്ത്യൻ പ്രധാനമന്ത്രിയുടെ ദേശീയസുരക്ഷാ ഉപദേഷ്ടാവായിരുന്ന എ കെ നാരായണൻ പറയുന്നത് മുംബൈ, ചെന്നൈ മേഖലകളിലെ പല സ്റ്റോക്ക് എക്സ്ചേഞ്ചുകളുടെയും പേരുകൾ വ്യാജമാണെന്നും അതുവഴി പണമിടപാടുകൾ നടത്തുന്നത് അന്താരാഷ്ട്ര തീവ്രവാദ സംഘടനകളാണെന്നും ആണ്. ഇന്ന് ഇന്ത്യയിലെ പ്രമുഖ പ്രദേശങ്ങളിൽ പാക്ക് രഹസ്യാമ്പേഷണ ഏജൻസികളും തീവ്രവാദ ഗ്രൂപ്പുകളുടെ ബിനാമികളും ചേർന്ന് വൻതോതിൽ റിയൽ എസ്റ്റേറ്റ്, ഷിപ്പിങ്, ഹോട്ടൽ മേഖലകളിൽ നിക്ഷേപങ്ങൾ നടത്തിയിരിക്കുന്നതായി ഇന്ത്യൻ മാധ്യമങ്ങൾ റിപ്പോർട്ട് ചെയ്യുന്നു. ധർമ്മത്തിന്റെ പേരിൽ മാത്രം ഏകദേശം 60 ഓളം സ്ഥാപനങ്ങൾ പ്രവർത്തിക്കുന്നുവെന്നും പലതിന്റെയും പ്രവർത്തനങ്ങളെ നിരീക്ഷിക്കുകയാണെന്നും ഇന്ത്യൻ ആഭ്യന്തര മന്ത്രാലയം അറിയിച്ചിട്ടുണ്ട്.

കാശ്മീരിനെ മനസ്സിലാക്കാതെ, കാശ്മീരിയുടെ മനസ്സ് പഠിക്കാതെ ലക്ഷക്കണക്കിന് ഇന്ത്യൻ ആർമിയെ അണിനിരത്തിയതുകൊണ്ട് തീവ്രവാദം തടയാൻ അധികാരികൾക്ക് കഴിയില്ല. ഓരോ വർഷവും കോടികളാണ് ഈ സംസ്ഥാനത്തിന് വേണ്ടി ചെലവഴിക്കുന്നത്. എന്നിട്ടും എന്തേ ശാശ്വത സമാധാനവും സുരക്ഷിതത്വവും നിലവിൽ വരാത്തത്. സമർപ്പണങ്ങളും സാഹോദര്യങ്ങളും സൃഷ്ടിക്കാൻ അധികാരികൾ ശ്രമിക്കുമ്പോൾ അതിന് ലഭിക്കുന്ന പ്രതികരണം കാശ്മീരി തീവ്രവാദ സംഘടനകളുടെ ദുരൂഹതയുണർത്തുന്ന പ്രവർത്തനങ്ങളാണെന്ന കാര്യം അധികാരികൾ വിസ്മരിച്ചുപോകുന്നു.

കാർഗിലും പാകിസ്ഥാനും

ഇന്ത്യയുടെ ഭാഗമായ കാർഗിലിൽ പാകിസ്ഥാൻ കാണിച്ചത് വഞ്ചനയായിരുന്നു. 1999 മെയ് 8 നാണ് പാകിസ്ഥാൻ ആർമിയും പാക്ക് തീവ്രവാദികളും ചേർന്ന് കാർഗിൽ പിടിച്ചെടുക്കാനായി ശ്രമിച്ചത്. 1998 ൽ ത്തന്നെ പാകിസ്ഥാൻ അതീവരഹസ്യമായി ആക്രമണം തുടങ്ങാൻ പദ്ധ

തികൾ ആരംഭിച്ചു. കാർഗിൽ പ്രദേശത്തെ ആട്ടിടയന്മാരിൽനിന്നാണ് ഇന്ത്യൻ ആർമിക്ക് പാക്ക് സാന്നിദ്ധ്യത്തെക്കുറിച്ച് സൂചന ലഭിച്ചത്. 30 ജൂൺ 1999 ന് ഇന്ത്യൻ ആർമി വളരെയധികം ഉയർന്ന പ്രദേശമായ കാർഗിലിൽ എത്തുകയും യുദ്ധം ആരംഭിക്കുകയും ചെയ്തു. ആറാഴ്ച മുമ്പു തന്നെ 5 ഇൻഫന്ററി വിഭാഗത്തിനും 5 സ്വതന്ത്ര ബ്രിഗേഡ്സിനും 44 ബറ്റാലിയൻ പാരാമിലിറ്ററി ഗ്രൂപ്പിനും പങ്കുചേരാൻ കഴിഞ്ഞു. 60 മുൻനിര യുദ്ധവിമാനങ്ങളുടെ സഹായത്തോടെ ഏകദേശം 73,000 ഭടന്മാരാണ് രാജ്യത്തിന്റെ അഭിമാനത്തിനായി പോരാടിയത്. ഡിസംബർ 1 ലെ ഇന്ത്യൻ ആർമിയുടെ കണക്കുപ്രകാരം 524 ഇന്ത്യൻ പട്ടാളക്കാർ മരിക്കുകയും 1363 പേർക്ക് പരിക്കേല്ക്കുകയും ചെയ്തു. ഇന്ത്യൻ പ്രതിരോധ വകുപ്പു മന്ത്രി ജോർജ്ജ് ഫെർണാണ്ടസിന്റെ അഭിപ്രായത്തിൽ 696 പാകിസ്ഥാനി ഭടന്മാരെ വധിച്ചിട്ടുണ്ട്. അതിർത്തി മേഖലയിൽ താമസിച്ചിരുന്ന 40 ഓളം പൊതുജനങ്ങൾക്ക് ഈ യുദ്ധത്തിൽ ജീവൻ നഷ്ടപ്പെട്ടെന്ന് പാക്ക് ആർമിയും പറയുന്നു.

1999 ഫെബ്രുവരിയിൽ നടന്ന ലാഹോർ ഉച്ചകോടി സമ്മേളനത്തിന്റെ പ്രസക്തിയെ നഷ്ടപ്പെടുത്താനും കാശ്മീർ വിഷയം അന്താരാഷ്ട്രവല്ക്കരിക്കാനും വേണ്ടി പാകിസ്ഥാന്റെ ആർമി ചീഫായ ജനറൽ പർവേസ് മുഷറഫും, ലഫ്. കേണൽ മുഹമ്മദ് അസീസും കൂടി ചേർന്ന് നടത്തിയ നടപടിയാണ് കാർഗിൽ യുദ്ധം.

കാർഗിൽ യുദ്ധം പാകിസ്ഥാന് കൊടുംയാതനകളാണ് വരുത്തിവച്ചത്. പാക്ക് പ്രധാനമന്ത്രിയായ നവാസ് ഷെരീഫിനെ അട്ടിമറിച്ച് പർവേസ് മുഷറഫിന് പാക്ക് പ്രസിഡന്റാകാൻ കഴിഞ്ഞെങ്കിലും നിരപരാധികളായ പാക്ക് സൈനികരുടെ മരണം പാക്ക് ജനതയ്ക്ക് കനത്ത ആഘാതം ഏല്പിച്ചു. യാതൊന്നും നേടാൻ കഴിയാതെ, പൊതുഖജനാവിന് കോടികൾ നഷ്ടം വരുത്തിയതൊഴിച്ചാൽ പർവേസ് മുഷറഫിന് ഇന്ത്യയുടെ ഐക്യത്തിനെയോ അഖണ്ഡതയെയോ തകർക്കാൻ കഴിഞ്ഞില്ല.

കാർഗിൽ യുദ്ധകാലത്ത് ഐ എസ് ഐയുടെ മേധാവിയായിരുന്ന ലഫ്റ്റനന്റ് ജനറൽ (റിട്ട.) ഷാഹിദ് അസീസ് എഴുതിയ *ഈ മൗനം എത്ര നാളത്തേക്ക്* എന്ന പുസ്തകത്തിൽ അന്നത്തെ സൈനിക മേധാവിയായിരുന്ന പർവേസ് മുഷറഫിന്റെ അധാർമ്മിക പ്രവർത്തനങ്ങളെക്കുറിച്ചും പാക്ക് സൈനികരെ കുരുതി കൊടുത്തതാണെന്നും, ഇന്ത്യൻ സൈനിക നീക്കങ്ങളിൽനിന്നാണ് ഐ എസ് എ പോലും കാർഗിലിലെ പാക്ക് സൈനിക നീക്കത്തെപ്പറ്റി അറിഞ്ഞത് എന്നും ഉള്ള ഗുരുതരമായ വെളിപ്പെടുത്തലുകളാണ് ഉർദുവിൽ രചിച്ച പുസ്തകം 2013 ജനുവരിയിൽ വെളിപ്പെടുത്തിയത്. കാർഗിൽ യുദ്ധത്തിനു മുമ്പ് മുഷറഫ് ഹെലികോപ്റ്ററിൽ ഇന്ത്യൻ അതിർത്തി ലംഘിച്ച് ഒരു രാത്രി സുരക്ഷിതമായി തങ്ങിയശേഷം മടങ്ങിയെന്ന് റിട്ട. കേണൽ അഫ്ഷാഖ് ഹുസൈൻ ജനുവരി 25 ന് വെളിപ്പെടുത്തിയതായി മാധ്യമങ്ങൾ റിപ്പോർട്ട് ചെയ്തിരുന്നു. ഇത് ശരിയാ

ണെങ്കിൽ ഇന്ത്യൻ അതിർത്തി അത്ര സുരക്ഷിതമല്ലെന്നും പലയിടത്തും അതിർത്തി കടക്കാനുള്ള മാർഗ്ഗങ്ങൾ ഉണ്ടെന്നും അനുമാനിക്കേണ്ടിവരും. എന്തായാലും കാർഗിലിൽ ഇന്ത്യൻ സൈന്യം കാണിച്ച സമർപ്പണം, ത്യാഗം, ജാഗ്രത എന്നിവയെ എത്ര വാഴ്ത്തിയാലും മതിവരില്ല.

തീവ്രവാദവും മനുഷ്യാവകാശലംഘനങ്ങളും

കാശ്മീരിനെ സ്വതന്ത്രവല്ക്കരിക്കാനായി തീവ്രവാദികളും തീവ്രവാദികളെ നേരിടാനായി ആർമിയും സമാധാനവും സുരക്ഷിതത്വവും പാലിക്കാനായി ഗവൺമെന്റും ശ്രമിച്ചപ്പോൾ ഒരുപാട് നിരപരാധികൾക്ക് ജീവൻ നഷ്ടപ്പെട്ടു. 1990–2000 വരെ കാശ്മീർ താഴ്വരയിൽനിന്ന് മാത്രം ഏകദേശം 3100 യുവാക്കളാണ് അപ്രത്യക്ഷരായിരിക്കുന്നത്. ഇവരൊക്കെ തീവ്രവാദികളാണെന്ന് ഗവൺമെന്റ് പറയുന്നു. മാതാപിതാക്കൾക്ക്, മക്കൾ തീവ്രവാദികളാണെന്ന അധികാരികളുടെ അഭിപ്രായത്തോട് യോജിക്കാൻ കഴിയുന്നില്ല. കാശ്മീർ തീവ്രവാദം ഏകദേശം 6000 പേർക്ക് ജീവൻ നഷ്ടപ്പെടാനും ഏറെ പേർക്ക് മുറിവേല്ക്കാനും ഇടയാക്കി. ഏറ്റവും കൂടുതൽ ബാധിച്ചത് കാശ്മീരി പണ്ഡിറ്റുകൾക്കാണ്. മൂന്നര ലക്ഷത്തോളം പേർ മാതൃരാജ്യത്ത് അഭയാർത്ഥികളാകാനും ഏകദേശം 3000 പേർക്ക് ജീവൻ നഷ്ടപ്പെടാനും തീവ്രവാദ വംശഹത്യ ഇടയാക്കി. പീഡനങ്ങൾ, ഭീഷണിക്കത്തുകൾ, ടെലിഫോൺ കാളുകൾ, ബലാത്സംഗം ഒക്കെ വഴി കാശ്മീർ താഴ്വരയിൽ തീവ്രവാദികൾ മനുഷ്യാവകാശ ലംഘനങ്ങൾ നടത്തിയപ്പോൾ, ഇന്ത്യൻ ആർമിയുടെ ചെറിയൊരു വിഭാഗവും കടുത്ത മനുഷ്യാവകാശ ലംഘനങ്ങൾ നടത്തിയിട്ടുള്ളതായി കാശ്മീരികൾ കാണപ്പെടുന്നു.

മാതൃരാജ്യത്ത് അഭയാർത്ഥികൾ എന്ന പേരിൽ കഴിയേണ്ട ഗതികേട് സരസ്യാത് ബ്രാഹ്മണ വിഭാഗത്തിൽപ്പെട്ട കാശ്മീരി പണ്ഡിറ്റുകൾക്കല്ലാതെ മറ്റാർക്കും വന്നിട്ടില്ലെന്ന് ഇന്ത്യൻ ചരിത്രം സൂചിപ്പിക്കുന്നു. മനുഷ്യാവകാശങ്ങൾ സംരക്ഷിക്കേണ്ട ഐക്യരാഷ്ട്രസഭയ്ക്കോ, യു ഡി എച്ച് ആറിന്റെ നിയമങ്ങൾക്കോ ജീവിക്കാനുള്ള അവകാശത്തെ നിഷേധിക്കുന്ന തീവ്രവാദികളുടെ സമീപനത്തെ പ്രതിരോധിക്കാൻ കഴിഞ്ഞിട്ടില്ല. യൂണിവേഴ്സൽ ഡിക്ലറേഷൻ ഓഫ് ഹ്യൂമൻ റൈറ്റ്സിന്റെ ആർട്ടിക്കിൾ 1 പറയുന്നു, എല്ലാ മനുഷ്യരും ജനിക്കുന്നത് പൂർണ്ണ സ്വാതന്ത്ര്യത്തോടെയും പദവികളോടെയും പൂർണ്ണ അവകാശങ്ങളോടെയുമാണെന്നതിന്റെ നഗ്നമായ ലംഘനമാണ് കാശ്മീർ താഴ്വരയിൽ നടന്നുകൊണ്ടിരിക്കുന്നത്.

തീവ്രവാദി ആക്രമണത്തിൽ മരണപ്പെട്ടവർ 1980 – 1992

വിഭാഗം	ആകെ കൊല്ലപ്പെട്ടവർ
സെക്യൂരിറ്റി ഫോഴ്സ് അംഗങ്ങൾ	2102
ഗവൺമെന്റ് ഒഫിഷ്യൽസ്	515

ഉന്നത രാഷ്ട്രീയ നേതാക്കൾ	18
രാഷ്ട്രീയ നേതാക്കൾ	316
നീതി നടപ്പാക്കുന്നവർ	12
മാധ്യമപ്രവർത്തകർ	19
കാശ്മീരി പണ്ഡിറ്റുകൾ	1006
മുസ്ലീം	589
സിഖ്	147
വിദേശടൂറിസ്റ്റുകൾ	3

ജമ്മുകാശ്മീരിൽ 1980–1992 ന് ഇടയ്ക്ക് ഏകദേശം 269 വിദ്യാഭ്യാസ സ്ഥാപനങ്ങൾ പൂർണ്ണമായോ ഭാഗികമായോ തീവ്രവാദികൾ നശിപ്പിച്ചു. 319 ആരാധനാലയങ്ങളും സാംസ്കാരികകേന്ദ്രങ്ങളും ധർമ്മശാലകളും ക്ഷേത്രങ്ങളും നശിപ്പിക്കപ്പെട്ടു. 14430 വ്യാപാരസ്ഥാപനങ്ങളും വൻകിട ഫാക്ടറികളും കൊള്ളയടിക്കുകയോ തീവച്ച് നശിപ്പിക്കുകയോ ചെയ്തു. 20000 ൽപ്പരം ഏക്കർ കൃഷിസ്ഥലം നശിപ്പിക്കുകയും കർഷകരുടെ വരുമാനം തകർക്കുകയും ചെയ്തു. തോട്ടവിള കൃഷിയുമായി ബന്ധപ്പെട്ട 12500 കുടുംബങ്ങൾക്ക് സാമ്പത്തികനില തകരുകയും 30,000 വീടുകൾ തകരുകയും ഏകദേശം 61% വീടുകളും 12 വർഷത്തിനിടയ്ക്ക് കൊള്ളയടിക്ക് വിധേയപ്പെടുകയും ചെയ്തു. ആർട്ടിക്കിൾ 370 ലെ സെക്ഷൻ 1 പറഞ്ഞിരിക്കുന്ന മൗലികാവകാശങ്ങൾ പോലും സംരക്ഷിക്കാൻ അധികാരികൾ മറന്നതായി ജനങ്ങൾക്ക് അനുഭവപ്പെടുന്നു.

ജനങ്ങളുടെ ജീവനും അവകാശങ്ങളും സംരക്ഷിക്കാനായി ഭരണഘടനാപ്രകാരം ആരംഭിച്ചിരിക്കുന്ന ദേശീയ മനുഷ്യാവകാശ കമ്മീഷനും സംസ്ഥാന മനുഷ്യാവകാശ കമ്മീഷനും കാശ്മീരികളുടെ പുരോഗതിക്കായി യാതൊന്നും ചെയ്യുന്നില്ലെന്ന് ജനങ്ങൾ പറയുന്നു. 2006–07 ൽ പരാതികൾ നല്കിയെങ്കിലും, 109 എണ്ണത്തിന് മാത്രമേ പരിഹാരം സൃഷ്ടിക്കാൻ കഴിഞ്ഞുള്ളൂ. 102 പരാതികൾക്ക് ഇതുവരെ ഒരു തീർപ്പും കല്പിച്ചിട്ടില്ല. ഇരു കമ്മീഷനുകളുടെയും നിസ്സംഗതയും നിസ്സഹായതയും ജനങ്ങളുടെ മനസ്സുകളിൽ ഇന്ത്യക്കെതിരെ പ്രതികാരചിന്തകൾ വളർത്താൻ ഇടയാക്കുന്നു.

പാക്ക് അധീന കാശ്മീരും ഇന്ത്യയും

കാശ്മീരിന്റെ ഭാഗമായിരുന്ന സ്ഥലങ്ങളെ പാകിസ്ഥാൻ പിടിച്ചെടുത്ത് രൂപീകരിച്ച മേഖലയെയാണ് പാക്ക് അധീന കാശ്മീരെന്നും ആസാദ് കാശ്മീർ എന്നും അറിയപ്പെടുന്നത്. 'എന്റെ അച്ഛൻ മഹാരാജാ ഹരിസിങ് ജമ്മുകാശ്മീർ രാജാവായിരുന്നപ്പോൾ എത്രമാത്രം ഭൂമി ഉണ്ടായിരുന്നുവോ അതിന്റെ നേർ പകുതി മാത്രമേ ഇപ്പോൾ ഉള്ളൂ' എന്നാണ്

മകനായ ഡോ. കരൺസിങ് പറഞ്ഞിരിക്കുന്നത്. നേരത്തെ ഉണ്ടായിരുന്ന 84,000 ചതുരശ്ര മൈലിൽ 42,000 ചതുരശ്ര മൈൽ ഇന്ത്യയുടെ പക്കലും 32,000 ചതുരശ്ര മൈൽ പാകിസ്ഥാന്റെ കൈവശവും ബാക്കി 10,000 ചതുരശ്ര മൈൽ ശ്രദ്ധ കേന്ദ്രീകരിക്കാനോ കഴിയുന്നില്ല. പ്രോട്ടീനുകൾ അടങ്ങിയ ആഹാരത്തിന്റെ കുറവ് നിമിത്തം ശൈശവമരണങ്ങൾ വർദ്ധിക്കുന്നതായി റെഡ്ക്രോസ് വെളിപ്പെടുത്തുന്നു. മണ്ണിൽ നിർമ്മിച്ച ഭൂരിഭാഗം വീടുകളും കഴിഞ്ഞ ഭൂകമ്പത്തിൽ തകരുകയും ഏകദേശം 35,000 പേർ മരണമടയുകയും ചെയ്തു. ഇന്നും വിവിധ ആശുപത്രികളിലായി നൂറ് കണക്കിന് രോഗികൾ ഭൂകമ്പവുമായി ബന്ധപ്പെട്ട് ചികിത്സയിലാണ്. മുസഫറാബാദിൽ മാത്രമാണ് ആധുനിക സൗകര്യങ്ങൾ അവകാശപ്പെടാവുന്ന ആശുപത്രികൾ ഉള്ളത്. റാവൽകോട്ട്, മീർപൂർ എന്നിവിടങ്ങളിൽ അടിസ്ഥാന സൗകര്യങ്ങൾ ഉള്ള ആശുപത്രികൾ കുറവെന്ന് അവിടം സന്ദർശിച്ച കാശ്മീരികൾ പറയുന്നു. ഉപരിപഠനത്തിനായി ഒരു യൂണിവേഴ്സിറ്റി മാത്രമാണുള്ളത്. പലരും ഉപരിപഠനം പാതിവഴിയിൽ ഉപേക്ഷിക്കുകയാണ് ചെയ്യുന്നത്. പ്രതിശീർഷ വരുമാനത്തിൽ വന്ന കുറവാണ് തീവ്രവാദ സംഘങ്ങളിലേക്ക് യുവാക്കൾ ആകൃഷ്ടരാകുന്നതും മനുഷ്യത്വരഹിതമായ പ്രവർത്തനങ്ങളിൽ ഉൾപ്പെടുന്നതും.

സുന്നി, ഷിയാ വിഭാഗങ്ങൾ സഹോദര്യത്തോടെ കഴിയുന്ന ഏക പ്രദേശം കൂടിയാണ് പാക്ക് അധീന കാശ്മീർ. പാകിസ്ഥാനിൽ ഇരുവിഭാഗങ്ങളും തമ്മിൽ രക്തപ്പുഴ സൃഷ്ടിക്കുന്നുണ്ടെങ്കിലും ഇവിടെ ഇതുവരെ ശാന്തമാണ്. പുഞ്ച്, രജോറി, കുപ്പുവാര, ബാരാമുള്ള മേഖലകൾ വഴി അനധികൃതമായി ആൾക്കാർ അതിർത്തി കടക്കാറുണ്ടെന്നും തീവ്രവാദികൾക്ക് പ്രാദേശിക സഹായങ്ങൾ ഈ മേഖലകളിൽനിന്ന് ലഭിക്കുന്നതായും മനസ്സിലായിട്ടുണ്ട്. കുപ്പുവാരയിലെ ലോലാബ് താഴ്വര വഴിയാണ് അതിർത്തി കടക്കൽ പ്രധാനമായും നടക്കുന്നത്. അഖ്നൂർ, സാംബ ഒക്കെ അതിർത്തി കടത്തലിനും, പാക്ക് ഷെല്ലിങ്, ഗ്രനേഡ് ആക്രമണങ്ങൾക്കും പ്രസിദ്ധമാണ്. കഴിഞ്ഞ ചില മാസങ്ങൾക്കുമുമ്പാണ് തീവ്രവാദികൾ ഇന്ത്യൻ അതിർത്തി കടക്കാനായി മീറ്ററുകൾ നീളമുള്ള ഭൂഗർഭ തുരങ്കം നിർമ്മിച്ചതായി അതിർത്തി രക്ഷാസേന കണ്ടെത്തിയതും, നശിപ്പിച്ചതും. അഫ്ഗാനിസ്ഥാൻ, സിങ്കിയാങ്, കാരക്കോറംചുരം, ജിൽജിത്ത് സമീപം ഇന്ത്യ-പാക്ക് നിയന്ത്രണരേഖയ്ക്ക് അപ്പുറത്തായിട്ടാണ് ആസാദ് കാശ്മീർ സ്ഥിതിചെയ്യുന്നത്. പാക്ക് അധീന കാശ്മീരിലെ ജനങ്ങളുടെ അഭിപ്രായത്തിൽ, തങ്ങളാകട്ടെ നരകത്തിലും ഇന്ത്യക്കാർ സ്വർഗ്ഗത്തിലുമാണ് വസിക്കുന്നത്.

ഭൂകമ്പം കോടിക്കണക്കിന് രൂപയുടെ നാശനഷ്ടങ്ങളാണ് വരുത്തിവച്ചത്. ഇന്നും ആയിരങ്ങൾ കഴിയുന്നത് താല്ക്കാലിക ടെന്റുകളിലാണ്. തീവ്രവാദികളുടെ പരിശീലന കേന്ദ്രങ്ങളും മതതീവ്രവാദം പ്രചരിപ്പിക്കുന്ന മദ്രസകളും ഉൾപ്പെടെ ആയിരക്കണക്കിന് കെട്ടിടങ്ങളാണ് തകർന്നത്. ഭൂകമ്പത്തിന്റെ നാശനഷ്ടങ്ങളെക്കുറിച്ച് ഇന്നും കൃത്യമായ

കണക്ക് ലോകത്തിന് മുന്നിൽ അവതരിപ്പിക്കാൻ പാകിസ്ഥാന് കഴിയുന്നില്ല. 1948 ഡിസംബർ 31/1949 ജനുവരി ഒന്ന് അർദ്ധരാത്രിക്ക് വെടിനിർത്താൻ ഇന്ത്യയും പാകിസ്ഥാനും ഐക്യരാഷ്ട്രസഭയുടെ ഇടപെടലിനെ തുടർന്ന് സമ്മതിച്ചെങ്കിലും, പിടിച്ചെടുത്ത ആസാദ് കാശ്മീരിന്റെ സംരക്ഷണത്തിനായി പാകിസ്ഥാൻ ആസാദ് കാശ്മീർ പുഞ്ച് (എ കെ പി) എന്ന പേരിൽ മൂന്ന് ബ്രിഗേഡുകളുള്ള ഒരു ഡിവിഷൻ രൂപീകരിച്ചിരുന്നു. കൂടാതെ പാക്ക് സൈന്യത്തിലെ പത്താന്മാരെ ഉൾപ്പെടുത്തി ഒരു സൈനികഗ്രൂപ്പിനെ ലഡാക്ക്, ബാൾട്ടിസ്ഥാൻ, ജിൽജിത്ത് മേഖലകളിലും വിന്യസിച്ചിരുന്നു. ഇന്നാകട്ടെ ആസാദ് കാശ്മീരിന്റെ വികസനത്തിനായി ഏറ്റവും കൂടുതൽ പാകിസ്ഥാൻ ആശ്രയിച്ചിരിക്കുന്നത് ചൈനയെയാണ്. റോഡ് നിർമ്മാണം, കെട്ടിടങ്ങളുടെ പുനർനിർമ്മാണങ്ങൾ, പാലങ്ങൾ, ഗതാഗത പരിഷ്കരണം. ആരോഗ്യമേഖലയെ സംരക്ഷിക്കുന്നത് ചൈനീസ് കമ്പനികളാണ്. ഇന്ത്യയുടെ അതിർത്തിക്ക് അടുത്തുവരെ ചൈനീസ് കമ്പനികളുടെ സഹായത്തോടെ ഹെലിപാഡ് പാകിസ്ഥാൻ നിർമ്മിച്ചിരിക്കുന്നതായി മാധ്യമങ്ങൾ റിപ്പോർട്ട് ചെയ്യുകയുണ്ടായി. മനുഷ്യത്വത്തിന്റെ പേരിൽ പാക്ക് അധീന കാശ്മീർ എന്തെങ്കിലും നിഗൂഢലക്ഷ്യങ്ങൾ ഇന്ത്യക്കെതിരായി ചൈന നടത്തുന്നുണ്ടോ എന്ന് ചരിത്രത്തിന് മാത്രമേ തെളിയിക്കാനാകൂ.

ജനകീയകൂട്ടായ്മകളും തീവ്രവാദത്തിന്റെ പരാജയവും

തീവ്രവാദം സൃഷ്ടിച്ച വേദനകളിൽനിന്നും നിന്ദകളിൽനിന്നും കാശ്മീരികൾ മോചനം നേടിവരുന്നതേയുള്ളൂ. ജനഹിതം നടപ്പിലാക്കാനായി പാകിസ്ഥാൻ ശ്രമിച്ചപ്പോൾ ഒക്കെ ഇന്ത്യ ജനാധിപത്യ മാർഗ്ഗത്തിലൂടെ ബാലറ്റ് പേപ്പറിലൂടെ പ്രായപൂർത്തി വോട്ടവകാശത്തിന്റെ കീഴിൽ ജനഹിതം നടത്തിക്കഴിഞ്ഞു. 5% വോട്ടിങ്ങിൽനിന്നാണ് കഴിഞ്ഞ ഇലക്ഷനിലെ ജനകീയ പങ്കാളിത്തമായ 61% ലേക്ക് എത്തിയത്. ഇന്നാകട്ടെ ഗ്രാമങ്ങളിലും വില്ലേജുകളിലും പട്ടണങ്ങളിലും തീവ്രവാദികളെ പ്രതിരോധിക്കാനും തീവ്രവാദ സംഘങ്ങളുടെ ആക്രമണങ്ങളെ തകർക്കാനുമായി ജനകീയ കൂട്ടായ്മകൾ രൂപീകരിച്ചിട്ടുണ്ട്. ഇതിന്റെ വിജയമാണ് ഇന്ന് കാശ്മീരിൽ കാണുന്ന സമാധാന അന്തരീക്ഷം, കാശ്മീരിയത്തും ഗവൺമെന്റും ആർമിയും കൂടി ഒന്നിച്ചപ്പോൾ ഛിദ്രശക്തികൾക്ക് പരാജയപ്പെടേണ്ടിവന്നു. 1994 ൽ രൂപീകരിച്ച ദി അസോസിയേഷൻ ഓഫ് പേരന്റ് ഡിസ്അപ്പിയേഴ്സ് പേഴ്സൺസ് (എ പി ഡി പി), 2004 ഡിസംബറിൽ കാശ്മീരിന് പുറത്ത് നേപ്പാളിലെ കാഠ്മണ്ഡുവിലും ജർമ്മനിയിലുമായി ആരംഭിച്ച പഗ്വാഷ് എന്ന സംഘടന, മുൻ തീവ്രവാദി നേതാവായിരുന്ന ഫിർദൗസ് സെയ്ദ് ആരംഭിച്ച കാശ്മീർ ഫൗണ്ടേഷൻ ഫോർ പീസ് ആന്റ് ഡവലപ്മെന്റ് സ്റ്റഡീസ് ഇവ സൂചിപ്പിക്കുന്നത് തീവ്രവാദ പ്രവർത്തനങ്ങളും, മതമൗലിക തീവ്രവാദവും കാശ്മീരികൾക്ക് മടുത്തു എന്നതാണ്. യാസീൻ മാലിക്കിന്റെ ഒപ്പുശേഖരണ പരിപാടിയിൽ ഒന്നരക്കോടി ജന

ങ്ങളുടെ ഒപ്പാണ് ശേഖരിച്ചത്. മുസ്ലീങ്ങളും-ഹിന്ദുക്കളും തമ്മിലുള്ള തർക്കങ്ങൾക്ക് വിരാമമിടുകയും, പുതിയ ദിശ, പുതിയ രീതി, പുതിയ സമീപനങ്ങൾ ഒക്കെ രൂപപ്പെടുത്തി തീവ്രവാദത്തിന് പുറകിലുള്ള കപട സദാചാര പ്രവർത്തനങ്ങളെ ജനങ്ങൾക്ക് മുന്നിൽ മേൽ പ്രസ്ഥാനങ്ങൾ തുറന്നു കാണിക്കുകയും ചെയ്തു.

ഗവൺമെന്റിന്റെ സഹായമില്ലാതെ പ്രവർത്തിക്കുന്ന സമാധാന കാംക്ഷികളായ സംഘടനകൾ, കീഴടങ്ങിയ തീവ്രവാദികൾ, ഉപരിയായി കാശ്മീരികളെയും ഇന്ത്യയെയും സ്നേഹിക്കുന്ന രാഷ്ട്രീയക്കാരുടെ സ്നേഹം കൂടി ലഭിച്ചപ്പോൾ കാശ്മീർ താഴ്വരയിൽ തീവ്രവാദ പ്രതി രോധ മാർഗ്ഗങ്ങൾക്ക് ശക്തിയേറി. തീവ്രവാദികളുടെ അധാർമ്മിക പ്രവ ണതകൾക്കെതിരെ പരസ്യമായി ശബ്ദമുയർത്തിയപ്പോൾ 4 പ്രാവശ്യം വധിക്കാനായി ശ്രമിച്ചെങ്കിലും അതിൽ നിന്നൊക്കെ അത്ഭുതകരമായി രക്ഷപ്പെട്ട വ്യക്തിയാണ് കമ്യൂണിസ്റ്റ് പാർട്ടിയുടെ കേന്ദ്ര കമ്മിറ്റിയംഗ മായ യുസഫ് തരിഗാമി എം എൽ എ. അദ്ദേഹത്തിന്റെ പ്രവർത്തനങ്ങളും വ്യക്തിപരമായ സ്നേഹവും സമീപനങ്ങളും മനസ്സിലാക്കി കുൽഗാം, പാംപ്പോർ, സോപ്പോർ മേഖലകളിൽ നൂറുകണക്കിന് യുവാക്കളാണ് അക്രമം ഉപേക്ഷിച്ച് മതേതരമൂല്യങ്ങൾ സംരക്ഷിക്കാനായി പ്രവർത്തി ക്കുന്നത്. ഈ പ്രസ്ഥാനങ്ങൾ ഒന്നുംതന്നെ ആരെങ്കിലും സമ്മർദ്ദം ചെലുത്തി രൂപീകരിച്ചതല്ല, മറിച്ച് കാശ്മീരികളുടെ സമാധാനത്തിന്റെയും സുരക്ഷിതത്വത്തിന്റെയും മേലുള്ള അടങ്ങാത്ത ദാഹത്തിന്റെ പ്രതിഫല നങ്ങളായിരുന്നു.

ഇന്ന് കാശ്മീരികൾ പറയുന്നത് മുസ്ലീങ്ങൾ പാലും പണ്ഡിറ്റുകൾ തേയിലയുമാണ്. ഇതു രണ്ടുംകൂടി ശരിയായ അനുപാതത്തിൽ കൂട്ടി യോജിപ്പിച്ചാലേ രുചിയേറിയ ചായ കുടിക്കാൻ പറ്റൂ. അത്രമാത്രം സ്നേഹ ത്തിലാണ് കാശ്മീരിലെ ജനങ്ങൾ വസിക്കുന്നത്. ചിലയിടങ്ങളിൽ ഇപ്പോഴും പ്രശ്നങ്ങൾ നിലനില്ക്കുന്നത് വിസ്മരിക്കുന്നില്ല. മുസ്ലീം പെൺകുട്ടികൾക്ക് വിദ്യാലയങ്ങളിൽ ഹിന്ദു പെൺസുഹൃത്തുക്കൾ ഇന്ന് ലഭിച്ചുതുടങ്ങി. ഹിന്ദു പെൺകുട്ടികൾക്ക് മുസ്ലീം സഹോദരിമാരുടെ സൗഹാർദ്ദവും ലഭിച്ചു. ഇതൊക്കെ തന്നെ തീവ്രവാദത്തെ തടുക്കാൻ കഴിഞ്ഞ ജനകീയ കൂട്ടായ്മകളുടെ വിജയമാണ്.

ഇന്ത്യയിലെ 13 കോടിയിൽപ്പരം മുസ്ലീങ്ങൾ മറ്റ് രാഷ്ട്രങ്ങളെക്കാളും സ്വതന്ത്രമായി, സുരക്ഷിതമായി കഴിയുകയാണ്. ഇന്തോനേഷ്യ കഴി ഞ്ഞാൽ, ലോകത്തിലെ ഏറ്റവും വലിയ മുസ്ലീം ഭൂരിപക്ഷ രാഷ്ട്രം കൂടി യാണ് ഇന്ത്യ. കാശ്മീരിൽ ഏകദേശം 80 ലക്ഷം മുസ്ലീങ്ങൾ ഉണ്ടെന്നാണ് കണക്കുകൾ സൂചിപ്പിക്കുന്നത്. ഇവരുടെ സംരക്ഷണത്തിന് വേണ്ടിയാണ് ഇന്ത്യയെ വിഭജിച്ച് ആസാദ് കാശ്മീർ സൃഷ്ടിച്ചതും, കാശ്മീരിന് വേണ്ടി നിഴൽയുദ്ധങ്ങൾ നടത്തുന്നതും. പാകിസ്ഥാന്റെ രൂപീകരണകാലത്ത് 15% ജനങ്ങൾ ഹിന്ദുക്കളായിരുന്നുവെന്ന വസ്തുത വിസ്മരിക്കാൻ പറ്റില്ല. ഇന്നാകട്ടെ ഹിന്ദുക്കളുടെ എണ്ണം വെറും മൂന്ന് ശതമാനത്തിന് താഴെ

യാണ്. ഹിന്ദു ഭൂരിപക്ഷ രാഷ്ട്രമായ ഇന്ത്യയിൽ മുസ്ലീം സഹോദരി സഹോദരന്മാർക്ക് സുരക്ഷിതത്വം ലഭിക്കുന്നില്ലെന്ന് വാദിക്കുന്ന പാകിസ്ഥാൻ കഴിഞ്ഞ 65 വർഷത്തിനിടയ്ക്ക് ന്യൂനപക്ഷങ്ങളായ ഹിന്ദുക്കളുടെ മേൽ നടത്തിയ സാംസ്കാരിക ആചാര അനുഷ്ഠാനങ്ങളുടെ ആക്രമണത്തെക്കുറിച്ച് ഓർക്കുന്നത് നന്നായിരിക്കും. പാകിസ്ഥാൻ ഭരണാധികാരികളും തീവ്രവാദി പ്രസ്ഥാനങ്ങളും ഒക്കെ 80 ലക്ഷമല്ല വലുതെന്നും മറിച്ച് 13 കോടിയാണ് വലുതെന്നുമുള്ള യാഥാർത്ഥ്യം ഉൾക്കൊള്ളണം. അങ്ങനെയെങ്കിൽ ആരുടെയും മദ്ധ്യസ്ഥത ഇല്ലാതെ തർക്കങ്ങളും വിഭജനങ്ങളും അവസാനിപ്പിച്ച് കാശ്മീരിന് വേണ്ടി ഇരുരാഷ്ട്രങ്ങളും ചെലവാക്കുന്ന കോടികൾ കൊണ്ട്, പാവപ്പെട്ടവന്റെ സ്വപ്നങ്ങളും ആഗ്രഹങ്ങളും സഫലീകരിക്കാം.

കാശ്മീരിൽ നടന്ന പ്രധാനപ്പെട്ട തീവ്രവാദി ആക്രമണങ്ങൾ

1988 മുതൽ 2010

വർഷം	സംഭവങ്ങൾ	പൊതു ജനങ്ങൾ	സെക്യൂരിറ്റി അംഗങ്ങൾ	തീവ്ര വാദികൾ	ആകെ
1988	390	129	1	1	131
1989	2154	1079	13	0	1092
1990	3905	2862	132	183	3177
1991	3122	2594	185	614	3393
1992	4971	859	177	873	1909
1993	4457	1023	216	1328	2567
1994	4484	1012	236	1651	2899
1995	4479	1161	297	1338	2796
1996	4224	1333	376	1194	2903
1997	3004	840	355	1177	2372
1998	2993	877	339	1045	2261
1999	2938	799	555	1184	2538
2000	2835	842	638	1808	3288
2001	3278	1067	590	2850	4507
2002	ലഭ്യമല്ല	839	469	1714	3022
2003	"	658	338	1546	2542
2004	"	534	325	951	1810
2005	"	521	218	1000	1739
2006	"	349	168	599	1116
2007	"	164	121	492	777
2008	"	69	90	382	541
2009	"	55	78	242	375
2010	"	131	60	204	395

1988 മുതൽ സെപ്തംബർ 19, 2010 വരെ ഏകദേശം 47234 ആക്രമണങ്ങൾ നടക്കുകയും 48150 പേർക്ക് ജീവൻ നഷ്ടപ്പെടുകയും ചെയ്തു. 19,797 പൊതുജനങ്ങൾക്കും സെക്യൂരിറ്റി അംഗങ്ങൾക്കും 22376 തീവ്രവാദികൾക്കും ജീവൻ നഷ്ടപ്പെട്ടതായി കാശ്മീരി മാധ്യമ റിപ്പോർട്ടുകൾ സൂചിപ്പിക്കുന്നു.

ഇന്ത്യയിൽ നടന്ന പ്രധാന ഭീകരാക്രമണങ്ങൾ

1993 മാർച്ച് 12: മുംബൈയിലുണ്ടായ ബോംബ് സ്ഫോടന പരമ്പരകളിൽ 257 പേർ കൊല്ലപ്പെടുകയും ഏകദേശം 1400 പേർ പരിക്കേല്ക്കുകയും ചെയ്തു.

2006 ജൂലൈ 12: മുംബൈയിലെ മെട്രോ ട്രെയിനിൽ ഏഴ് ബോംബുകൾ പൊട്ടി 200 ലേറെ പേർ മരണപ്പെട്ടു. 700 പേർക്ക് പരുക്കേറ്റു.

നവംബർ 26, 2008: മുംബൈയിലെ സി എസ് ടി റെയിൽവേ സ്റ്റേഷനിലും നരിമാൻ പോയിന്റ്, താജ്ഒബ്റോയിലും നടന്ന പാക്ക് തീവ്രവാദി ആക്രമണത്തിൽ 170 ലേറെ പേർ മരണപ്പെട്ടു. ജീവനോടെ പിടികൂടിയ അജ്മൽ കസബിനെ 2012 ൽ തൂക്കിക്കൊന്നു.

2008 ജൂലൈ 2008: അഹമ്മദാബാദിൽ രണ്ട് മണിക്കൂറിനിടെ 20 ബോംബുകൾ പൊട്ടി 57 മരണം.

2008 സെപ്തംബർ 13: ന്യൂഡൽഹിയിൽ 6 സ്ഥലങ്ങളിൽ നടന്ന സ്ഫോടനങ്ങളിൽ 26 പേർ മരിച്ചു.

2010 ഫെബ്രുവരി 13: പൂനെയിലെ കൊറെഗാവിലെ ജർമ്മൻ ബേക്കറിയിലുണ്ടായ സ്ഫോടനത്തിൽ 17 പേർ മരണപ്പെട്ടു. 69 പേർക്ക് പരിക്കേറ്റു.

2007 ഫെബ്രുവരി 19: ന്യൂഡൽഹിയിൽനിന്ന് തിരിച്ച സംഝോത എക്സ്പ്രസിൽ നടന്ന സ്ഫോടനത്തിൽ 67 പേർ വെന്തുമരിച്ചു.

2007 മേയ് 18: ന്യൂഡൽഹിയിലെ ചാർമിനാറിന് സമീപമുള്ള മക്ക മസ്ജിദിൽ വെള്ളിയാഴ്ച പ്രാർത്ഥനയ്ക്കിടെ നടന്ന ബോംബ് സ്ഫോടനത്തിൽ 11 പേർ മരണപ്പെടുകയും 60 ഓളം പേർക്ക് പരുക്കേല്ക്കുകയും ചെയ്തു.

2007 ആഗസ്ത് 25: ഹൈദരാബാദിലെ ലുംബിനി അമ്യൂസ്മെന്റ് പാർക്കിലെ ഓപ്പൺ എയർ തിയേറ്ററിലും, കോത്തിയിലെ ഹോട്ടലിലും നടന്ന സ്ഫോടനങ്ങളിൽ 45 പേർ മരണപ്പെടുകയും 60 പേർക്ക് പരിക്കേല്ക്കുകയും ചെയ്തു.

2013 ഫെബ്രുവരി 21: ഹൈദരാബാദിലെ വാണിജ്യമേഖലയായ ദിൽസൂക് നഗറിൽ വൈകിട്ട് ഉണ്ടായ സ്ഫോടന പരമ്പരയിൽ 15 പേർ മരണമടയുകയും 60 പേർക്ക് പരുക്കേല്ക്കുകയും ചെയ്തു. സൈക്കി

ളിലും, ബൈക്കിലുമാണ് ബോംബ് സ്ഥാപിച്ചതെന്ന് പൊലീസ്.

ഹിന്ദു തീവ്രവാദമെന്നും ഇസ്ലാം തീവ്രവാദമെന്നും പാകിസ്ഥാന്റെ ഇറക്കുമതി തീവ്രവാദമെന്നും പറഞ്ഞ് എത്രകാലം നിരപരാധികൾക്ക് മൗലികാവകാശങ്ങൾ നിഷേധിക്കാൻ കഴിയും. അധികാരികൾ നല്കുന്ന ലക്ഷങ്ങൾ കൊണ്ട് മരണപ്പെട്ടവരുടെ ജീവനെ മടക്കിക്കൊണ്ടുവരാൻ കഴിയുമോ? ഭാവിയിലെങ്കിലും ഇത്തരം പ്രവണതകൾക്ക് പുറകിലെ യഥാർത്ഥ കാരണങ്ങൾ കണ്ടെത്താൻ അധികാരികൾ ശ്രമിച്ചെങ്കിൽ നന്നായേനെ.

കാശ്മീരും പണ്ഡിറ്റുകളും

കാശ്മീരിലെ ആദ്യവംശ പരമ്പരയാണ് സരസ്യാത് ബ്രാഹ്മണ വിഭാഗമായ പണ്ഡിറ്റുകൾ. 14-ാം നൂറ്റാണ്ട് ആയപ്പോഴേക്കും പണ്ഡിറ്റുകൾക്ക് ദുരിതങ്ങളും തുടങ്ങി. മുസ്ലീം രാജാക്കന്മാർ കാശ്മീർ താഴ്വരയിൽ ഭരണം തുടങ്ങുകയും ഹിന്ദു സംസ്കാരത്തെ തകർക്കാനായി ശ്രമിക്കുകയും ചെയ്തപ്പോൾ ഏറ്റവും കൂടുതൽ ദുരന്തങ്ങൾ അനുഭവിക്കേണ്ടിവന്നത് കാശ്മീരി പണ്ഡിറ്റുകൾക്കാണ്. പണ്ഡിറ്റുകളെ 3 വിഭാഗങ്ങളായി തിരിച്ചിരിക്കുന്നു. ജ്യോതിഷ്, ഗുരു, കർക്കുൺ എന്നിങ്ങനെ. കർക്കുൺ വിഭാഗക്കാരാണ് പണ്ഡിറ്റുകളിൽ ഭൂരിഭാഗവും. ആദ്യ രണ്ട് വിഭാഗം ആചാര, അനുഷ്ഠാനങ്ങളുമായി മുന്നോട്ടുപോകുന്നു. ശിവനെയും ശക്തിയേയും ആരാധിക്കുന്ന ഇവർ, വേദങ്ങളിലും ആത്മീയകാര്യങ്ങളിലും അഗാധ അറിവുള്ളവരാണ്. ശിവരാത്രി, ദീപാവലി, ദസറ, ഗണേഷ്, ലക്ഷ്മി പൂജ ആഘോഷങ്ങളാണ് പ്രധാനമായും ആഘോഷിക്കുന്നത്. പുതുവർഷദിനമായി കരുതുന്നത് ചൈത്രമാസത്തിലെ ആദ്യ ദിനമാണ്. ഇന്ത്യയുടെ ആദ്യ പ്രധാനമന്ത്രി കൂടി ഉൾപ്പെട്ട സമൂഹമാണ് കഴിഞ്ഞ 24 വർഷമായി അധികാരികളുടെ ദയയ്ക്കായി യാചിക്കുന്നത്. ഏകദേശം 56,233 കുടുംബങ്ങൾ 11 സംസ്ഥാനങ്ങളിലെ അഭയാർത്ഥി ക്യാമ്പുകളിലെ ഇടുങ്ങിയ ടെന്റുകളിൽ നരകതുല്യമായ ജീവിതം നയിക്കുന്നു. രാഷ്ട്രീയകക്ഷികളാകട്ടെ ഇവരുടെ രോദനങ്ങളെ വോട്ട് ബാങ്കായി മാത്രം കണക്കാക്കുന്നു.

കുടുംബപ്പേരുകൾ

കാശ്മീരി പണ്ഡിറ്റുകൾ അവരുടെ സംസ്കാരത്തിന്റെ ഭാഗമായി തുടരുന്ന കുടുംബപ്പേരുകളാണ് പട്ടു, ഛന്ന, ഹനഢു, അംഗ, അനൽ,

ബന്ധു, ബാൻ, ബഗതി, ബഹദൂർ, ബട്ട്, ബാംബുറ്റ, ബിൻദു, ചൗധരി, കാവ, ഗർതു, കാക്ക്, കൗൾ, മല്ലദ മുൻഷി, മിസറി, മട്ടൂ, നാഥ്, നെഹ്റു, പണ്ഡിറ്റ്, പണ്ഡിത, റെയ്ന, സാധു, സാഹിബ്, സൂരിദ തോഷക്കാനി, വാഞ്ചു, ടിക്കു എന്നിങ്ങനെ. ചില പണ്ഡിറ്റുകൾ അവർ താമസിക്കുന്ന സ്ഥലങ്ങളുടെ പേരുകൾ കുടുംബപ്പേരായി സ്വീകരിക്കാറുണ്ട്. ഋഷി അനുഷ്ഠാനങ്ങളും ആചാരങ്ങളുമായ പേരുകൾ മാത്രമേ ഭൂരിഭാഗം പണ്ഡിറ്റുകളും സ്വീകരിക്കാറുള്ളൂ. 199 ഗോത്രങ്ങളിലായി ഇവരുടെ തലമുറകൾ വ്യാപിച്ചുകിടക്കുന്നു.

പ്രധാന ആഘോഷങ്ങൾ

നാഗങ്ങളെയും രാക്ഷസന്മാരെയും അടിസ്ഥാനമാക്കിയാണ് പ്രധാന ആഘോഷങ്ങൾ നടക്കുന്നത്. ആഘോഷങ്ങൾ നടക്കുന്നത് പൗഷമാസത്തിലും ലൂണാർ കലണ്ടർ പ്രകാരവുമാണ്. മർഗരീഷ മാസത്തിൽ നടക്കുന്ന മോൻ ജഹീർ തച്ചർ ആണ് ആദ്യത്തേത്. ചൊവ്വാഴ്ചയോ ശനിയാഴ്ചയോ ആയിരിക്കും ഈ ആഘോഷം നടക്കുക. അരി ആഹാരത്തിൽ കടുക് ചേർത്തുണ്ടാക്കുന്ന ഭോജനം വിതരണം ചെയ്യും. ഗ്രഹദേവതകളേയും ഗ്രാമദേവതകളേയും പ്രീതിപ്പെടുത്താം. അരി ആഹാരത്തിൽ മത്സ്യം ചേർത്ത് ഉണ്ടാക്കുന്ന വിഭവ സമൃദ്ധമായ ആഹാരം ഇതിന്റെ ഭാഗമാണ്. കയ്യനി എന്ന് വിളിക്കുന്ന ആഘോഷം ഗ്രഹദേവതയെ പ്രീതിപ്പെടുത്താനായിട്ടാണ് നടത്തുന്നത്.

കയ്യച്ചി മാവാസ്സ്: യക്ഷി അമാവാസി എന്നും അറിയപ്പെടുന്നു. പൗഷമാസത്തിലെ അവസാനദിനത്തിലെ ഇരുണ്ട രാത്രിയിലാണ് ഈ ആഘോഷം നടക്കുന്നത്. യക്ഷകന് സമർപ്പിച്ചുകൊണ്ടാണ് നടക്കുന്നത്. **ഷിസ്സർ:** ശരത്കാലത്ത് നടക്കുന്ന ആഘോഷമാണ്. ഇറച്ചി, മഞ്ഞൾ ചേർത്ത് വേവിച്ചെടുത്തശേഷം മധുരപലഹാരങ്ങളോടൊപ്പം വിതരണം ചെയ്യും. ശർബദാത്ത് എന്ന ത്രികോണാകൃതിയിലുള്ള വസ്ത്രധാരണം ഇതിന്റെ പ്രത്യേകതയാണ്. **ഗോരത്രായ്:** മാഘമാസത്തിലെ പൂർണ്ണചന്ദ്രദിനത്തിലാണ് നടക്കുക, കുടുംബദേവതകളെയും ഗൗരിയെ സരസ്വതിദേവതയായും വിദ്യയുടെ ദേവതയായും സങ്കല്പിച്ചുകൊണ്ട് നടത്തുന്ന ആചാരമാണ്. ഈ ആഘോഷത്തിനെ ഫുർക്കസോറം, ഷോൽക്ക ചതുർത്ഥി എന്നും വിളിക്കുന്നു. **കാപുനീം:** മേഘമാസത്തിലെ പൗർണ്ണമി ദിനത്തിലാണ് ഇത് നടത്തുന്നത്. പാകം ചെയ്യുന്ന മഞ്ഞച്ചോർ സ്പൂണിലാക്കി കാക്കയ്ക്ക് നല്കുന്ന ചടങ്ങ് കൂടിയാണിത്. **നീലാഞ്ഞനം:** ഫൽഗുന മാസത്തിലെ 8-ാം ദിനം നടത്തുന്ന ആഘോഷമാണ്. മഞ്ഞിൽ പൊതിഞ്ഞ് കിടക്കുന്ന നദികളിൽ പൂജയ്ക്കുശേഷം വിളക്ക് തെളിക്കും. ശേഷം പുല്ലിൽ തീർത്ത കങ്കരീസ് നദിയിൽ ഒഴുക്കും. കത്തിത്തീരുന്നതുവരെ കൂട്ടമായിനിന്ന് ശ്ലോകങ്ങൾ ഉരുവിടും. **ഹരാസത്തം:** ആഷാഡ മാസത്തിലെ 7-ാം ദിനത്തിലെ പൂർണ്ണചന്ദ്രൻ കാണുന്ന സമയത്ത് നടത്തുന്ന ഉത്സവമാണ് ഹാരാസത്തം. ശരീരത്തിൽ മുഴുവൻ നിറങ്ങൾ

ചാർത്തി, വിവാഹവസ്ത്രങ്ങൾ അണിഞ്ഞ് വധൂവരന്മാർ പങ്കെടുക്കും. വൈയുഗ എന്നാണ് ഈ ചടങ്ങിന് പറയുന്നത്. **വൈയ്തധ്രുവ:** ഝലം നദിക്കരയിൽ നടക്കുന്ന ആഘോഷമാണ്. ഗണേഷ്ക്ഷേത്രം, മഹാകാളിക്ഷേത്രം, സോമയൂർക്ഷേത്രം കേന്ദ്രീകരിച്ചാണ് ഇത് നടക്കുന്നത്. പൂജിച്ച ജലം, പാൽ, അരി, പൂക്കൾ ഒക്കെ പൂജയ്ക്കായി ഉപയോഗിക്കുന്നു. 14-ാം നൂറ്റാണ്ടിൽ തുടങ്ങിയ ആഘോഷമാണിത്. **പാൻദ്യുൻ:** ഗണേഷ് ചതുർത്ഥി ദിനത്തിലാണ്. **ദിവഗോൺ:** വിവാഹ ആഘോഷവുമായി ബന്ധപ്പെട്ട ചടങ്ങാണ്. വരനേയും വധുവിനേയും ആശീർവദിക്കുന്നതിനോടൊപ്പം, സകല കുടുംബ ഐശ്വര്യങ്ങളും നേരുന്നു. മംഗല്യസൂത്രം കൈമാറുന്നതും, പഴയ സ്വർണ്ണാഭരണങ്ങൾ കൈമാറുന്നതും ഇപ്പോഴാണ്. പൂജിച്ച പാൽ, തേൻ ചേർത്ത ജലം വധൂവരന്മാർക്ക് നല്കുന്നു. **ദോഡ്:** പാൽ എന്നാണ് ഇതിനർത്ഥം. കല്യാണം കഴിഞ്ഞ വധു വരന്റെ വീട്ടിൽ ചേർന്നാലുടൻ ഭർത്താവിന്റെ അമ്മയോട് തന്റെ ആരോഗ്യത്തിനായി ദിവസവും പാൽ തരണമെന്ന് അഭ്യർത്ഥിക്കുന്നു. ഇതിനർത്ഥം അധിക സംരക്ഷണം നല്കണമെന്നാണ്. **സോൻദർ:** പ്രസവത്തിന്റെ 11-ാം ദിനം അമ്മയും കുഞ്ഞും, പുതുവസ്ത്രങ്ങൾ അണിഞ്ഞ് വീട്ടിൽ വരുന്ന അതിഥികളോടൊപ്പം ഒത്തുചേരും. പൂജകൾക്ക് ശേഷം പൂജാദ്രവ്യങ്ങൾ അടങ്ങിയ ചെറിയ പാത്രത്തിൽ വിളക്ക് കത്തിച്ചശേഷം, കുഞ്ഞിന്റെ തലയ്ക്ക് ചുറ്റും രണ്ടുപ്രാവശ്യം ഉഴിയുന്ന ചടങ്ങാണ്. **ബോജ് പത്ര:** ഐശ്വര്യവും സമൃദ്ധിയും ലഭിക്കാനായിട്ടാണ് ബോജ് പത്ര എന്ന ചടങ്ങ് നടക്കുന്നത്. **ശിവരാത്രി:** ഫൽഗുനമാസത്തിലെ പൂർണ്ണ ചന്ദ്രദിനത്തിലാണ് ശിവരാത്രി ആഘോഷം നടക്കുന്നത്. പണ്ഡിറ്റുകളുടെ സാമൂഹിക ജീവിതവുമായി അടുത്ത ബന്ധമുള്ള ആഘോഷമാണിത്. വീട് വൃത്തിയാക്കിയ ശേഷം പൂജാ റൂമായ തുംകുർകുത്തിൽ പ്രാർത്ഥനാചടങ്ങുകൾ നടക്കും. ശിവനേയും പാർവ്വതിയേയും സ്വാഗതം ചെയ്യുന്ന ചടങ്ങ് കൂടിയാണ്.

പ്രധാന ആഹാരങ്ങൾ

ബ്രാഹ്മണ രീതികളാണ് പിന്തുടരുന്നതെങ്കിലും പരമ്പരാഗത ആഘോഷങ്ങളുടെ ഭാഗമായി മത്സ്യവും ഇറച്ചിയും കഴിക്കുന്നുണ്ട്. പ്രധാനമായും പണ്ഡിറ്റുകളുടെ ആഹാരരീതികൾ മദ്ധ്യേഷ്യൻ രാഷ്ട്രങ്ങളുടെയും അഫ്ഗാൻ, പേർഷ്യൻ രീതികളുടെയും സംയോജനമാണ്. മഞ്ഞളും കായവും ആഹാരത്തിൽ കൂടുതലായി ചേർക്കുന്നു. സവോള, വെളുത്തുള്ളി ഇവ ആഹാരത്തിന് ഉപയോഗിക്കാറില്ല. ആഹാരങ്ങളായ റോഗൻജോഷ്, റിസ്ത്ത, ഭനിവാൽകൊറും, ഹഗോഡ് എന്നിവയും സസ്യാഹാരങ്ങളായ ദംആല്ല്, ചൊക്കാവാഗൺ, മുജീട്ടൻ ഒക്കെ പ്രധാന ആഹാരങ്ങളാണ്.

മതപരമായ വിശ്വാസങ്ങൾ

ആചാരങ്ങളും സംസ്കാരങ്ങളും അനുഷ്ഠാനങ്ങളും ഒക്കെ ഋഷി സമ്പ്രദായങ്ങളുമായി ബന്ധപ്പെട്ടിരിക്കുന്നു. ധർമ്മ, കർമ്മ, സംസ്കാര, ആശ്രമ, പുരുഷാർത്ഥ, വിധി, അനുഗ്രഹ, പുനിയ, പാപ്പയുമായി ബന്ധപ്പെട്ടിരിക്കുന്നു. അമാനുഷികശക്തികളായ ആത്മാക്കളെയും പ്രേതങ്ങളെയും വിഷ്ണുവിനെയും വിശ്വാസത്തിന്റെ ഭാഗമായി ആരാധിക്കുന്നു. സംസ്കൃത ഭാഷയുമായിട്ടാണ് മതവിശ്വാസരീതികൾ കേന്ദ്രീകരിച്ചിരിക്കുന്നത്. പുനർജന്മത്തിൽ വിശ്വസിക്കുന്ന ഇവർ കർമ്മത്തിനനുസരിച്ച് പ്രതിഫലം ലഭിക്കുമെന്നും വിശ്വസിക്കുന്നു.

കാശ്മീരി പണ്ഡിറ്റുകളും വിഭാഗീയതകളും

1925 മുതലാണ് കാശ്മീരി പണ്ഡിറ്റുകൾക്ക് സാമൂഹിക സാമ്പത്തിക രാഷ്ട്രീയമേഖലകളിൽനിന്ന് വിഭജനങ്ങളും വിഭാഗീയതകളും നേരിട്ട് തുടങ്ങിയത്. 1911 മുതൽ 1923 വരെ കാശ്മീർ ഗവൺമെന്റ് സർവ്വീസിൽ ഒരു പണ്ഡിറ്റ് പോലുമില്ലായിരുന്നു. 1924-25 ലാണ് ഒരു പണ്ഡിറ്റ് ഓഫീസറെ ഉയർന്ന റാങ്കിൽ മഹാരാജാവ് നിയമിക്കുന്നത്. അടുത്തവർഷം ആരെയും നിയമിച്ചതുമില്ല. സ്വാതന്ത്ര്യത്തിനുമുമ്പ് വെറും 8 പേർ മാത്രമായിരുന്നു സർവ്വീസിൽ. എന്നാൽ ഭൂരിപക്ഷ വിഭാഗത്തിൽനിന്ന് 66 ഓളം പേർ സർവ്വീസിൽ ഉണ്ടായിരുന്നു. പാശ്ചാത്യരാജ്യങ്ങളിലെ ബുദ്ധിജീവികളെപോലെ അറിവിന്റെ കേന്ദ്രങ്ങളായിരുന്നു പണ്ഡിറ്റുകൾ. അവരുടെ വിശ്വസ്തത, പദവികൾ, കീർത്തി, ബഹുമാനമൊക്കെ തന്നെ മറ്റ് വിഭാഗങ്ങൾക്ക് മാതൃകയാകുകയും ചെയ്തു. ഏറ്റെടുത്ത മേഖലകളിൽ വെളിച്ചം പകരാനും ഇവർക്ക് കഴിഞ്ഞു. ഇന്ത്യൻ ക്രിക്കറ്റർ സുരേഷ് റെയ്ന, ഫിലിം ആക്ടർ അനുപംഖേർ, ടി വി താരം സിദ്ധാർത്ഥകാക്ക്, ഇന്ത്യയിലെ ആദ്യ പ്രധാനമന്ത്രി ജവഹർലാൽ നെഹ്റു, മുൻ സാമ്പത്തിക വിദഗ്ദ്ധൻ പി എൻ ധാർ, ആദ്യ ഇലക്ഷൻ കമ്മീഷണർ കപിൽകാദ് ഒക്കെ തന്നെ പണ്ഡിറ്റ് വിഭാഗത്തിൽ നിന്നുള്ളവരാണ്. പാകിസ്ഥാന്റെ നേതൃത്വത്തിൽ കാശ്മീരിൽ നടപ്പിലാക്കിയ ഇറക്കുമതി തീവ്രവാദത്തിന്റെ പ്രധാന ഇരകൾ ഇവരായിരുന്നു.

സാമൂഹികപരമായ പ്രശ്നങ്ങൾ

1989 വരെ കാശ്മീർ താഴ്വരയിൽ 75,343 പണ്ഡിറ്റ് കുടുംബങ്ങൾ ഉണ്ടായിരുന്നു. 1989-90 ലെ വംശീയതയെത്തുടർന്ന് 74692 കുടുംബങ്ങൾ അഭയാർത്ഥികളായി വിവിധ ഭാഗങ്ങളിൽ കഴിയുന്നു. ഇന്നാകട്ടെ 651 കുടുംബങ്ങളാണ് കേന്ദ്രഗവൺമെന്റ് ഒരുക്കിയിരുന്ന സംരക്ഷിത മേഖലകളിൽ പേടിച്ചരണ്ട് കഴിയുന്നത്. 1997 ലെ സംഗ്രാമപുര, 1998 ലെ വന്ദനാഹമ, 2003 ലെ നന്ദിമാർഗ്ഗ് കൂട്ടക്കൊലകൾ ഒക്കെ ഇന്നും ഇവരുടെ മനസ്സിൽ ഭീതിയുണർത്തുന്നു. 2005 ലെ കണക്കുകൾ അനുസരിച്ച് ഉദംപൂർ, ജമ്മുവിലെ മുത്തി, പുർക്കോ, ട്രാൻസ്പോർട്ട് നഗർ, സ്റ്റേഡിയം ക്യാമ്പ്, ജിറി,

നഗരോട്ട, മിഷറിവാല, ബറ്റൽബാലിയൻ എന്നിങ്ങനെ 8 അഭയാർത്ഥി ക്യാമ്പുകൾ പ്രവർത്തിക്കുന്നു. 34644 കുടുംബങ്ങളാണ് അഭയാർത്ഥികളായ മൃഗങ്ങളേക്കാളും മോശമായി നരകിക്കുന്നത്. ഡൽഹിയിലെ നന്ദൻഗിരി, സുൽത്താൻപുരി, മരിയനഗർ, സൗത്ത് എക്സ്റ്റൻഷൻ, പാലികധാം, ലജ്പത്നഗർ, അലിഗഞ്ച് ക്യാമ്പുകളിലായി 19,338 കുടുംബങ്ങളും കഴിയുന്നു. തീവ്രവാദത്തെത്തുടർന്ന് കാശ്മീരിൽനിന്ന് പലായനം ചെയ്യേണ്ടിവന്ന ഇവരിൽ ഏകദേശം 4000 പേർ വ്യത്യസ്ത സാഹചര്യങ്ങളിൽ മരണമടഞ്ഞു. സൂര്യാഘാതം ഏറ്റ് 1000 പേരും ഹൃദയാഘാതങ്ങൾ, പാമ്പുകടി, മാനസിക തളർച്ചകൊണ്ടും അപകടങ്ങൾകൊണ്ടും ബാക്കി 3000 പേരും മരണപ്പെട്ടു. അഭയാർത്ഥികളാക്കപ്പെട്ടത് മുതൽ അവരുടെ ജീവിതരീതികളും സങ്കല്പങ്ങളും തകർന്നു. ആരോഗ്യാവസ്ഥകളിൽ മാറ്റം വന്നു. ഇടുങ്ങിയ ടെന്റുകളിൽ കഴിയേണ്ടി വന്നതുകൊണ്ട് സ്വീകാര്യത നഷ്ടപ്പെട്ടു. ഗവൺമെന്റ് നല്കുന്ന താല്ക്കാലിക സഹായങ്ങൾക്കുപോലും അവരുടെ സാമൂഹിക ബന്ധങ്ങളെ പുരോഗതിയിലെത്തിക്കാൻ കഴിഞ്ഞിട്ടില്ല.

ആരോഗ്യരംഗം തകർന്നു

ഹൃദയസംബന്ധമായ രോഗങ്ങൾ, തേൾ, പാമ്പുകടികൾ, ആസ്ത്മ, അലർജികൾ ഒക്കെ തന്നെ പതിവായി. ശുദ്ധജലത്തിന്റെ അഭാവം, ഡ്രെയിനേജ് സൗകര്യത്തിന്റെ അഭാവം, ആശുപത്രികളുടെ അഭാവം ഒക്കെ പണ്ഡിറ്റുകളുടെ ആരോഗ്യത്തെ തകർത്തു. ഇന്നാകട്ടെ കാലാവസ്ഥയുടെയും അനാഥത്വത്തിന്റെയും മദ്ധ്യത്തിൽ ജീവിക്കാനായി പോരാടുകയാണ് ഇവർ. തണുത്ത കാലാവസ്ഥയിൽ കഴിഞ്ഞിരുന്ന ഇവർ ചൂടേറിയ കാലാവസ്ഥയിലേക്ക് മാറിയപ്പോൾ പിടിപെട്ട തൊലിപ്പുറരോഗങ്ങൾ, ഡയേറിയ, ടൈഫോയിഡ്, പനി, ചുമ ഒക്കെ സാമ്പത്തികബാദ്ധ്യത വരുത്തിവച്ചു. ഇതിനേക്കാളും ഭീകരമാണ് ഏകദേശം 60% സ്ത്രീകളുടെയും കുട്ടികളുടെയും മാനസിക നിലയിൽ വന്ന മാറ്റങ്ങൾ. തീവ്രവാദം ഇവരുടെ മനസ്സുകളിൽ സൃഷ്ടിച്ച ഭീതി, മനസ്സിൽ അസ്ഥിരത സൃഷ്ടിക്കുകയും ഇത് അവരുടെ ആരോഗ്യമേഖലയെ ബാധിക്കുകയും ചെയ്തു. കേന്ദ്ര സംസ്ഥാന ഗവൺമെന്റുകളുടെ പരാജയമാണ് ഇത് സൂചിപ്പിക്കുന്നത്. ആരോഗ്യപരിപാലനത്തിനായി ഓരോ കുടുംബവും ആയിരങ്ങളാണ് മാസവും ചെലവഴിക്കുന്നത്. ഇത് കടബാദ്ധ്യതയ്ക്കും ആത്മഹത്യയ്ക്കും കുടുംബബന്ധങ്ങളുടെ തകർച്ചയ്ക്കും വഴിതെളിക്കുന്നു. ശൈശവ മരണനിരക്ക് വർദ്ധിച്ചു. വൈകിയ വിവാഹങ്ങൾ, വിവാഹമോചിതരുടെ എണ്ണങ്ങൾ വർദ്ധിക്കുന്നു.

പണ്ഡിറ്റ് വനിതകളും കുട്ടികളും

തീവ്രവാദത്തിന്റെ 28-ാം വർഷമാണിത്. കൊലകൾ, പീഡനങ്ങൾ, തട്ടിക്കൊണ്ട് പോകലുകൾ ഒക്കെ കണ്ട വനിതകളിൽ ഇന്ന് 60% പേരും

മാനസികമായി തകർന്നവരാണ്. വിദ്യാഭ്യാസം ലഭിക്കാത്തതു കൊണ്ടുണ്ടായ അരക്ഷിതാവസ്ഥകൾ, മോശപ്പെട്ട ജീവിത സാഹചര്യങ്ങൾ, സാമൂഹികബന്ധങ്ങളിൽ വന്ന തകർച്ചകൾ, അനാരോഗ്യപരമായ കുടുംബബന്ധങ്ങൾ ഒക്കെ തന്നെ ഇവരുടെ ഭാവിയെ തകർത്ത് കളഞ്ഞിരിക്കുകയാണ്. 44.2% സാക്ഷരതയുള്ള എല്ലാ മേഖലകളിലും കണ്ണുനീരിന്റെ അവസ്ഥയിലാണ്. കുട്ടികളിൽ 48% പേരും അനാഥരാക്കപ്പെട്ടവരും വിധിയുടെ കീഴിൽ ജീവിക്കേണ്ട ഗതിയിലുമാണ്. അവരുടെ സാമൂഹിക സാമ്പത്തിക ഉറവിടങ്ങൾ തകർന്നു. വ്യക്തിപരവും വിദ്യാഭ്യാസപരവുമായ കഴിവുകളെ വളർത്തിയെടുക്കാൻ പറ്റാത്തത് കാരണം മുരടിച്ച് ശോഷിച്ചിരിക്കുകയാണ്. മാനസികനില തകരാറിലായ 1762 കുട്ടികൾക്കാണ് 1990–94 വരെ മാത്രം സംസ്ഥാന ഗവൺമെന്റ് കൗൺസലിങ് നല്കിയത്. 8 വയസ്സ് മുതൽ 10 വയസ്സ് വരെയുള്ളവരെയാണ് ഇത് ഏറ്റവും കൂടുതൽ ബാധിച്ചിരിക്കുന്നത്. അമിതമായ ഉല്കണ്ഠ, ഉറക്കമില്ലായ്മ, മാനസിക സമ്മർദ്ദങ്ങൾകൊണ്ട് 36% കുട്ടികളും വിദ്യാഭ്യാസം പൂർത്തിയാക്കിയിട്ടില്ല. ബാല്യം, യൗവ്വനം ഒക്കെ നഷ്ടപ്പെട്ട് യാന്ത്രികമായി ജീവിക്കാൻ വിധിക്കപ്പെട്ടവരാണ് കുഞ്ഞുങ്ങൾ. ചെറിയ വയസ്സിൽത്തന്നെ ക്യാമ്പുകളിലെ പെൺകുട്ടികൾ ലൈംഗിക പീഡനങ്ങൾക്കും ശൈശവ വിവാഹങ്ങൾക്കും വിധേയമാകുന്നു. ഇതൊക്കെ ചെറിയ വയസ്സിൽത്തന്നെ മാതൃത്വത്തിന്റെ അവസ്ഥയിലൂടെ കടന്നുപോകാനും ഇടയാക്കുന്നു. വിദ്യാഭ്യാസം നഷ്ടപ്പെട്ടു. ജോലിയില്ല, വരുമാനം ലഭിക്കുന്നില്ല. ഇനിയുള്ള നാളുകൾ പാക്ക് മതമൗലിക തീവ്രവാദമായിരിക്കില്ല ഇന്ത്യ നേരിടാൻ പോകുന്നത്. ക്ഷേമരാഷ്ട്രം കെട്ടിയുയർത്താൻ ശ്രമിക്കുന്ന അധികാരികളെ വെല്ലുവിളിച്ചുകൊണ്ട് ഭാവിയിൽ മൂന്നരലക്ഷം പണ്ഡിറ്റുകൾ ജനാധിപത്യത്തിനെതിരായി നിയമം കൈയിലെടുത്താൽ അത്ഭുതപ്പെടേണ്ട ആവശ്യമില്ല.

സാമ്പത്തികമേഖലകൾ തകർന്നു

തീവ്രവാദവും അഭയാർത്ഥിത്വവും പണ്ഡിറ്റുകളുടെ സാമ്പത്തിക മേഖലകൾ ആകെ തകർത്തു. കുടുംബബന്ധങ്ങൾ തകർത്തു, വിവാഹബന്ധങ്ങൾക്ക് കോട്ടങ്ങൾ വന്നു. അവരുടെ ആചാരങ്ങളും അനുഷ്ഠാനങ്ങളും സംസ്കാരങ്ങളും തകർക്കാനും ഇടയാക്കി. കാശ്മീരി പണ്ഡിറ്റുകളിൽ 96% പേരും ബി പി എൽ വിഭാഗത്തിൽപ്പെട്ടവരാണ്. കൃഷിയിൽ നിന്നുള്ള വരുമാനം നിലച്ചു. ഭൂമി തരിശ് ഇട്ടതുകാരണം ബാങ്കുകളിൽ നിന്നെടുത്ത കടം തിരിച്ചടയ്ക്കാൻ കഴിയാതെ അനവധി പേരാണ് ആത്മഹത്യ ചെയ്തത്. കേന്ദ്ര ഗവൺമെന്റ് നല്കിയ ഒന്നരലക്ഷം ആശ്വാസധനം ഒന്നിനും തികഞ്ഞില്ലെന്ന് പണ്ഡിറ്റ് കർഷകർ. ആപ്പിൾ, കുങ്കുമം, അരി, ഗോതമ്പ് തോട്ടങ്ങൾ ഒക്കെ തകർന്ന നിലയിലും. കാശ്മീർ താഴ്വരയിലെ കൃഷിപാടങ്ങൾ അനധികൃതമായി കൈവശം വച്ചിരിക്കുന്നവരിൽ നിന്ന് പിടിച്ചെടുത്ത് മടക്കിനല്കാൻ അധികാരികൾ ശ്രമിക്കുന്നില്ലെന്ന് കർഷകർ. കാലാവസ്ഥയിൽ വന്ന മാറ്റങ്ങൾ, തൊഴിലില്ലായ്മ, അടിസ്ഥാന

സൗകര്യങ്ങളുടെ അഭാവങ്ങൾ ഒക്കെ സാമ്പത്തികമായി നേട്ടം നല്കിയിരുന്ന കാർഷികമേഖലയെ ദുർബ്ബലപ്പെടുത്തി.

ഓരോ വർഷവും കേന്ദ്ര സംസ്ഥാന ഗവൺമെന്റുകൾ റേഷൻ സബ്സിഡിക്ക് മാത്രം 72.40 കോടി രൂപയാണ് ചെലവഴിക്കുന്നത്. അഭയാർത്ഥികളായ പണ്ഡിറ്റുകൾക്ക് താമസിക്കാനായി നിർമ്മിച്ച 5242 ഫ്ളാറ്റുകൾക്കായി 345 കോടി രൂപ ചെലവഴിച്ചതായും പറയുന്നു. രജിസ്റ്റർ ചെയ്യപ്പെട്ട 6000 പണ്ഡിറ്റ് യുവാക്കളിൽനിന്ന് 3000 പേർക്ക് ജോലി നല്കാനായി തീരുമാനിച്ചെന്നും ആദ്യപടിയായി ഇവർക്ക് വ്യാപാരങ്ങൾ തുടങ്ങാനായി 5 ലക്ഷം രൂപ നല്കുമെന്നും ഇതിൽ രണ്ടരലക്ഷം രൂപ സബ്സിഡിയാണെന്നും പ്രധാനമന്ത്രിയുടെ പാക്കേജിൽ ഉറപ്പ് നല്കിയതായി 22 ആഗസ്ത് 2009 ലെ *ശ്രീനഗർ ടൈംസ് പത്രം* പറയുന്നു.

പണ്ഡിറ്റുകളുടെ ക്ഷേമത്തിനായി ഇന്ന് 10 സംഘടനകൾ ഇന്ത്യയിൽ പ്രവർത്തിക്കുന്നു. ഇതിൽ പ്രധാന സംഘടന പാനൂൺ കാശ്മീർ ആണ്. ഈ സംഘടനകളുടെ രൂപീകരണത്തിനുശേഷവും തീവ്രവാദികൾ 1993–2006 വരെ 250 ഓളം പണ്ഡിറ്റുകളെ വധിക്കുകയുണ്ടായി. ഇന്നാകട്ടെ കഴിഞ്ഞുപോയ കാശ്മീരിന്റെ സൗന്ദര്യവും സമൃദ്ധിയും ആചാരങ്ങളും അനുഷ്ഠാനങ്ങളും ഓർത്തുകൊണ്ടും ഭാവിയെക്കുറിച്ച് വിലപിച്ചുകൊണ്ടും മാതൃരാജ്യത്ത് അഭയാർത്ഥികളായി, വിവിധ അഭയാർത്ഥി ക്യാമ്പുകളിൽ കഴിയുന്നു.

ഇന്ത്യൻ പ്രധാനമന്ത്രി 2008 ഏപ്രിലിൽ പ്രഖ്യാപിക്കുകയുണ്ടായി. കാശ്മീരിലേക്ക് മടങ്ങിവരുന്ന പണ്ഡിറ്റുകൾക്ക് ജോലിയും സംരക്ഷണവും നല്കാൻ തയ്യാറാണെന്ന്. എന്നാൽ പണ്ഡിറ്റുകൾ പറയുന്നത് ഞങ്ങൾക്ക് കേന്ദ്രഗവൺമെന്റിനെ വിശ്വാസമില്ലയെന്നും. കാരണം 1991–2009 വരെ കോൺഗ്രസ്-ബി ജെ പി ഗവൺമെന്റുകൾക്ക് 12 ഓളം മെമ്മോറാണ്ടങ്ങളാണ് സമർപ്പിച്ചത്. ഇതുവരെയും ഒന്നിനുപോലും മറുപടി നല്കിയിട്ടില്ല. എല്ലാ വർഷവും പണ്ഡിറ്റുകൾക്കായി പ്രത്യേക പാക്കേജുകൾ പ്രഖ്യാപിക്കുന്നുണ്ടെങ്കിലും നടപ്പിലാക്കുന്നില്ലെന്ന് പണ്ഡിറ്റ് സംഘടനകൾ അവകാശപ്പെടുന്നു. ഇപ്പോഴത്തെ കേന്ദ്ര സംസ്ഥാന ഗവൺമെന്റുകളും തങ്ങളെ തഴഞ്ഞെന്ന് പണ്ഡിറ്റ് സംഘടനകൾ.

കാശ്മീർ താഴ്വരയിലെ 78% ജനങ്ങളും ആവശ്യപ്പെടുന്നത് കഴിഞ്ഞതൊക്കെ മറന്നും, പൊറുത്തുംകൊണ്ട് പണ്ഡിറ്റുകൾ മടങ്ങിവരണമെന്നാണ്. മടങ്ങിവന്നാൽ ആര് സംരക്ഷണം നല്കുമെന്ന് പണ്ഡിറ്റുകളും. അവരുടെ സംസ്കാരങ്ങളുമായി ബന്ധപ്പെട്ട് കിടക്കുന്ന ഝലം നദിയുടെ സമീപ പ്രദേശങ്ങളായ അനന്ത്നാഗ്, ശ്രീനഗർ, അമർനാഥ്, പുഞ്ച്, റജോറി, ജമ്മു, ബാരാമുള്ള, ദോഡ, കിഷ്ത്വാർ, പുൽവാമ്മ, ഒക്കെയാണ് മാതൃസ്ഥാനമായി ആവശ്യപ്പെടുന്നത്.

കാശ്മീരിലെ എല്ലാ രാഷ്ട്രീയ പാർട്ടികളും, രാഷ്ട്രീയനേതാക്കളും കാശ്മീരിൽ പണ്ഡിറ്റുകളുടെ ദുരവസ്ഥയ്ക്ക് കാരണക്കാരായ ജെ കെ എൽ എഫും, തീവ്രവാദി സംഘടനകളും പണ്ഡിറ്റുകളോട് മടങ്ങിവരാ

നായി ആവശ്യപ്പെടുന്നു. (അനുബന്ധത്തിൽ ഇവരുമായുള്ള അഭിമുഖം ഉൾപ്പെടുത്തിയിട്ടുണ്ട്). കാശ്മീരിന്റെ ചരിത്രം സൂചിപ്പിക്കുന്നത് ഒന്നും സ്ഥിരമായി നില്ക്കുന്നതല്ല എന്നാണ്. കാശ്മീരിന്റെ കാലാവസ്ഥ പോലെയാണ് മാനസികനിലകളും. അതുകൊണ്ടാണ് കാശ്മീരി പണ്ഡിറ്റുകൾ അധികാരികളോട് വ്യക്തമായ ഉറപ്പ് ആവശ്യപ്പെടുന്നത്. തങ്ങൾ തലമുറകളായി കൈവശം വച്ചുകൊണ്ടിരുന്ന സ്ഥലങ്ങൾ, തങ്ങൾ താമസിച്ചിരുന്ന വീടുകൾ, ഒക്കെ തന്നെ മടക്കിനല്കണമെന്നും വ്യക്തമായ നഷ്ടപരിഹാരം നല്കണമെന്നും ആവശ്യപ്പെടുന്നു. സമാധാനവും സുരക്ഷിതത്വവും ഉറപ്പു വരുത്താനും ഇവരുടെ അവകാശങ്ങളും നീതിയും എത്രയും വേഗം ജനാധിപത്യ പ്രക്രിയയുമായി യോജിപ്പിച്ചില്ലെങ്കിൽ, ഇന്ത്യ ഉയർത്തുന്ന എല്ലാ മഹത്തായ ആദർശങ്ങളും വ്യാജമാണെന്ന് പാശ്ചാത്യരാജ്യങ്ങൾ കരുതിയേക്കും.

ഗവൺമെന്റിൽനിന്ന് ലഭിക്കുന്ന ആനുകൂല്യങ്ങൾ	
സാമ്പത്തികസഹായം	- മാസം രൂപ 3000-4000
ആഹാരം	- സൗജന്യറേഷൻ
അരി	- 9 കിലോ മാസം
ഗോതമ്പ്	- 2 കിലോ മാസം
പഞ്ചസാര	- 1 കിലോ മാസം
താമസസൗകര്യം	- ക്യാമ്പുകൾ/ഫ്ളാറ്റ്

മൂന്നംഗങ്ങൾ ഉള്ള കുടുംബത്തിന് മാസം 3000/- രൂപ നാലംഗത്തിൽ കൂടുതലാണെങ്കിൽ മാസം 4000/- രൂപയും ആശ്വാസധനമായി മാസം തോറും ലഭിക്കും. ജമ്മുവിലെ മുത്തി, നഗരോട്ട ക്യാമ്പുകൾ ഒഴികെ ബാക്കി ക്യാമ്പുകളുടെ അവസ്ഥ ദുരിതത്തിലും. മേൽ സഹായങ്ങൾ കൊണ്ട് എങ്ങനെ ദൈനംദിന ജീവിതം മുന്നോട്ടു കൊണ്ടുപോകാൻ കഴിയുമെന്ന് പണ്ഡിറ്റുകൾ.

തീവ്രവാദികളുടെ നരഹത്യ

1990 മാർച്ച് 1 ലെ *അൽഫറാൻ ന്യൂസ്പേപ്പറി*ലാണ് ആദ്യമായി പണ്ഡിറ്റുകൾ കാശ്മീർ താഴ്വരയിൽനിന്ന് ഒരാഴ്ചയ്ക്കകം മടങ്ങണമെന്നും അല്ലെങ്കിൽ മരണത്തിന് തയ്യാറാകണമെന്നുമുള്ള ഭീഷണി പ്രത്യക്ഷപ്പെട്ടത്. 1990 മെയ് 21 ന് അവാമി ആക്ഷൻ കമ്മിറ്റിയുടെ അദ്ധ്യക്ഷനും മിതവാദിയും മുഖ്യപുരോഹിതനുമായ മൗലവി മുഹമ്മദ് ഫാറൂക്കിനെ കൊലപ്പെടുത്തിക്കൊണ്ടാണ് കൊലപാതക പരമ്പരകൾക്ക് തുടക്കമിട്ടത്. മാർച്ച് 23 ന് സ്വാതന്ത്ര്യ സമരസേനാനിയും കമ്യൂണിസ്റ്റ് പാർട്ടിയുടെ സ്ഥാപകനുമായ അബ്ദുൾ സത്താർ റഞ്ചു വധിക്കപ്പെട്ടു. ഏപ്രിൽ 14 ന് ശ്രീനഗറിലെ മെഡിക്കൽ ഇൻസ്റ്റിറ്റ്യൂട്ടിലെ നഴ്സായ സരളാഭട്ടിനെ ഇന്ത്യൻ

ഗവൺമെന്റിന്റെ ഒറ്റുകാരിയെന്നാരോപിച്ച് ബലാത്സംഗം ചെയ്തശേഷം വെടിവച്ച് കൊന്നു. ജൂൺമാസം ഗിരിജാ ടിക്കു എന്ന ലബോറട്ടറി അസിസ്റ്റന്റിനെ അനേകം ദിവസം ഇരുട്ടുമുറിയിൽ പീഡിപ്പിച്ചശേഷം ശരീരം വെട്ടിനുറുക്കി ഝലം നദിയിൽ എറിഞ്ഞുകളഞ്ഞു. ജൂലൈ മാസം 18 ന് വാർദ്ധക്യാവസ്ഥയിലുള്ള ഡോ. സെഹാനിയെ കൈയും കാലും കെട്ടിയിട്ടശേഷം പെട്രോൾ ഒഴിച്ച് തീവച്ച് കൊന്നു. ഭീകരന്മാർ ബലാത്സംഗം ചെയ്ത് ഗർഭിണികളാക്കിയ മുസ്ലീം സ്ത്രീകളെ അബോർഷന് വിധേയമാക്കിയെന്നതാണ് സെഹാനി ചെയ്ത കുറ്റം. ആഗസ്ത് 8 ന് ആഷാ കൗൾ എന്ന സ്ത്രീയെ അനന്തനഗറിൽനിന്ന് പിടികൂടി ശ്രീനഗറിൽ വച്ച് ബലാത്സംഗത്തിനുശേഷം കൊലപ്പെടുത്തി. ആഗസ്ത് 13 ന് ബബ്ലി റെയ്ന എന്ന ടീച്ചറെ കുടുംബത്തിന്റെ മുന്നിൽവച്ച് പീഡിപ്പിച്ചശേഷം വെടിവെച്ച് കൊന്നു. 1991 ഏപ്രിൽ 23 ന് *അൽസാഫാ ഉർദുപത്ര*ത്തിന്റെ എഡിറ്റർ മുഹമ്മദ് ഷബാൻ വക്കീലിനെ വെടിവെച്ച് കൊലപ്പെടുത്തി. കൊലപാതകത്തിന്റെ ലിസ്റ്റ് വളരെ നീണ്ടതാണ്. കാശ്മീർ യൂണിവേഴ്സിറ്റി വൈസ് ചാൻസലർ മുഷിറുൾഹക്ക്, ശ്രീനഗർ ദൂരദർശൻ കേന്ദ്രത്തിന്റെ ഡയറക്ടർ ലാസാകൗൾ, എച്ച് എം ടി ജനറൽ മാനേജർ എച്ച് എൽ ഖേര ഒക്കെ തീവ്രവാദികളുടെ തോക്കിന് ഇരകളായതാണ്. ഏകദേശം 3000 പേരെയാണ് പാക്ക് തീവ്രവാദം കൊന്നൊടുക്കിയത്.

കാശ്മീരിലെ മനുഷ്യാവകാശലംഘനങ്ങൾ അന്താരാഷ്ട്ര മനുഷ്യാവകാശ കമ്മീഷനിൽ

പണ്ഡിറ്റുകളുടെ വംശീയത ലോകരാഷ്ട്രങ്ങൾക്കിടയിൽ അനന്തമായ വൈകാരികത സൃഷ്ടിച്ചപ്പോൾ അത് മറച്ചുവയ്ക്കാനായി 1994 ൽ പാകിസ്ഥാൻ കാശ്മീരിലെ മനുഷ്യാവകാശ ലംഘനങ്ങൾ ആദ്യമായി ഐക്യരാഷ്ട്രസഭയുടെ കീഴിലുള്ള അന്താരാഷ്ട്ര മനുഷ്യാവകാശ കമ്മീഷനിൽ അവതരിപ്പിച്ചു. അമേരിക്കയിലും യൂറോപ്പിലും ഇത് ഇന്ത്യാവിരുദ്ധ തരംഗങ്ങൾ സൃഷ്ടിച്ചെങ്കിലും ജനീവയിൽ നടന്ന അന്താരാഷ്ട്ര യോഗത്തിൽ ഇന്ത്യക്കെതിരെ പാകിസ്ഥാന് ഒന്നുംതന്നെ ചെയ്യാൻ കഴിഞ്ഞില്ല. മുസ്ലീം രാഷ്ട്രങ്ങൾപോലും പാകിസ്ഥാനെ പിന്തുണയ്ക്കാത്തത് ഇന്ത്യക്ക് ധാർമ്മികവിജയം നേടിക്കൊടുത്തു. ടാഡ പിൻവലിക്കുന്നതിനെ അനുകൂലിച്ച് രാജേഷ് പൈലറ്റ് ആഭ്യന്തര വകുപ്പുമന്ത്രിയുമായി നടത്തിയ സംഘട്ടനങ്ങൾ നരസിംഹറാവു ഗവൺമെന്റിന് തലവേദനയാവുകയും ഇരുവരിൽനിന്ന് കാശ്മീരിന്റെ വകുപ്പുകൾ പിൻവലിച്ച് പ്രധാനമന്ത്രിയിൽ നിക്ഷേപിക്കുന്നത് വരെ കാര്യങ്ങൾ കൊണ്ടെത്തിച്ചു.

1995 ജൂലൈ മാസം 4 നും 8 നും കാശ്മീരിലെ വിനോദസഞ്ചാര കേന്ദ്രമായ പഹൽഗാമിൽനിന്ന് ഡൊണാൾഡ് ഹച്ചിങ്സ്, ജോൺ ചൈൽഡ് എന്നീ അമേരിക്കക്കാരേയും, പോൾവെൽസ്, കീത്മാഗാം എന്നീ ഇംഗ്ലീഷുകാരേയും ഡർക് ഹസെർട്ട് എന്ന ജർമ്മൻകാരനെയും, ഹാൻസ് ക്രിസ്ത്യൻ എന്ന നോർവീജിയക്കാരനേയും അൽ-ഫറാൻ തട്ടി

ക്കൊണ്ടുപോയി. ഇന്ത്യയുടെ ജയിലുകളിൽ കഴിയുന്ന 17 തീവ്രവാദികളെ വിട്ടയക്കണമെന്ന ആവശ്യം ഇന്ത്യൻ ഗവൺമെന്റ് നിരാകരിച്ചു. നോർവീജിയക്കാരനായ ഹാൻസ് ക്രിസ്ത്യനെ തലവെട്ടിക്കൊന്നു. 1996 ന് ബാക്കി ബന്ദികളെ വധിച്ചതായി പാശ്ചാത്യമാധ്യമങ്ങൾ റിപ്പോർട്ട് ചെയ്തെങ്കിലും ഇന്നും ഇവരെക്കുറിച്ച് യാതൊരു വിവരവും ലഭ്യമല്ല. പണ്ഡിറ്റുകൾക്ക് നേരെ നടത്തിയ പാകിസ്ഥാന്റെ ഇറക്കുമതി തീവ്രവാദം പിന്നീട് കാശ്മീർ താഴ്വരയിൽ ജാതിവർഗ്ഗഭേദമെന്യേ എല്ലാവരേയും ബാധിച്ചു. മുസ്ലീങ്ങളേയും ആക്രമിക്കാൻ തുടങ്ങിയപ്പോൾ കാശ്മീരികൾക്ക് തീവ്രവാദികൾക്കെതിരെ ജനകീയ പ്രതിരോധ മാർഗ്ഗങ്ങൾ സൃഷ്ടിക്കേണ്ടി വന്നു. ജനകീയ പ്രതിരോധങ്ങളെ വെല്ലുവിളിച്ചുകൊണ്ടും, ബാഹ്യശക്തികളുടെ സഹായങ്ങൾകൊണ്ടും ഇന്നും തീവ്രവാദികൾ കാശ്മീരിൽ കൊലപാതകങ്ങൾ നടത്തുന്നു.

മനഃസാക്ഷിയുള്ളവരും പ്രതീക്ഷകളും സ്വപ്നങ്ങളും കാത്തുസൂക്ഷിക്കുന്നവർക്കും സമൃദ്ധിയായ പുരോഗതി ആഗ്രഹിക്കുന്നവർക്കും ജീവിതത്തിൽ ഒരിക്കലും സംഭവിക്കാൻ പാടില്ലാത്ത തരത്തിലുള്ള ക്രൂരമായ പീഡനങ്ങളാണ് കാശ്മീരി പണ്ഡിറ്റുകൾ അനുഭവിക്കുന്നത്. മുമ്പ് തീവ്രവാദികളിൽ നിന്നാണെങ്കിൽ, ഇപ്പോൾ ഗവൺമെന്റ് അധികാരികളിൽനിന്നും. കാശ്മീരി പണ്ഡിറ്റുകൾക്കുവേണ്ടി അധികാരികൾ നടത്തുന്ന കവല പ്രസംഗങ്ങളുടെ ചാരിത്ര്യം മനസ്സിലാക്കിയ പണ്ഡിറ്റുകൾ രാഷ്ട്രീയത്തിനതീതമായി ചിന്തിക്കാനും പ്രവർത്തിക്കാനും തുടങ്ങി. അതുകൊണ്ടാണ് കാശ്മീർ താഴ്വരയിൽ തന്നെ അവരെ പുനർവിന്യസിക്കണമെന്നും സ്വന്തമായി മാതൃരാജ്യം രൂപപ്പെടുത്തി തരണമെന്നും അധികാരികളോട് ആവശ്യപ്പെടുന്നത്.

കാശ്മീരി പ്രശ്നവും പരിഹാരനിർദ്ദേശങ്ങളും

നീണ്ട 65 വർഷക്കാലമായി ആർമിയെക്കൊണ്ടും, സവിശേഷത യുള്ള അധികാരങ്ങൾകൊണ്ടും ഉപരിയായി കോടികൾ കൊണ്ട് കാശ്മീർ പ്രശ്നം ഒത്തുതീർപ്പാക്കാനായി ഇന്ത്യ ശ്രമിച്ചുകൊണ്ടിരിക്കുന്നു. കാരണം കണ്ടെത്താതെ എന്തൊക്കെ ചെലവഴിച്ചാലും വൃഥാവിലാണെന്നുള്ള സത്യം എന്തുകൊണ്ടോ അധികാരികൾ മറക്കുന്നു. ഇന്നാകട്ടെ കാശ്മീർ തീവ്രവാദം ഇന്ത്യയുടെ തലയിൽ മാരകമായ ക്യാൻസർ എന്ന രോഗം സൃഷ്ടിച്ചിരിക്കുകയാണ്. ഇതിന് പരിഹാരമായി എന്തിനൊക്കെ ശ്രമി ക്കുന്നോ, ഒക്കെ പരാജയപ്പെടുകയും മറ്റ് ഭാഗങ്ങളിലേക്ക് വ്യാപിക്കുകയും ചെയ്യുന്നു. നെഹ്റുവിന്റെ ജനഹിത വാഗ്ദാനവും, തുടർന്നുള്ള വാഗ്ദാന ലംഘനവുമാണ് ഇതിനെ ഇത്രയും രൂക്ഷമാക്കിയതെന്ന് അന്താരാഷ്ട്ര നിരീക്ഷകർ പറയുന്നു. പാകിസ്ഥാനും തീവ്രവാദ സംഘടനകളും ഐക്യ രാഷ്ട്രസഭയും കാശ്മീരിലെ ജനങ്ങൾക്കുവേണ്ടി ഇന്ത്യ ഉറപ്പ് നല്കിയ ജനഹിതം എന്ന വാഗ്ദാനം നടപ്പിലാക്കണമെന്നാവശ്യപ്പെടുന്നു. ഇന്നത്തെ സാഹചര്യത്തിൽ ജനഹിതത്തിന് പ്രസക്തിയില്ല. കാരണം ഇന്ത്യ എന്നത് 525 ൽപ്പരം നാട്ടുരാജ്യങ്ങളുടെ സംയോജനമാണ്. ഏതെ ങ്കിലും സംസ്ഥാനത്ത് എന്തിനു വേണ്ടിയായാലും ജനഹിത പരിശോ ധന നടപ്പിലാക്കിയാൽ അത് ഇന്ത്യൻ യൂണിയന്റെ ഐക്യത്തെയും അഖ ണ്ഡതയെയും തകർക്കും. പക്ഷേ, വാഗ്ദാന ലംഘനം സൃഷ്ടിച്ച മുറി പ്പാടുകൾ ഉണക്കാൻ വേണ്ടിയുള്ള ഒരു ശ്രമവും അധികാരികളുടെ ഭാഗ ത്തുനിന്ന് ഉണ്ടാകുന്നില്ല. പാകിസ്ഥാനിലെ ജനങ്ങളുമായി വൈകാരിക ബന്ധം കാശ്മീരികൾ ആവശ്യപ്പെടുകയില്ല. ഭൂരിപക്ഷം ജനങ്ങളും ഇന്ത്യൻ ജനാധിപത്യത്തിന്റെ കീഴിൽ പരാജയങ്ങളും പരാധീനതകളും ഉണ്ടെങ്കിൽക്കൂടി സന്തോഷമായി കഴിയുന്നു. അതിനുള്ള ഉദാഹരണമാണ്

അവസാനത്തെ രണ്ട് നിയമസഭാ ഇലക്ഷനുകൾ.

കാശ്മീരിന്റെ പേരിൽ ഇരുരാജ്യങ്ങളുടെയും ഖജനാവിൽനിന്ന് കോടികളാണ് നഷ്ടപ്പെടുത്തിയത്. ഇന്നും അസമാധാനത്തിന്റെയും അരക്ഷിതാവസ്ഥയുടെയും തീവ്രവാദത്തിന്റെയും നിഴലിൽ ഇരുരാജ്യങ്ങളും ഭയത്തോടെയും ഭീകരമായും കഴിയുന്നു. 68 തീവ്രവാദ ഗ്രൂപ്പുകളാണ് കാശ്മീരിനെ മോചിപ്പിക്കാനായി ശ്രമിക്കുന്നത്. സുൾഫിക്കർ അലി ഭൂട്ടോയുടെ നൂറ് വർഷത്തെ യുദ്ധാഹ്വാനത്തോടെയാണ് കാശ്മീരിൽ അതിർത്തി കടന്നുള്ള തീവ്രവാദത്തിന് പ്രസക്തി ലഭിച്ചതും ഏകദേശം 60,000 നിരപരാധികൾക്ക് ജീവൻ നഷ്ടപ്പെടാൻ ഇടയായതും. ജനകീയ സർക്കാർ ഭരണം കാശ്മീരിൽ ജനാധിപത്യത്തിന് അടിത്തറയിട്ടത് ശരി തന്നെ. പക്ഷേ, പലപ്പോഴും ഇതിന്റെ മറവിൽ ജനാധിപത്യവിരുദ്ധശക്തികൾക്ക് ഒന്നിക്കാനുള്ള അവസരവും നല്കി. ഐക്യരാഷ്ട്ര സഭയുടെ ഒത്തൊരുമ നഷ്ടപ്പെട്ടതും, പ്രഖ്യാപിത ലക്ഷ്യങ്ങളിൽ ഒന്നുപോലും ലോകത്ത് ഒരിടത്തും നടപ്പിലാക്കാൻ കഴിയാത്തതും കാശ്മീർ പ്രശ്ന പരിഹാരത്തിന് പ്രതിസന്ധി സൃഷ്ടിക്കുന്നു. ഇന്ത്യയിലെ ജയിലുകളിൽ കാശ്മീർ തീവ്രവാദികളായി ഏകദേശം 25,000 ലധികം പേർ കഴിയുന്നുണ്ടെന്നാണ് ഔദ്യോഗിക വൃത്തങ്ങൾ നല്കുന്ന സൂചന. ജനക്ഷേമ പ്രവർത്തനങ്ങൾക്ക് മുൻതൂക്കം നല്കാതെ, അടിസ്ഥാന സൗകര്യങ്ങൾ നിഷേധിച്ചുകൊണ്ട് ലോകത്ത് ഒരിടത്തും ജനങ്ങളെ അധികകാലം നയിക്കാൻ കഴിയില്ല. ഭരണഘടനയിലെ 370-ാം വകുപ്പ് എടുത്തുകളയണമെന്ന് വാദിക്കുന്ന ഭാരതീയ ജനതാപാർട്ടി അധികാരത്തിലേറിയപ്പോൾ കാശ്മീർ സമാധാനശ്രമങ്ങൾക്ക് അണുബോംബ് പരീക്ഷണമാണ് നടത്തിയതെന്ന് കാശ്മീരികൾ. പ്രധാനമന്ത്രി വാജ്പേയിയുടെ ബസ് യാത്രയും ലാഹോർ സന്ദർശനവും നയതന്ത്ര ബന്ധങ്ങൾക്ക് ദിശാബോധം നല്കിയെങ്കിലും സമാധാനചർച്ചകൾക്ക് ഒരു പുരോഗതിയും നല്കിയില്ല. മോദി ഗവൺമെന്റാകട്ടെ സമാധാന പരിശ്രമങ്ങൾക്ക് വിജയകരമായ തുടക്കം കുറിക്കുന്നതുമില്ല.

സമാധാനപ്രക്രിയകളുടെ ഉത്ഭവം

1947 മുതൽതന്നെ കാശ്മീരിൽ അനശ്വര സമാധാനം സ്ഥാപിക്കാനായി വ്യക്തികളും സംഘടനകളും സമൂഹവും രാഷ്ട്രങ്ങളും തമ്മിൽ ചർച്ചകൾ നടത്തിയിട്ടുണ്ട്. പക്ഷേ, ഒന്നുപോലും ഇതുവരെ വിജയത്തിലെത്തിക്കാനോ ടെണ്ടർ ഫ്രീ പ്രദേശമായി കാശ്മീരിനെ പ്രഖ്യാപിക്കാനോ കഴിയുന്നില്ല. മാർച്ച് 1987 മുതൽ 1998 സെപ്തംബർ വരെ ഇന്ത്യയുടെയും പാകിസ്ഥാന്റെയും വിദേശ സെക്രട്ടറിമാരുടെ നേതൃത്വത്തിൽ ഒട്ടനവധി ചർച്ചകൾ നടന്നതാണ്. 1998 ൽ ന്യൂയോർക്കിൽ നടന്ന ചർച്ചകളുടെ ഫലമായി 8 ഇന കാര്യങ്ങൾ ചർച്ച ചെയ്ത് പരിഹരിക്കാമെന്ന് തീരുമാനമാവുകയും ചെയ്തു.

a) സമാധാനവും സുരക്ഷിതത്വവും സ്ഥാപിക്കുക.
b) ജമ്മുകാശ്മീരുമായുള്ള കാര്യങ്ങൾ സെക്രട്ടറി തല ചർച്ചകൾ തുടരുക.
c) സിയാച്ചിനെ സംബന്ധിച്ച തർക്കങ്ങൾ പ്രതിരോധ സെക്രട്ടറിതലത്തിൽ ചർച്ച ചെയ്യുക.
d) ജലവൈദ്യുത പദ്ധതിയായ തുൾബുൾഉം ആയിട്ടുള്ള പ്രശ്നങ്ങൾ പ്രോജക്ട് ലെവൽ സെക്രട്ടറിതല ചർച്ച നടത്തുക.
e) സർക്രീക്ക് മേഖല പ്രതിരോധവകുപ്പിലെ അഡീഷണൽ സെക്രട്ടറിമാരുടെ നേതൃത്വത്തിൽ നടത്തുക.
f) തീവ്രവാദം, മയക്കുമരുന്ന് കടത്ത് ഒക്കെ ഇരുരാഷ്ട്രങ്ങളിലെയും ആഭ്യന്തരവകുപ്പ് സെക്രട്ടറിതലത്തിലും,
g) സാമ്പത്തിക വ്യാപാര പ്രശ്നങ്ങൾ വ്യവസായ വകുപ്പിലെ സെക്രട്ടറിമാരുടെ നേതൃത്വത്തിലും,
h) ഇരുരാഷ്ട്രങ്ങളും തമ്മിലുള്ള സാംസ്കാരിക പ്രവർത്തനങ്ങൾക്ക് സാംസ്കാരിക വകുപ്പിലെ സെക്രട്ടറിമാരേയും ചുമതലപ്പെടുത്തി. 1998 ഒക്ടോബർ 15–18 വരെ ഇന്ത്യ-പാക്ക് വിദേശ സെക്രട്ടറിമാർ ഇസ്ലാമാബാദിൽ ഒന്നിക്കുകയും സമാധാനത്തിനും സുരക്ഷിതത്വത്തിനായും ചർച്ച ചെയ്തു. 1998 നവംബർ 5–13 വരെ ന്യൂഡൽഹിയിൽ വിദേശകാര്യ വകുപ്പിന്റെ നേതൃത്വത്തിൽ നടന്ന ചർച്ചയിൽ 6 ഇന സമാധാനശ്രമങ്ങൾക്ക് ധാരണയായെങ്കിലും പിന്നീട് പരാജയപ്പെട്ടു.

1999 ലെ ലാഹോർ ഉച്ചകോടി

പാക്ക് പ്രധാനമന്ത്രി മുഹമ്മദ് നവാസ് ഷെരീഫിന്റെ ക്ഷണത്തെ തുടർന്ന് ഇന്ത്യൻ പ്രധാനമന്ത്രി അടൽബിഹാരി വാജ്പേയി 1999 ഫെബ്രുവരി 21–22 പാകിസ്ഥാൻ സന്ദർശിച്ചു. 1999 ഫെബ്രുവരി 20 ന് ഡൽഹി ലാഹോർ ബസ് ആരംഭിക്കുകയും ഇരുരാഷ്ട്രത്തലവന്മാരും വാഗാ അതിർത്തി വരെ ബസിൽ സഞ്ചരിക്കുകയും ചെയ്തു. പരസ്പര വിശ്വാസവും ബഹുമാനവും വളർത്തിയെടുക്കാനും, മനുഷ്യാവകാശ ലംഘനങ്ങൾക്കെതിരെ പ്രതികരിക്കാനും സർക്കാരിനെ ശക്തിപ്പെടുത്താനും കാശ്മീരിൽ സമാധാന പ്രക്രിയകൾക്ക് തുടക്കമിടാനും കഴിഞ്ഞെങ്കിലും വഞ്ചനാപരമായ പാകിസ്ഥാൻ ആർമിയുടെ പ്രവർത്തനങ്ങൾ സമാധാന ശ്രമങ്ങളെ പരാജയപ്പെടുത്തി.

കാർഗിൽ ഏറ്റുമുട്ടൽ

ഇന്ത്യയുടെ അതിർത്തി ഭേദിച്ച് കാർഗിലിലെ മലനിരകളിൽ സൈന്യത്തെ വിന്യസിച്ച് പാകിസ്ഥാൻ ഇന്ത്യയുടെ അതിർത്തി പ്രദേ

ശങ്ങൾ പിടിച്ചെടുക്കാമെന്നാണ് കരുതിയത്. മെയ് 1999 മുതൽ ജൂലൈ 1999 വരെ നടന്ന യുദ്ധത്തിൽ ഇരുരാഷ്ട്രങ്ങളും പരസ്പരം വിജയം അവകാശപ്പെടുമ്പോഴും കോടികളും നൂറ് കണക്കിന് മനുഷ്യജീവനുകളുമാണ് നഷ്ടപ്പെട്ടത്. ആണവയുദ്ധത്തിനു വരെ ഇടയാക്കിയേക്കാവുന്ന യുദ്ധം അമേരിക്കൻ പ്രസിഡന്റിന്റെ അടിയന്തര ഇടപെടലുകളെത്തുടർന്നാണ് അവസാനിച്ചത്.

ആഗ്ര ഉച്ചകോടി

കാർഗിൽ യുദ്ധത്തിനുശേഷം തകർന്ന ബന്ധങ്ങൾ പുനർനിർമ്മിക്കാനായി പാകിസ്ഥാൻ ആർമിയുടെ പ്രധാനിയായ ജനറൽ പർവേസ് മുഷറഫും ഇന്ത്യൻ പ്രധാനമന്ത്രിയായ വാജ്പേയിയും തമ്മിൽ 2000 നവംബറിൽ ആഗ്രയിൽ നടന്ന കൂടിക്കാഴ്ച ഇരുരാജ്യങ്ങളും തമ്മിൽ സമാധാനത്തിനും വെടിനിർത്തലിനും ആഹ്വാനം നല്കി. ഇന്ത്യ കാണിച്ച സാഹോദര്യം, സഹകരണം, സൗഹാർദ്ദം ഒന്നും മനസ്സിലാക്കാതെ നവാസ് ഷെരീഫിന്റെ ജനാധിപത്യ ഗവൺമെന്റിനെ അട്ടിമറിച്ച മുഷറഫ് ഇന്ത്യയെ ശത്രുവായിട്ടാണ് കാണാൻ ശ്രമിച്ചത്.

ഇന്ത്യയുടെ ആക്ടിങ് ഹൈകമ്മീഷണർ മെയ് 25, 2001 ന് രാവിലെ പാകിസ്ഥാനിലെ വിദേശ സെക്രട്ടറിക്ക് നല്കിയ കത്തിൻപ്രകാരമാണ് 14–16 ജൂലൈ 2001 വരെ ആഗ്രയിൽ ഉച്ചകോടി നടന്നത്. സൗഹാർദ്ദ അന്തരീക്ഷത്തിൽ തുടങ്ങിയ ചർച്ചകളുടെ അന്ത്യം ഇരുരാഷ്ട്രത്തലവന്മാരും ഒന്നിച്ചു നടത്തുന്ന സമ്മേളനം പോലും നടത്താതെ പരസ്പരം അകന്ന അന്തരീക്ഷത്തിൽ പരാജയപ്പെട്ടു. 17.07.2001 ന് ഇന്ത്യയുടെ വിദേശകാര്യമന്ത്രി പറഞ്ഞു, അതിർത്തി തീവ്രവാദം പ്രതിരോധിക്കാനും ഇന്ത്യയുടെ സമാധാനശ്രമങ്ങളെ പ്രോത്സാഹിപ്പിക്കാനും പാകിസ്ഥാൻ തയ്യാറല്ലാത്തത് കൊണ്ടാണ് ആഗ്ര ഉച്ചകോടി പരാജയപ്പെട്ടതെന്ന്.

പാർലമെന്റ് ആക്രമണവും ആർമിയുടെ ഇടപെടലുകളും

2001 ഡിസംബർ 13 നാണ് ഇന്ത്യൻ ജനാധിപത്യത്തിന്റെ മകുടമായ പാർലമെന്റ് മന്ദിരം ആക്രമണത്തിന് വേദിയായത്. വ്യാജ സ്റ്റിക്കർ പതിച്ച വെള്ള അംബാസിഡർ കാറിൽ വന്ന 5 തീവ്രവാദികൾ ഉന്നം വച്ചത് പാർലമെന്റംഗങ്ങളെയും മന്ത്രിമാരെയും പ്രധാനമന്ത്രിയെയും ആയിരിക്കാം. 4 തീവ്രവാദികളെ കൊല്ലാനും ഒരാളെ പിടികൂടാനും കഴിഞ്ഞെങ്കിലും ഈ ആക്രമണത്തിൽ അനേകം പേർക്ക് ജീവൻ നഷ്ടപ്പെടേണ്ടിയും വന്നു. ഈ ആക്രമണത്തിൽ ഒന്നാം പ്രതിയായി കണ്ടെത്തിയ അഫ്സൽ ഗുരുവിനെ 2013 ഫെബ്രുവരി 9 ന് രാവിലെ തീഹാർ ജയിലിൽ തൂക്കിക്കൊല്ലുകയും കാശ്മീർ താഴ്വരയിൽ കർഫ്യൂവും, ഇന്റർനെറ്റ്, മൊബൈൽ, ഫോൺ, പത്രമാധ്യമങ്ങൾക്ക് 13 ദിവസത്തേക്ക് നിരോധനവും കല്പിച്ചു.

പാർലമെന്റ് ആക്രമണത്തെ തുടർന്ന് 19 ഡിസംബർ 2001 ന് ഓപ്പറേഷൻ പരാക്രമം എന്ന പേരിൽ 50,000 ജവാന്മാരെ 3000 കി.മീറ്റർ ദൂര

ത്തിലായി അതിർത്തിയിൽ വിന്യസിച്ചു. ഇത് എന്തും സംഭവിക്കാമെന്ന ഭീതിജനകമായ അവസ്ഥ ഉളവാക്കി. ഇന്ത്യൻ നേവി, വായുസേന, ആർമി ഒക്കെ തന്നെ പാകിസ്ഥാനെ തകർക്കണമെന്ന അഭിപ്രായക്കാരായിരുന്നു. ഉപരിയായി ആണവ മിസൈലുകൾ വിന്യസിപ്പിക്കുക കൂടി ചെയ്തപ്പോൾ കാർഗിലിന് ശേഷം വീണ്ടും ഇരുരാജ്യങ്ങൾക്ക് മുകളിലും ഇരുണ്ട മേഘങ്ങൾ പ്രത്യക്ഷപ്പെട്ടു തുടങ്ങി. 2002 ജൂൺ ഒന്ന് അമേരിക്കൻ സ്റ്റേറ്റ് ഡെപ്യൂട്ടി സെക്രട്ടറി റിച്ചാർഡ് ആർമിറ്റേജിന്റെ ഇസ്ലാമാബാദ്, ന്യൂഡൽഹി സന്ദർശനത്തോടെയാണ് മിലിട്ടറി സാന്നിദ്ധ്യത്തിനും ഇരുണ്ട മേഘാവസ്ഥയ്ക്കും അയവ് വന്നത്.

സാർക്ക് സമ്മേളനത്തിനുമുമ്പ്

പാർലമെന്റ് ആക്രമണത്തിനുശേഷം തകർന്ന് കിടന്ന പരസ്പര ചർച്ചകൾക്കും അവിശ്വാസങ്ങൾക്കും കണ്ണുനീരിന്റെ അനുഭവങ്ങൾക്കും ഒക്കെ പ്രതീക്ഷ നല്കിയത് സാർക്ക് സമ്മേളനമാണ്. 2003 ഏപ്രിലിൽ പാകിസ്ഥാനുമായി സൗഹാർദ്ദത്തിന് താല്പര്യമാണെന്നറിയിച്ച് ശ്രീനഗറിൽ ആരംഭിച്ച "ഹാൻഡ് ഓഫ് ഫ്രണ്ട്ഷിപ്പ്" ഇരുരാഷ്ട്രങ്ങൾക്കും അതിർത്തികളിൽ സമാധാനം പുനരാരംഭിക്കാൻ പ്രചോദനമായി. പാകിസ്ഥാൻ പിൻവലിച്ച ഹൈകമ്മീഷണർ 30 ജൂൺ 2003 ൽ ന്യൂഡൽഹിയിൽ മടങ്ങിയെത്തുകയും ഇന്ത്യൻ ഹൈക്കമ്മീഷണർ ജൂലൈ 15 2003 ന് ഇസ്ലാമാബാദിൽ എത്തുകയും ചെയ്തു. നിർത്തിവച്ച ലാഹോർ -ഡൽഹി ബസ് സർവ്വീസ് 12 ജൂലൈ 2003 ന് ആരംഭിച്ചു. 23 നവംബർ 2003 ന് പാകിസ്ഥാൻ പ്രധാനമന്ത്രിയായ മീർസഫറുള്ള മാലി അതിർത്തിയിൽ വെടിനിർത്തൽ പ്രഖ്യാപിക്കുകയും താഴെപ്പറയുന്ന കാര്യങ്ങൾ ഇന്ത്യയുമായി ചേർന്ന് നടപ്പിലാക്കുകയും ചെയ്തു.

a) പാക്ക് അധീന കാശ്മീരിന്റെ തലസ്ഥാനമായ മുസാഫറാബാദുമായി ബന്ധപ്പെടുത്തി ശ്രീനഗറിൽനിന്ന് ബസ് സർവ്വീസ് ആരംഭിക്കാനായി.
b) ഐക്യരാഷ്ട്ര സഭയുടെ തീരുമാനങ്ങൾ അംഗീകരിക്കാൻ ഇരുരാജ്യങ്ങളും ശ്രമിക്കണം.
c) മുംബൈയിൽനിന്നും കറാച്ചിയിലേക്ക് കപ്പൽ സർവ്വീസ് തുടങ്ങാൻ.
d) നിർത്തിവച്ച വ്യോമഗതാഗതം ആരംഭിക്കാൻ.
e) 1965 ലെ ഇന്ത്യ-പാക്ക് ബന്ധത്തെ തുടർന്ന് നിർത്തിവച്ച കൊക്രാപർ-മുനാബ്വോം റോഡ് തുറക്കാനും.
f) ലാഹോർ-അമൃതസർ ബസ് സർവ്വീസിന് തുടക്കമിടാനും.
g) ട്രെയിൻ സർവ്വീസുകൾ ആരംഭിക്കാനും (സംയോജിത എക്സ്പ്രസ്)
h) ഇന്ത്യ-പാക്ക് തടവറകളിൽ കിടക്കുന്ന തടവുകാരെ പരസ്പരം കൈമാറാനും.
i) 65 ശതമാനത്തിൽ അധികം ആൾക്കാർക്ക് വാഗാ അതിർത്തി വഴി പാകിസ്ഥാനിലേക്ക് കടക്കാൻ യാത്രാനുമതി. ഇതേത്തുടർന്ന് നടന്ന ചർച്ചകളിൽ പാകിസ്ഥാന്റെ വെടിനിർത്തൽ ഇന്ത്യ സ്വീകരിക്കുകയും

എൽ ഒ സിയിസൽ മാത്രമാക്കാതെ സിയാച്ചിൻ വരെ നീട്ടി. 2004 ജനുവരി 1 ന് ഇരുരാഷ്ട്രങ്ങളുടെയും ബന്ധം സമാധാനപരമായ തിനെ തുടർന്ന് ഇരുരാജ്യങ്ങളിലേക്കുള്ള വ്യോമഗതാഗതവും പുനഃ സ്ഥാപിക്കപ്പെട്ടു.

സാർക്ക് സമ്മേളനം

2004 ജനുവരിയിൽ ഇസ്ലാമാബാദിൽ നടന്ന 25-ാം സാർക്ക് സമ്മേള നത്തിൽ പരസ്പര സംഭാഷണങ്ങൾക്ക് മുൻതൂക്കം നല്കുമെന്നും ഇരു രാഷ്ട്രങ്ങളിലേയും ജനങ്ങൾക്ക് ഭയമില്ലാതെ ജീവിക്കാൻ കഴിയുന്ന അവ സ്ഥയ്ക്കായി ശ്രമിക്കുമെന്നും 6 ജനുവരി 2004 ലെ ഇരുരാജ്യങ്ങളുടെ സംയുക്ത പത്രക്കുറിപ്പ് സൂചിപ്പിക്കുകയുണ്ടായി. കാശ്മീർ പ്രശ്നം കാശ്മീരികളുടെയും പാകിസ്ഥാന്റെയും തൃപ്തിക്കനുസരിച്ച് തീർപ്പാ ക്കാൻ ഇന്ത്യ ശ്രമിക്കുമെന്നും അറിയിച്ചു. പാക്ക് അധീന കാശ്മീർ കേന്ദ്രീ കരിച്ച് നടക്കുന്ന തീവ്രവാദ പ്രവർത്തനങ്ങൾ അടിയന്തിരമായി പാകി സ്ഥാൻ തടയണമെന്ന ഇന്ത്യയുടെ ആവശ്യം പാകിസ്ഥാൻ അംഗീകരി ക്കുകയും 18 ഫെബ്രുവരി 2004 മുതൽ ത്രിതലചർച്ചയ്ക്ക് ഇരുരാഷ്ട്ര ങ്ങളും തയ്യാറായി. 2004 ആഗസ്തിൽ ഇരുവിദേശ മന്ത്രിമാരും തമ്മിൽ കൂടിക്കാഴ്ച നടത്തി സമാധാന പ്രക്രിയകൾക്ക് മുൻതൂക്കം നല്കി. സാർക്ക് സമ്മേളനത്തെ തുടർന്ന് ഇരുരാഷ്ട്രങ്ങളിലെ തലവന്മാരും തമ്മിൽ ചൈന, ന്യൂഡൽഹി, ജക്കാർത്ത, ഇസ്ലാമാബാദ്, ന്യൂയോർക്ക് എന്നിവിടങ്ങളിലായി 15 കൂടിക്കാഴ്ചകളാണ് നടത്തിയത്. ഇതേത്തുടർന്ന് ശ്രീനഗർ, മുസാഫറാബാദ്, പുഞ്ച്-റാവൽകോട്ട്, ലാഹോർ-അമൃതസർ -നൻങ്കാനസാഹിബ് ബസ് സർവ്വീസുകൾ തുടങ്ങുകയും 29 ഒക്ടോബർ 2005 ന് ഇരുരാഷ്ട്രങ്ങളിലേയും വിദേശ സെക്രട്ടറിതലസംഘം ഇരുരാഷ്ട്ര തലസ്ഥാനങ്ങളിലും നടത്തിയ ചർച്ചയെ തുടർന്ന്, വിഭജനം കാരണം മാനസികമായി അകന്ന ബന്ധുക്കളെ സന്ദർശിക്കാനായി അതിർത്തിയിൽ 5 മേഖലകളിൽ ഇരുരാഷ്ട്രങ്ങളിലേയും ജനങ്ങൾക്ക് പ്രവേശിക്കാനായി അതിർത്തി പ്രവേശന കേന്ദ്രങ്ങൾ സ്ഥാപിക്കപ്പെട്ടു. 2005 ഒക്ടോബർ 8 ന് ഉണ്ടായ ഭൂകമ്പത്തിന് ഇരകളായവർക്ക് സഹായങ്ങൾ നല്കാനും ഇന്ത്യക്ക് കഴിഞ്ഞു.

മുംബൈ സ്ഫോടനപരമ്പര

ഇരുരാഷ്ട്രങ്ങളുടെയും സാധാരണ ജനങ്ങളുടെ സമാധാന ജീവി തത്തിനും സുരക്ഷിതത്വത്തിനും തിരിച്ചടി നല്കിക്കൊണ്ടാണ് തീവ്രവാ ദികൾ 11 ജൂലൈ 2006 ന് 18 ആളുകൾ മരണപ്പെടുകയും, നൂറ് കണക്കി നാളുകൾക്ക് ഗുരുതര പരുക്കേല്ക്കാനും ഇടയാക്കിയത്. ഇന്ത്യയുടെ ആഭ്യന്തര കാര്യങ്ങളിൽ പാകിസ്ഥാൻ തീവ്രവാദികളെ ഉപയോഗിച്ച് ഐക്യവും അഖണ്ഡതയും തകർക്കുകയാണെന്ന് ഇന്ത്യൻ നേതൃത്വം

പരസ്യ പ്രസ്താവന നടത്തുകയുണ്ടായി. തീവ്രവാദി സംഘങ്ങൾക്ക് സഹായം നല്കിയ തീവ്രവാദി സംഘടനകളായ ലഷ്ക്കർ-ഇ-തൊയിബ, ഇന്ത്യൻ മുജാഹിദ്ദീൻ, ഇതിന് പുറകിൽ പ്രവർത്തിച്ച ഹഫീസ് സെയ്ദാ, മറ്റ് തീവ്രവാദി സംഘടനാ നേതാക്കൾ എന്നിവരെ വിട്ട് കിട്ടണമെന്നും ആവശ്യപ്പെട്ടു. മുംബൈ ആക്രമണത്തിൽ പങ്കെടുത്ത അജ്മൽ കസബ് പിടിയിലായതോടെയാണ് പാകിസ്ഥാൻ ഐ എസ് ഐക്കും പങ്കുണ്ടെന്ന് രഹസ്യന്വേഷണ വിഭാഗം കണ്ടെത്തിയതും പ്രവർത്തിച്ചവരുടെ വിശദ വിവരങ്ങൾ പാകിസ്ഥാന് കൈമാറിയതും. ഇതുവരെയും ഇന്ത്യ ആരോപിക്കപ്പെട്ടവരെ പിടികൂടി തരാനോ, വിവരങ്ങൾ കൈമാറാനോ ശ്രമിക്കാതെ പാകിസ്ഥാനിനകത്ത് ഇവർക്ക് യാതൊരു കേസുകളും ഇല്ലെന്ന വാദത്തിൽ ഉറച്ച് നില്ക്കുന്നു. അജ്മൽ കസബിനെ തിഹാർ ജയിലിൽ തൂക്കിലേറ്റിക്കൊണ്ട് ഇന്ത്യൻ ഗവൺമെന്റ് പാകിസ്ഥാനും തീവ്രവാദ സംഘടനകൾക്കും ശക്തമായ താക്കീത് നല്കി. തുടർന്നുണ്ടായ സംഭവവികാസങ്ങൾ പ്രതിരോധിക്കാനായി ഇരുരാഷ്ട്രതലവന്മാർ ഹവാന്നയിൽ ഒത്തുകൂടി തീവ്രവാദത്തിനെതിരെ ഒന്നിച്ച് പോരാടാമെന്നും മുടങ്ങിക്കിടന്ന സെക്രട്ടറിതല ചർച്ചകൾ ആരംഭിക്കാനും ധാരണയായി.

ഇന്ത്യ-പാക് നിലപാടുകൾ

പരസ്പര കുറ്റപ്പെടുത്തലിന്റെയും സംശയത്തിന്റെയും നിഴലിലാണ് ഇരുരാഷ്ട്രങ്ങളും സഞ്ചരിക്കുന്നത്. കാശ്മീരിനെ മുന്നിൽ നിർത്തി തകർന്ന് കിടക്കുന്ന വ്യവസ്ഥകൾക്കെതിരെ പോരാടാനാണ് ഇപ്പോഴും പാകിസ്ഥാൻ ശ്രമിക്കുന്നത്. പരമ്പരാഗതമായി ഉപയോഗിക്കുന്ന മുസ്ലീം സഹോദരന്മാരെ സംരക്ഷിക്കുക എന്ന സാങ്കല്പിക ആശയം ഇന്നും കാശ്മീരിനെ മുന്നിൽ നിർത്തി ഇന്ത്യക്കെതിരെ വിവിധ വഴികളിലൂടെ പാകിസ്ഥാൻ നടത്തുന്നു. ഇന്ത്യയാകട്ടെ ജനങ്ങളുടെ ഭാവിയും രാഷ്ട്രത്തിന്റെ പുരോഗതിയും മുന്നിൽ കണ്ടുകൊണ്ട് ഭീഷണികളും സമ്മർദ്ദങ്ങളും അല്ലാതെ തിരിച്ചടി ഇതുവരെ പാകിസ്ഥാന് നല്കിയിട്ടില്ല. ഈ സമീപനം ഔദാര്യമായിട്ടാണ് അയൽരാജ്യം കണക്കിലെടുത്തിരിക്കുന്നത്. 2007-2016 വരെ ഏകദേശം 149 സംഭവങ്ങളിലായി ഇന്ത്യൻ അതിർത്തി ലംഘിച്ച പാക്ക് ആർമി രണ്ട് ഇന്ത്യൻ ഭടന്മാരെ പിടികൂടി ഭീകരമായി പീഡിപ്പിച്ച് കൊന്നത്. ഒരു സൈനികന്റെ തല ഇതുവരെയും ലഭിച്ചിട്ടില്ലെന്ന് മാധ്യമവാർത്തകൾ. അതുകൊണ്ടാണ് ഇന്ത്യൻ ആർമിയുടെ തലവൻ പാകിസ്ഥാന് ശക്തമായ താക്കീത് നല്കിയത്. "ഉചിതസമയത്ത്, ഉചിതമായ സ്ഥലത്ത് ഇന്ത്യ തിരിച്ചടിക്കും എന്ന്." പർവ്വേശ് മുഷറഫിന്റെ അവസരവാദ കാപട്യനയങ്ങൾ പില്ക്കാലത്ത് അദ്ദേഹത്തോടൊപ്പം ജോലി നോക്കിയ പല ആർമി ജനറൽമാരും ആത്മകഥകളിൽ വ്യക്തമാക്കിയിട്ടുള്ളതാണ്.

പാകിസ്ഥാന്റെ വെറുക്കപ്പെട്ട സംസ്കാരങ്ങൾക്കെതിരെ ഇന്ത്യൻ ഗവൺമെന്റ് ജനങ്ങൾക്കിടയിൽ അവബോധന ക്ലാസുകളും ചർച്ചകളും

നടത്തി ശരിയായ കാര്യങ്ങൾ ജനങ്ങളുടെ മനസ്സുകളിൽ എത്തിക്കണം. അല്ലെങ്കിൽ ഇറക്കുമതി തീവ്രവാദം ഇന്ത്യക്കാകമാനം ഭീഷണിയാകും. തുടർന്ന് നടന്ന പല സ്ഫോടനങ്ങൾക്ക് പിന്നിലും പാക്ക് തീവ്രവാദ സംഘടനകളെ സംശയിച്ചെങ്കിലും സ്വാമി അഡികന്ദയുടെ വെളിപ്പെടുത്തലുകളോടെ മുസ്ലീം വർഗ്ഗീയ സംഘടനകളുടെ പ്രവർത്തനങ്ങൾക്ക് തിരിച്ചടി നല്കാൻ ഹിന്ദു സംഘടനകളും ശ്രമിച്ചിട്ടുണ്ടെന്ന് വ്യക്തമായി. ഇന്ത്യയുടെ മതേതരത്വം നശിപ്പിക്കാനും പരമാധികാരത്തെ ഇല്ലായ്മ ചെയ്യാനും, ഐക്യം, അഖണ്ഡത, പുരോഗതി ഒക്കെ തകർക്കാനുമാണ് സാത്താന്റെ ശക്തികൾ ശ്രമിക്കുന്നത്. അതിന് ഇരകളാകുന്നത് പാവപ്പെട്ട, സാധാരണ ജനങ്ങളും. ജനങ്ങളുടെ സമർപ്പണം, ത്യാഗം, സ്നേഹം ഇവകൊണ്ടു മാത്രമേ രാജ്യദ്രോഹശക്തികളെ ഒറ്റപ്പെടുത്താനും രാജ്യത്തെ പുരോഗതിയിലേക്ക് നയിക്കാനും കഴിയൂ.

കാശ്മീരും പരിഹാരനിർദ്ദേശങ്ങളും

69 വർഷം നീണ്ട കാശ്മീർ തർക്കം പരിഹരിക്കാനായി അന്താരാഷ്ട്ര തലത്തിലും ദേശീയതലത്തിലും ഓരോ വർഷവും അനവധി പരിഹാര നിർദ്ദേശങ്ങളാണ് വരുന്നത്. അതിൽ ചിലത് ഇവിടെ സൂചിപ്പിക്കട്ടെ.

അലാൻഡ് ഐലന്റ് മോഡൽ

സ്വീഡനിൽ ഉൾപ്പെട്ടിരുന്ന അലാൻഡ് ഫിൻലാന്റ് ദ്വീപ് സമൂഹത്തെ ചൊല്ലി 1920 കളിൽ ഉടലെടുത്ത തർക്കമാണിത്. ലീഗ് ഓഫ് നേഷൻസ് ഇടപെടുകയും ഫിൻലാന്റും - സ്വീഡനുമായി, കരാറിൽ ഏർപ്പെട്ട് അലാൻഡ് ദ്വീപ് സമൂഹത്തിന് സ്വയം നിർണ്ണയപദവി നല്കി. 1921 ലെ സ്വതന്ത്ര ആക്ടിൻ പ്രകാരം 1922 ന് സ്വതന്ത്രപദവികൾ നല്കി. രാജ്യത്തിനകത്തെ കാര്യങ്ങൾ നിയന്ത്രിക്കാൻ പൂർണ്ണ സ്വാതന്ത്ര്യം അലാൻഡിനും വിദേശ അധികാരം ഫിൻലാൻഡിനും 28 ഡിസംബർ 1951 ലെ കരാർ അനുസരിച്ച് സ്വയം ഭരണവകാശവും നല്കി. ഈ മോഡൽ അനുസരിച്ച് പാകിസ്ഥാനും ഇന്ത്യയുമായി ചർച്ച ചെയ്ത് കാശ്മീരിന് സ്വയം ഭരണാവകാശവും സ്വാതന്ത്ര്യവും നല്കിക്കൂടെയെന്ന് വാദിക്കുന്നവരുണ്ട്.

സൗത്ത് ട്രിയോൾ മോഡൽ

സൗത്ത് ട്രിയോൾ എന്നത് ആസ്ട്രിയയ്ക്കും ഇറ്റലിക്കും ഇടയിൽ സ്ഥിതിചെയ്യുന്ന പ്രദേശമാണ്. 70% ജർമ്മൻ ഭാഷ സംസാരിക്കുന്നവരും, 26% പേർ ഇറ്റലി ഭാഷക്കാരും, 4% പേർ ലാറ്റിൻ ഭാഷ സംസാരിക്കുന്നവരും ആണ്. ഒന്നാംലോക മഹായുദ്ധ കാലത്ത് ട്രിയോൾ ആസ്ട്രിയയുടെ ഭാഗത്തായിരുന്നു. രണ്ടാംലോക മഹായുദ്ധത്തോടെയാണ് സ്വയംഭരണത്തിനായുള്ള വാദങ്ങൾ ഉയർന്നത്. 1946 ലെ പാരീസ് ഉടമ്പടി പ്രകാരം സൗത്ത് ട്രിയോളിന്റെ അധികാരങ്ങൾ ഇറ്റലിക്കും കൂടി ബാധകമാക്കി.

എന്നാൽ 1960 ൽ യു എന്നിൽ സൗത്ത് ട്രിയോൾ പ്രശ്നം ഉന്നയിക്കുകയും 1969 ലെ പാക്കേജിന്റെ അടിസ്ഥാനത്തിൽ ആസ്ട്രിയൻ ഗവൺമെന്റ് ട്രിയോളിന് പൂർണ്ണ സ്വയംഭരണവും സ്വാതന്ത്ര്യവും നല്കുകയുമുണ്ടായി. ഈ തരത്തിലുള്ള പാക്കേജ് ഇരുരാഷ്ട്രങ്ങളുമായി ചർച്ച ചെയ്ത് കാശ്മീരിലും നടത്തിക്കൂടെയെന്ന് നിരീക്ഷകർ ചോദിക്കുന്നു.

സാമി മോഡൽ

നോർത്ത് നോർവ്വേ, സ്വീഡൻ, ഫിൻലാൻഡിനായി വസിക്കുന്ന പ്രാകൃത സാമി വർഗ്ഗക്കാർ അവരുടെ ഭൂമിക്കായുള്ള അവകാശം, ശുദ്ധ ജലം, പ്രകൃതിവിഭവങ്ങൾ ഒക്കെ കൊള്ളയടിക്കുന്ന മേൽരാജ്യങ്ങൾക്കെതിരെ പ്രതികരിക്കുകയുണ്ടായി. മണ്ണിന്റെ മക്കളുടെ വാദം ഐക്യരാഷ്ട്ര സംഘടനയിൽ സാമി ജനത ഉന്നയിക്കുകയും തുടർന്ന് അവരുടെ അവകാശങ്ങളും നീതികളും ഒക്കെ തന്നെ ഐക്യരാഷ്ട്ര സഭയുടെ മദ്ധ്യസ്ഥതയിലൂടെ ലഭിക്കുകയുമുണ്ടായി. കാശ്മീരിലും യു എൻ നേതൃത്വത്തിൽ ശാശ്വത പരിഹാരം സൃഷ്ടിക്കണമെന്നും ചിലർ വാദിക്കുന്നു.

അൻഡോറ കരാർ

സൗത്ത് വെസ്റ്റ് യൂറോപ്പിലായി പിനരീസ് മലനിരകൾക്കിടയിലും സ്പെയിൻ, ഫ്രാൻസ് രാഷ്ട്രങ്ങളുടെ അതിർത്തിയിലുമായി സ്ഥിതി ചെയ്യുന്ന പ്രദേശമാണ് അൻഡോറ. വിനോദസഞ്ചാരത്തിൽനിന്ന് ലഭിക്കുന്ന നികുതിക്ക് പ്രസിദ്ധമായ സ്ഥലത്തിനായി ഇരുരാഷ്ട്രങ്ങളും തർക്കം ഉന്നയിക്കുകയും, പട്ടാളം ഇല്ലാത്ത അൻഡോറയിലെ ജനങ്ങൾക്കായി ഇരുരാഷ്ട്രങ്ങളും തർക്കങ്ങൾ പിൻവലിക്കുകയും സ്വാതന്ത്ര്യം നല്കുകയും ചെയ്തു. ഇന്ത്യയും പാകിസ്ഥാനും വിട്ടുവീഴ്ച ചെയ്ത് കാശ്മീരിന് എന്തുകൊണ്ട് സ്വാതന്ത്ര്യം നല്കിക്കൂടായെന്ന് ഫ്രാൻസും സ്പെയിനും അന്താരാഷ്ട്ര സമൂഹത്തോട് ചോദിക്കുന്നു.

ഭൂട്ടാൻ മോഡൽ

ബുദ്ധപ്രദേശമായ ഹിമാലയൻ താഴ്വരയുടെ ഭാഗമായ ഭൂട്ടാന് 1971 ന് പൂർണ്ണ സ്വാതന്ത്ര്യം നല്കി ബ്രിട്ടീഷ് കോളനിവല്ക്കരണത്തിൽനിന്ന് ഇന്ത്യക്ക് മോചിപ്പിക്കാമെങ്കിൽ എന്തുകൊണ്ട് 1947 ലെ കാശ്മീർ പ്രശ്നം ഇന്ത്യ രമ്യമായി പരിഹരിക്കുന്നില്ലെന്ന് സാർക്ക് രാജ്യങ്ങളും.

ന്യൂസിലാന്റ് ലയനം

കുക്ക് ദ്വീപിനും ന്യൂദ്വീപിനും സ്വതന്ത്രമായി യാതൊരു പദവികളും ഇല്ലാതെ വിട്ടുവീഴ്ചയുടെ അടിസ്ഥാനത്തിൽ ന്യൂസിലാന്റിനോടൊപ്പം ചേരാമെങ്കിൽ കാശ്മീരികൾക്ക് എന്തുകൊണ്ട് ഇന്ത്യയോടൊപ്പം സ്വമേധയാ ലയിച്ചുകൂടായെന്ന് ന്യൂസിലാന്റുകാർ ചോദിക്കുന്നു.

ഹോങ്കോങ് മോഡൽ

ചൈനയുടെ ഭാഗമായിരുന്നു ഹോങ്കോങ്. 1997 വരെയും ആർട്ടിക്കിൾ 31 അനുസരിച്ച് പരമാധികാരം ഹോങ്കോങ്ങിലായിരുന്നു നിക്ഷിപ്തമായിരുന്നത്. മുതലാളിത്ത വ്യവസ്ഥ പിന്തുടർന്ന ഹോംങ്കോങ് 1 ജൂലൈ 1997 ലാണ് ചൈനയോടൊപ്പം ചേർന്നത്. ഇതിനുമുമ്പ് സ്വതന്ത്ര പതാക, സ്വതന്ത്രചിഹ്നം, സ്വതന്ത്രഭരണ സംവിധാനങ്ങൾ ഒക്കെ ഉണ്ടായിരുന്ന ഹോങ്കോങ് യാതൊരു ചൈനീസ് വിധേയത്വത്തിന് കീഴിലും പ്രവർത്തിച്ചിരുന്നില്ല. സ്വതന്ത്രപദവിയുള്ള ഹോങ്കോങ് ഇന്ന് ചൈനയുടെ ഭാഗത്തും. ഇത്തരത്തിൽ പൂർണ്ണ സ്വാതന്ത്ര്യം കാശ്മീരിന് നല്കിയശേഷം നിയന്ത്രണം ഇന്ത്യക്ക് ഏറ്റെടുത്തുക്കൂടെയെന്നും ചിലർ ചോദിക്കുന്നു.

നോർത്തേൺ അയർലന്റും ദുഃഖ വെള്ളിയാഴ്ച കരാറും

1969 മുതലാണ് കത്തോലിക്ക വിഭാഗവും ക്രിസ്ത്യൻ പ്രൊട്ടസ്റ്റന്റുകളും തമ്മിൽ ഐറിഷ് റിപ്പബ്ലിക് ആർമിയും ഷിംപെന്നുമായും കലാപങ്ങൾ തുടങ്ങിയത്. ആയിരങ്ങൾക്ക് ജീവൻ നഷ്ടപ്പെട്ട ഈ വർഗ്ഗീയ കലാപത്തിന് അന്ത്യം വന്നത് ഏപ്രിൽ 10 1998 ലെ ദുഃഖ വെള്ളിയാഴ്ച കരാറിനെത്തുടർന്നാണ്. 22 മാസത്തെ നിരന്തര ചർച്ചകൾക്കൊടുവിലാണ് പരിഹാരം സാദ്ധ്യമായത്, 1921 ലെ അയർലന്റ് വിഭജനം അംഗീകരിക്കാനും ബ്രിട്ടീഷ് മേല്ക്കോയ്മയും ഐറിഷ് പാരമ്പര്യത്തെയും ഒന്നിച്ചു കൊണ്ടുപോകാനും തയ്യാറായത്. ഇതുപോലെ എന്തുകൊണ്ട് കാശ്മീർ ലയന കരാർ പാകിസ്ഥാന് അംഗീകരിച്ചുകൂടായെന്നും ചോദിക്കുന്നു.

ഇൻഡോ - നേപ്പാൾ മോഡൽ

ഇന്ത്യയും ചൈനയുമായി അതിർത്തി പങ്കിടുന്ന രാഷ്ട്രമാണ് നേപ്പാൾ. 70 മീറ്റർ മുതൽ 8884 മീറ്റർ ഉയരത്തിൽ സ്ഥിതിചെയ്യുന്നു. തടസ്സങ്ങളില്ലാത്ത സഞ്ചാരമായിരുന്നു നേപ്പാളികൾ ആഗ്രഹിച്ചിരുന്നത്. എന്നാൽ 1960 ലെ വ്യാപാര ഉടമ്പടി കരാർ സൃഷ്ടിച്ച അസ്വാരസ്യങ്ങൾ ഇരുരാഷ്ട്രങ്ങൾക്കിടയിലും അസമാധാനത്തിന്റെ വിത്തുകൾ വിതച്ചു. ഇതേത്തുടർന്ന് ഉണ്ടായ സംഘർഷങ്ങൾ നേപ്പാളിന്റെ വികസനത്തെ ബാധിക്കുകയും 1993 ലെ കരാർപ്രകാരം താല്ക്കാലിക വിസയുടെ അടിസ്ഥാനത്തിൽ അതിർത്തി പോയിന്റുകൾ വഴി ഇരുരാഷ്ട്രങ്ങളിലേയും ജനങ്ങൾക്ക് സ്വതന്ത്രമായി സഞ്ചരിക്കാമെന്ന് വ്യവസ്ഥ ചെയ്തു. എന്തുകൊണ്ട് ഈ സൗഹാർദ്ദം കാശ്മീരിലും ഇന്ത്യക്ക് പരീക്ഷിച്ചുകൂടായെന്ന് പാകിസ്ഥാൻ.

വികസിത രാജ്യങ്ങളായ അമേരിക്ക, ബ്രിട്ടൻ, റഷ്യൻ, ജർമ്മനി, ഫ്രാൻസ്, ആസ്ട്രേലിയ ഒക്കെ തന്നെ ഇന്ത്യയോട് ആവശ്യപ്പെടുന്നതാണ് കാശ്മീർ പ്രശ്നം. തീർപ്പ് കല്പിക്കാനായി ഞങ്ങൾ സന്നദ്ധരാണ്. ഒരു കാരണവശാലും മൂന്നാമത് ഒരു ശക്തിയെ കാശ്മീർ പ്രശ്നത്തിൽ ഇട

പെടാൻ അനുവദിക്കില്ലെന്നും കാശ്മീർ അന്താരാഷ്ട്ര തർക്കപ്രദേശമല്ലെന്നും വാദിക്കുന്നു. ഐക്യരാഷ്ട്രസഭയ്ക്ക് ഇന്ത്യക്ക് ജനഹിതം പാകിസ്ഥാൻ അന്താരാഷ്ട്രവേദികളിൽ ഒക്കെ ഉന്നയിച്ചപ്പോൾ, ഇന്ത്യ പറഞ്ഞത് യു എന്നിന്റെ ഭരണഘടനാക്രമമനുസരിച്ച് ജനഹിതത്തിനും പാകിസ്ഥാന്റെ വാദത്തിനും ഇനി പ്രസക്തിയില്ലെന്നാണ്.

പഞ്ചാബിൽനിന്നുള്ള മുൻ ഐ പി എസ് ഓഫീസറായ കെ പി എസ് ഗില്ലിന്റെ അഭിപ്രായത്തിൽ കാശ്മീരിന് സ്വയംഭരണം നല്കുക, ഭീകരവാദസംഘടനകളെ വെടിനിർത്തലിന് പ്രേരിപ്പിക്കുക, പാകിസ്ഥാനുമായി സൗഹാർദ്ദം സൃഷ്ടിക്കുക, അമേരിക്കയുടെ സഹായം നേടുക, പാകിസ്ഥാനെ ഒറ്റപ്പെടുത്തുക. പറയാൻ എളുപ്പമാണെങ്കിലും നടപ്പിലാക്കാൻ പ്രയാസമുള്ള ആശയങ്ങളാണിത്. മറ്റ് ചിലർ പറയുന്നു നിയന്ത്രണരേഖയെ അതിർത്തി രേഖയായി കണക്കാക്കണമെന്നാണ്. പക്ഷേ, പാകിസ്ഥാൻ പിടിച്ചെടുത്ത പാക്ക് അധീന കാശ്മീരിന്റെ മോചനം അംഗീകരിച്ചുകൊടുക്കാൻ പറ്റുമോ.

1990 ൽ ഇന്ത്യ സന്ദർശിച്ച ഇസ്രായേൽ വിദേശകാര്യ മന്ത്രിയായിരുന്ന ഷിമോൺ പെരെസ് രണ്ട് കാര്യങ്ങളാണ് തർക്കപരിഹാരത്തിനായി ഉന്നയിച്ചത്. (a) ഇന്ത്യൻ ഭരണഘടന കാശ്മീരിന് നല്കുന്ന ആർട്ടിക്കിൾ 370 ഉപേക്ഷിക്കുക. (b) കാശ്മീരിൽ ഹിന്ദുക്കളെ കുടിയേറി പാർപ്പിച്ച് മുസ്ലീം ജനസംഖ്യയോടൊപ്പം എത്തിക്കുക. ഇതു രണ്ടും ഇപ്പോഴത്തെ അവസ്ഥയിൽ ബുദ്ധിമുട്ടാണ്. ഡോ. ഫാറൂഖ് അബ്ദുള്ളയുടെയും ഒമർ അബ്ദുള്ളയുടെയും അഭിപ്രായത്തിൽ പാകിസ്ഥാനിലെ ഭീകര താവളങ്ങൾ ഇന്ത്യ ആക്രമിക്കണമെന്നും പാകിസ്ഥാനിനെതിരെ കർശന നടപടികൾ എടുക്കണമെന്നും. അധികാരം ലഭിച്ചപ്പോൾ ഇരട്ടത്താപ്പ് നയങ്ങളിലൂടെ ജനാധിപത്യത്തെ വഞ്ചിച്ചവരാണ് ഇക്കൂട്ടരെന്ന് കാശ്മീരി പണ്ഡിറ്റുകൾ. 1948 ജൂൺ 21 ന് സ്ഥാനമൊഴിഞ്ഞ മൗണ്ട് ബാറ്റൺ പ്രഭുവിന് കാശ്മീർ പ്രശ്നം ശാശ്വതമായി പരിഹരിക്കണമെന്ന് ആഗ്രഹമുണ്ടായിരുന്നു. മേയ് അവസാനം തന്നെ കാശ്മീർ വിഭജിക്കാനുള്ള നിർദ്ദേശം നെഹ്റുവിന് സമർപ്പിച്ചെങ്കിലും നെഹ്റുവിന്റെ ധാർഷ്ട്യം വിഭജന നിർദ്ദേശം സ്വീകരിച്ചില്ലെന്ന് ചരിത്രം. അന്ന് അത് സ്വീകരിച്ചിരുന്നെങ്കിൽ ഒരുപക്ഷേ ഇത്രയും വേദനകളും കണ്ണുനീരുകളും കാശ്മീരികളും ഇന്ത്യാക്കാരും സഹിക്കേണ്ടിവരുമായിരുന്നില്ല. 2008 സെപ്തംബർ 18 ന് *വാഷിംഗ്ടൺ* പോസ്റ്റിൽ കാശ്മീരിനെ ഇന്ത്യയിൽനിന്ന് വേർപെടുത്തണമെന്ന് വാർത്തവന്നിരുന്നു. അമേരിക്കൻ പ്രതിരോധവകുപ്പ് പത്രത്തിന്റെ അഭിപ്രായമായി കരുതിയാൽ മതിയെന്നും അമേരിക്കൻ ഗവൺമെന്റിന് യാതൊരു പങ്കാളിത്തവും ഇല്ലെന്നും വിശദീകരിച്ചു.

കാശ്മീരിന്റെ മോചനത്തിനായി പ്രവർത്തിക്കുന്ന തീവ്രവാദ സംഘടനകളും പാകിസ്ഥാനും ആൾ പാർട്ടി ഹുറിയത്ത് കോൺഫറൻസും ആവശ്യപ്പെടുന്നത് എന്തുകൊണ്ട് ജവഹർലാൽ നെഹ്റു കാശ്മീരികൾക്ക് നല്കിയ ജനഹിതം എന്ന വാഗ്ദാനത്തിൽനിന്ന് ഇന്ത്യ പിന്മാറുന്നു. ജന

ഹിതം സൃഷ്ടിച്ച മുറിപ്പാടുകൾക്ക് ശാശ്വത പരിഹാരം തേടാനോ മൗലിക അവകാശങ്ങൾ സംരക്ഷിക്കാനോ അവകാശങ്ങളും നീതിയും നടപ്പിലാക്കാതെ തോക്കിൻകുഴലിലൂടെ ഏകദേശം രണ്ട് ലക്ഷം ആർമിയെ വിന്യസിപ്പിച്ച് സമാധാനം സൃഷ്ടിക്കാൻ ഇന്ത്യ ശ്രമിക്കുകയാണെന്ന് കാശ്മീരിലെ മനുഷ്യാവകാശ സംഘടനകൾ. അനുബന്ധത്തിൽ കാശ്മീർ പീപ്പിൾ കോൺഫറൻസ് ചെയർമാൻ സജാഗദ്ഗനിലോൺ, സി പി ഐ (എം) സംസ്ഥാന സെക്രട്ടറിയും കുൽഗാം മണ്ഡലത്തിലെ ജനപ്രതിനിധിയുമായ യൂസഫ് തരിഗാമി, കേന്ദ്ര ഊർജ്ജവകുപ്പുമന്ത്രി ഡോ. ഫാറൂഖ് അബ്ദുള്ള, ആൾ പാർട്ടി ഹുറിയത്ത് കോൺഫറൻസിന്റെ ചെയർമാൻ സെയ്ദ് അലിഷാ ഗിലാനി, ജെ കെ എൽ എഫിന്റെ കോ-ചെയർമാൻ അബ്ദുൾ റഷീദുമായും ലേഖകൻ നടത്തിയ അഭിമുഖ സംഭാഷണങ്ങൾ ഉൾപ്പെടുത്തിയിട്ടുണ്ട്.

കോൺഗ്രസും ബി ജെ പിയും കാശ്മീരിൽ പിന്തുടർന്ന അവസരവാദനയങ്ങളാണ് കാശ്മീരിൽ പ്രശ്നം രൂക്ഷമാക്കിയതെന്ന് കാശ്മീരികൾ. കേന്ദ്രം ഏറ്റവും കൂടുതൽ ഭരിച്ച കോൺഗ്രസ് അവരുടെ അവസരവാദനയങ്ങൾ നടപ്പിലാക്കാൻ വേണ്ടി മാത്രമാണ് കാശ്മീരിൽ ശ്രമിച്ചതെന്നും, 69 വർഷമായി തുടരുന്ന ഈ പ്രശ്നം ആത്മാർത്ഥമായി പരിഹരിക്കാൻ ശ്രമിച്ചിട്ടില്ലെന്നും പറയുന്നു. ഹിന്ദുക്കളേയും മുസ്ലീങ്ങളേയും തമ്മിലടിപ്പിച്ച് വോട്ട് ബാങ്ക് രാഷ്ട്രീയം കളിക്കാനാണ് ബി ജെ പി ശ്രമിക്കുന്നത്. അതിന് ഉദാഹരണമാണ് കാശ്മീരി പണ്ഡിറ്റുകളുടെ ജീവിതാവസ്ഥ. ഓരോ വർഷവും കോടികൾ ഇവിടെ ചെലവഴിക്കുമ്പോൾ അതിന്റെ കാരണങ്ങൾ കണ്ടെത്തി പ്രശ്നങ്ങൾ പരിഹരിച്ചിരുന്നെങ്കിൽ ഈ കോടികൾ ഇന്ത്യയുടെ മറ്റേതെങ്കിലും പ്രദേശത്തെ ജനങ്ങളുടെ വിലാപങ്ങളെ സന്തോഷമാക്കാൻ കഴിയുമായിരുന്നു. എന്നാൽ മതേതരത്വം ഉയർത്തിക്കാണിച്ച് മതത്തിനെ രഹസ്യമായി പിന്തുണയ്ക്കാൻ ആവശ്യപ്പെടുമ്പോൾ കാശ്മീരി കവിയായ അല്ലാമ ഇക്ബാൽ പാടിയ "സാരെ ജഹാംസെ അച്ഛാ, ഹിന്ദുസ്ഥാൻ ഹമാര"യ്ക്ക് മാറ്റം വരുകയും ഇന്ത്യ ഹിന്ദുയിസ്ഥാൻ ആയിത്തീരുകയും ചെയ്യുന്നു. ജമ്മു മേഖലകളിൽ ഇന്നാകട്ടെ പാന്തേഴ്സ് പാർട്ടി, ബി എസ് പി, പി ഡി പി ഒക്കെ ജനങ്ങളെ സ്വാധീനിക്കുന്നത് കേന്ദ്ര ഗവൺമെന്റുകളുടെ കഴിവുകേടുകൾ ചൂണ്ടിക്കാണിച്ചുകൊണ്ടാണ്. ഇത്തരം സങ്കുചിത ചിന്താഗതികൾ കാശ്മീരിൽ പാർട്ടികളുടെ വളർച്ചയ്ക്കല്ല ഇടം വരുത്തുന്നത്. മതതീവ്രവാദ സംഘടനകളുടെ ഒരുമയ്ക്കാണ് അവസരം നല്കുന്നത്. കാശ്മീർ പ്രശ്ന പരിഹാരത്തിനായി എല്ലാ രാഷ്ട്രീയകക്ഷികളും ഒന്നിച്ചിരുന്ന് ചർച്ച ചെയ്ത് വിട്ടുവീഴ്ചയ്ക്കും ത്യാഗത്തിനും സമർപ്പണത്തിനും തയ്യാറായെങ്കിൽ മാത്രമേ ശാശ്വത സമാധാനം സൃഷ്ടിക്കാൻ കഴിയൂ. അതിനുവേണ്ടി പ്രവർത്തിച്ചെങ്കിൽ മാത്രമേ ആർഷഭാരത സംസ്കാരത്തിന്റെ ഭാഗമായ വാസുദൈവ കുടുംബം യാഥാർത്ഥ്യമാകൂ.

കമ്യൂണിസ്റ്റ് ദർശനങ്ങളും കാശ്മീരും

കാൾ മാർക്സിന്റെ "മതം മനുഷ്യനെ മയക്കുന്ന കറുപ്പാണ്" എന്ന ആശയത്തിന് പൂർണ്ണ സാദ്ധ്യത ലഭിക്കുന്ന പ്രവർത്തനങ്ങളാണ് 1985 മുതൽ 1993 വരെ കാശ്മീരിൽ നടന്നിരുന്നത്. മതത്തിന്റെ നല്ല വശങ്ങളെ മറയ്ക്കുള്ളിൽ പ്രതിഷ്ഠിച്ച ശേഷം ഏതെങ്കിലും ഭാഗങ്ങളെ അടർത്തിയെടുത്ത് മനുഷ്യന്റെ മനസ്സിൽ കറുപ്പ് സൃഷ്ടിക്കാനാണ് തീവ്രവാദികൾ കാശ്മീരിൽ ശ്രമിച്ചിട്ടുള്ളത്. കാശ്മീർ തീവ്രവാദം ഏറ്റവും കഠിനമായി ബാധിച്ചത് മതേതരത്വത്തിൽ വിശ്വസിക്കുന്ന കമ്യൂണിസ്റ്റ് അണികളെയാണ്. 1985 – 1993 വരെയുള്ള കാലയളവിൽ ജമ്മുകാശ്മീർ സംസ്ഥാനത്ത് ഏകദേശം 179 പേർ പല സംഭവങ്ങളിലായി മരണപ്പെട്ടിട്ടുണ്ടെന്നും, നൂറ് കണക്കിന് സഖാക്കൾക്ക് ഗുരുതരമായി പരിക്കേല്ക്കുകയും ഇന്നും ഏകദേശം 12 ഓളം സഖാക്കളെക്കുറിച്ച് യാതൊരു അറിവും ഇല്ലെന്നും പാർട്ടിഘടകങ്ങൾ പറയുന്നു. മതേതരത്വം വളർത്തിയെടുക്കാനും ഭരണഘടനയെ സംരക്ഷിച്ചുകൊണ്ട് മതനിരപേക്ഷ കാശ്മീർ കെട്ടിയുയർത്താനുമുള്ള സമർപ്പണത്തിൽ പാർട്ടിക്ക് നഷ്ടപ്പെട്ടത് നൂറ് കണക്കിന് സഖാക്കളുടെ ജീവിതങ്ങളാണ്. ഭീകരരുടെയും പൊലീസിന്റെയും ആർമിയുടെയും ആക്രമണങ്ങളുടെ ഫലമായി ഏകദേശം 40 പേർ പരസഹായം കൂടാതെ പ്രാഥമിക കൃത്യങ്ങൾ പോലും നടത്താൻ കഴിയാതെ വിവിധ ജില്ലകളിൽ കഴിയുന്നതായി സഖാവ് വാഹിദ് പറയുന്നു. ഇതിന് കാശ്മീരികൾ നല്കിയ വിലയാണ് ഇലക്ഷനുകളിൽ പാർട്ടി സ്ഥാനാർത്ഥികൾ വിജയിക്കുന്നത്. പഞ്ചായത്ത് രാജ് നടപ്പിലാക്കിയതിനെ തുടർന്ന് സംസ്ഥാനത്ത് ഏകദേശം 55 പഞ്ചായത്തുകളിൽ പാർട്ടി വ്യക്തമായ ഭൂരിപക്ഷത്തോടെ ഭരണം നടത്തുന്നു. നോർത്ത് കാശ്മീരിൽ ഭൂരിപക്ഷം കുറഞ്ഞെങ്കിലും ചിലയിടങ്ങളിൽ ചതുഷ്കോണ മത്സരങ്ങളെ അതിജീവിച്ചും പാർട്ടി സ്ഥാനാർത്ഥികൾ വിജയിച്ചിട്ടുണ്ട്. അമർനാഥ് യാത്രാവേളകളിൽ, ഹസ്രത്ത്ബാൽ പള്ളി ആഘോഷങ്ങളിൽ, ശ്രീനഗറിലെ ശ്രീശങ്കരാചാര്യക്ഷേത്ര ആഘോഷങ്ങളിൽ, കട്ടറ വൈഷ്ണവ മാതാ ആഘോഷങ്ങളിൽ, ജമ്മുവിലെ പാരമ്പര്യ ക്ഷേത്ര ആഘോഷങ്ങളിൽ ഒക്കെ പാവപ്പെട്ടവന്റെ സ്പന്ദനങ്ങൾ സ്വന്തം ജീവിതത്തിൽ ഒപ്പിയെടുക്കാനായി ജീവൻ സമർപ്പിച്ചുകൊണ്ടും കമ്യൂണിസ്റ്റ് സഖാക്കൾ പ്രവർത്തിക്കുന്നു. ഇത്തരക്കാരുടെ കൂടി പ്രവർത്തനങ്ങളുടെ ഫലമായിട്ടാണ് നിയമസഭാ ഇലക്ഷനുകളിൽ ജനപങ്കാളിത്തം വർദ്ധിക്കുന്നത്. എല്ലാ സമാധാന ചർച്ചകളിലും ഡൽഹിയിലായാലും ഇസ്ലാമാബാദിലായാലും കാശ്മീരിലെ പാർട്ടി സഖാക്കൾക്ക് കൂടി പ്രാതിനിധ്യം ലഭിക്കുന്നതും.

കാശ്മീർ പ്രശ്ന പരിഹാരത്തിനായി ലേഖകൻ നിർദ്ദേശിക്കുന്ന പരിഹാരമാർഗ്ഗങ്ങൾ

2004 മുതൽ ഈ നിമിഷം വരെയും കാശ്മീരികളുമായി നല്ല ബന്ധ

മാണ് കാത്തുസൂക്ഷിച്ചിരുന്നത്. ഗവേഷണത്തിന് വേണ്ടിയും അന്താരാഷ്ട്ര സെമിനാറുകളുടെ ഭാഗമായും മുപ്പതോളം പ്രാവശ്യമാണ് കാശ്മീർ സന്ദർശിച്ചിട്ടുള്ളത്. കാശ്മീരികളുടെ സ്നേഹം, അതിഥി മര്യാദ, സഹകരണം, സമർപ്പണങ്ങൾ ഒക്കെ നേരിട്ട് മനസ്സിലാക്കിയിട്ടുള്ള വ്യക്തിയാണ് ഞാൻ. ഇന്ത്യയിലെ മിക്ക മുൻധാര മാധ്യമങ്ങൾക്കും കാശ്മീരിൽ റിപ്പോർട്ടർമാർ ഇല്ലാതിരിക്കെ ഓരോ ദിവസവും എന്തൊക്കെ അസംബന്ധങ്ങളാണ് കാശ്മീരിനെക്കുറിച്ച് റിപ്പോർട്ട് ചെയ്യുന്നത്. കാശ്മീർ ഒരിക്കൽപ്പോലും സന്ദർശിക്കാതെ, കാശ്മീരികളുടെ വികാരങ്ങൾ മനസ്സിലാക്കാതെ ഇന്ത്യയുടെ വിവിധ ശീതീകരണ മുറികളിൽ ഇരുന്ന് വാതോരാതെ സംസാരിക്കുന്ന കാപട്യ അവസരവാദ സമീപനങ്ങൾക്ക് അന്ത്യം വന്നാലെ യാഥാർത്ഥ്യം ജനങ്ങൾക്ക് ഉൾക്കൊള്ളാൻ കഴിയുകയുള്ളൂ. മിക്കവരും ഇന്ന് കരുതുന്നത് “എല്ലാ കാശ്മീരികളും തീവ്രവാദികളെന്നും തീവ്രവാദികൾ ഒക്കെ കാശ്മീരികൾ” എന്നും. ഇത്തരം ഇടുങ്ങിയ ചിന്താഗതികൾക്ക് ആദ്യം മാറ്റം വന്നെങ്കിലേ സമാധാനത്തിന്റെ കാറ്റ് കാശ്മീരിൽ വീശുകയുള്ളൂ. അല്ലാതെ സാങ്കല്പികലോകത്തിരുന്ന് സ്വപ്നം കണ്ടശേഷം ഇതിനെ ഒക്കെ കാശ്മീരികളുടെ തലയിൽ കെട്ടിവയ്ക്കാനായി ശ്രമിക്കുമ്പോൾ ഇനിയും എത്രയോ കോടികൾ കാശ്മീരിനായി അധികാരികൾ ചെലവഴിക്കേണ്ടിവരും.

കാശ്മീരികളുടെ മനസ്സിൽ ഉരുത്തിരിയുന്ന ചില സമാധാന നിർദ്ദേശങ്ങൾ

(a) തീവ്രവാദത്തിന്റെ യഥാർത്ഥ കാരണങ്ങൾ കണ്ടെത്തിയശേഷം പരിഹരിക്കാനായി ശ്രമിക്കുക.
(b) കാശ്മീരികളെ വിശ്വാസത്തിലെടുത്തുകൊണ്ട് സംസ്ഥാനത്തിന്റെ ഭാവിപരിപാടികൾ ആസൂത്രണം ചെയ്യുക.
(c) സാമുദായിക സൗഹാർദ്ദം വളർത്താനുള്ള ശ്രമങ്ങൾ തുടരുക.
(d) കാശ്മീരി പണ്ഡിറ്റുകളെ 1989 നു മുമ്പ് നിലനിന്ന ക്രമീകരണങ്ങളിലേക്ക് മടക്കിക്കൊണ്ടു പോവുക.
(e) സാമൂഹിക, സാമ്പത്തിക മേഖലകളിൽ പുനർനിർമ്മാണം നടത്തുക.
(f) മനുഷ്യാവകാശലംഘനങ്ങൾ, അപ്രത്യക്ഷരാകുന്നതിന് ഒക്കെ അടിയന്തരമായി പരിഹാരം കാണുക.
(g) ആർമിക്ക് നല്കിയിരിക്കുന്ന പ്രത്യേക അധികാരങ്ങൾ ഇന്ത്യൻ ഭരണഘടനയുടെ മൗലികാവകാശങ്ങളുടെ മുകളിൽ പ്രതിഷ്ഠിക്കാതിരിക്കുക.
(h) പാകിസ്ഥാനുമായി നിരന്തര സംഭാഷണങ്ങൾ നടത്തുക.
(i) തീവ്രവാദി സംഘടനകളുമായി ചർച്ച നടത്തുക.
(j) അടിസ്ഥാന സൗകര്യങ്ങൾ വിപുലപ്പെടുത്തുക.
(k) അതിർത്തിക്ക് ഇരുപുറവും താമസിക്കുന്നവർക്ക് സ്വന്തക്കാരേയും ബന്ധുക്കളേയും കാണാനായി അടിയന്തരമാർഗ്ഗങ്ങൾ തുറന്നുകൊടുക്കുക.

ഉപരിയായി പരസ്പര സ്നേഹവും ത്യാഗവും വിട്ടുവീഴ്ചകളിലൂടെയും ഇനിയെങ്കിലും അധികാരികൾ കാശ്മീർ പ്രശ്ന പരിഹാരത്തിനായി ശ്രമിക്കേണ്ടതാണ്.

ഏകദേശം 22,22,699 കി. മീ. വ്യാപ്തിയുള്ള കാശ്മീർ താഴ്‌വര അശാന്തിയുടെയും നഷ്ടസ്വപ്നങ്ങളുടെയും വിലാപങ്ങളുടെയും താഴ്‌വരയായി മാറിക്കൊണ്ടിരിക്കുകയാണ്. 1947 മുതൽ ഈയൊരു സംസ്ഥാനത്തിനു വേണ്ടി കോടികളാണ് ചെലവഴിച്ചിരിക്കുന്നത്. 14 ജില്ലകൾ ഉള്ള സംസ്ഥാനത്ത് 6 ഓളം ജില്ലകളിലാണ് തീവ്രവാദത്തിന്റെ വിത്തുകൾ അവിടവിടെയായി കാണുന്നത്. രാഷ്ട്രീയക്കാരുടെ കപടനാടകങ്ങൾക്ക് ഇരകളാകുന്ന കാശ്മീരികൾക്ക് നീതി ഒരിടത്ത് നിന്നും ലഭിക്കുന്നില്ല. 100 നിയമസഭാ മണ്ഡലങ്ങൾ ഉള്ള സംസ്ഥാനത്ത് 24 മണ്ഡലങ്ങൾ ഇന്നും പാക്ക് അധീന കാശ്മീരിലാണ്. സ്വന്തം കൺമുന്നിൽവച്ച് മക്കളെ പീഡിപ്പിക്കുന്നത് കണ്ട് മാനസികനില തെറ്റിയ കുടുംബങ്ങൾ, മാതാപിതാക്കൾ നഷ്ടപ്പെട്ട ബാല്യങ്ങൾ, മതത്തിന്റെ പേരിൽ ഭീകരാന്തരീക്ഷം സൃഷ്ടിച്ച് സമുദായത്തെ ഒന്നടങ്കം ശത്രുവായി കാണാൻ മറ്റുള്ളവരെ പ്രേരിപ്പിക്കുന്ന സാത്താന്റെ സന്തതികളുടെ പ്രവർത്തനങ്ങൾ, മക്കളുടെ ശോഭനമായ ഭാവി ഓർത്ത് വിലപിക്കുന്ന കുടുംബങ്ങൾ, മൗലിക അവകാശങ്ങളും ആദർശങ്ങളും സംസ്കാരങ്ങളും ആസ്വദിക്കാൻ കഴിയാതെ തോക്കിന്റെ മുനയിൽ മാതൃരാജ്യത്ത് ഭീരുക്കളെപ്പോലെ ജീവിക്കുന്ന ജനത ഒരുപക്ഷേ, ജമ്മുകാശ്മീരികളായിരിക്കാം. മുഫ്തി മുഹമ്മദ് സയ്യിദിന്റെ മക്കളെ തട്ടിക്കൊണ്ടുപോയ രാഷ്ട്രീയ നാടകവും കണ്ഡഹാർ സംഭവവും അതിനുവേണ്ടി കാശ്മീരിലെ ജയിലിൽ കിടന്ന മൗലാന മസൂദ് അസ്സർ, ഉമ്മർസെയ്ദന്ന എന്നീ ഭീകരരുടെ മോചനവും ഒക്കെ സാധാരണ കാശ്മീരികൾക്ക് ഭയം മാത്രമേ നല്കിയിട്ടുള്ളൂ.

കന്യാകുമാരി മുതൽ കാശ്മീർ വരെ ഇന്ത്യ ഒന്നാണ് എന്ന് ചിന്തിക്കുന്ന നമ്മൾ, ഒക്കെ മറന്ന് രാജ്യത്തിന്റെ പുരോഗതിക്ക് വേണ്ടി യത്നിക്കേണ്ട സമയമാണിത്. ജാതിയുടെയും മതത്തിന്റെയും വംശീയതയുടെയും പേരിൽ തമ്മിലടിക്കാതെ ഭാരതത്തിന്റെ അഖണ്ഡതയ്ക്ക് വേണ്ടി വിട്ടുവീഴ്ച ചെയ്യേണ്ട സമയമാണിത്. കാശ്മീരിന്റെ പ്രതാപം നഷ്ടപ്പെട്ടു മഹത്വം ഇല്ല, സമാധാനം ഇല്ല, സ്നേഹിക്കാൻ കഴിയുന്നില്ല, ശരാശരി കാശ്മീരി ആർക്കോ വേണ്ടി, എന്തിനോ വേണ്ടി ജീവിക്കുന്ന ഹതഭാഗ്യർ. 2010 ൽ യാദൃച്ഛികമായിട്ടാണ് അഫ്സലിനെ പരിചയപ്പെട്ടത്. ഡിഗ്രി വരെ പഠിച്ച യുവാവ്. പിതാവിനെ ഒറ്റുകാരൻ എന്നാരോപിച്ച ഭീകരർ കൊന്നു. മാതാവിനെയും സഹോദരി രഹനയേയും ഉപേക്ഷിച്ച് പല പ്രാവശ്യം മരിക്കാൻ ശ്രമിച്ചതാ. വിജയിച്ചില്ലെന്നുമാത്രം. ഒരുപക്ഷേ, ഈ ദുരന്തഭൂമി പറുദീസയായി മാറിയാലോ ആ പ്രതീക്ഷകളാണ് അഫ്സലിനെപോലുള്ളവർ നിന്ദകളും അപമാനങ്ങളും കണ്ണുനീരുകളും സഹിച്ചുകൊണ്ട് ജീവിതം മുന്നോട്ടുനയിക്കുന്നത്. ഇന്നാകട്ടെ ഏകദേശം 63%

ജമ്മുകാശ്മീരികൾ ഇന്ത്യയോടൊപ്പം നില്ക്കാനും 33% സ്വതന്ത്ര കാശ്മീരികളും 6% പാകിസ്ഥാനോടൊപ്പം ചേരാനും ആഗ്രഹിക്കുന്നു.

ലോകത്ത് എവിടെയെങ്കിലും ആരെങ്കിലും അനശ്വര സമാധാനം ആഗ്രഹിക്കുന്നുവെങ്കിൽ ആർമിക്കോ ഗ്രനേഡുകൾക്കോ എ കെ 47 നോ സമാധാനം കൊണ്ടുവരാൻ കഴിയില്ല. ശാശ്വത സമാധാനം എന്നത് വ്യക്തികളുടെ ഹൃദയത്തിൽ നിന്നാണ്, അല്ലാതെ രക്തച്ചൊരിച്ചിലിലൂടെയല്ല. ഇത് തന്നെയാണ് കാശ്മീരികളും ഇന്ത്യയിൽനിന്ന് പ്രതീക്ഷിക്കുന്നത്. എബ്രഹാം ലിങ്കൺ പറഞ്ഞതുപോലെ "സ്നേഹം കൊണ്ടല്ലാതെ നിങ്ങൾക്ക് ആരെയും കീഴ്പ്പെടുത്താനാവില്ല. ആദ്യം അവനെ സ്നേഹിക്കുന്നു എന്ന് ബോദ്ധ്യമായാൽ ഹൃദയത്തിന്റെ വാതിൽ തുറന്ന് തരും. പിന്നെ ഒക്കെ സമാധാനപരമായി അവസാനിക്കും."

Untill my last breath, I will stand for the glory of my motherland.... what about you

Will you stand for it?

കാശ്മീരി ജനത ഇന്ത്യയോടൊപ്പം നില്ക്കാൻ തയ്യാർ

കാശ്മീർ പീപ്പിൾസ് കോൺഫറൻസിന്റെ ചെയർമാനും മുൻ സംസ്ഥാന മന്ത്രിയുമായ സജാദ്ഗനി ലോണുമായി റാവർപ്പുരയിലെ വീട്ടിൽവച്ച് നടത്തിയ അഭിമുഖം.

അന്തരിച്ച ഹുറിയത്ത് നേതാവായിരുന്ന അബ്ദുൾഗനി ലോണിന്റെ മകനാണ് സജാദ്ഗനി ലോൺ. മുമ്പ് ഇന്ത്യവിരുദ്ധ പ്രവർത്തനങ്ങളിൽ പങ്കെടുത്തിരുന്നെങ്കിലും ഇന്ന് ഇന്ത്യക്ക് വേണ്ടിയും, സമാധാനത്തിനും, സുരക്ഷിതത്വത്തിനുവേണ്ടിയും വാദിക്കുന്നു. കഴിഞ്ഞ നിയമസഭാ ഇലക്ഷനിൽ കുപ്പുവാരയിൽനിന്ന് സഹോദരി ഷബ്നം ഗനിലോൺ മത്സരിക്കുകയുണ്ടായി. കഴിഞ്ഞ ലോകസഭാ ഇലക്ഷനിൽ ബാരമുള്ളയിൽനിന്ന് സജാഗ്ദനി ലോണും സ്വതന്ത്രനായി മത്സരിക്കുകയുണ്ടായി. *അച്ചിവബിൾ നാഷൻ ഹുഡ്* എന്ന ഗ്രന്ഥത്തിന്റെ രചയിതാവ് കൂടിയാണ്.

ഭീകരതയുടെ അന്തരീക്ഷം കാശ്മീർ താഴ്വരയിൽ സൃഷ്ടിച്ച താങ്കൾക്കും സഹപ്രവർത്തകർക്കും എങ്ങനെ സമാധാനത്തിനായി വാദിക്കാൻ കഴിയും?

ജമ്മുകാശ്മീർ പീപ്പിൾസ് കോൺഫറൻസ് ഒരിക്കലും താഴ്വരയിൽ ഗൺ സംസ്കാരത്തെ അനുകൂലിച്ചിട്ടില്ല. ഞങ്ങൾ ഇന്ത്യയോടാവശ്യപ്പെട്ടത് 1947 നവംബർ 2 ന് ആദ്യ പ്രധാനമന്ത്രിയായ ജവഹർലാൽ നെഹ്റു കാശ്മീരികൾക്ക് നല്കിയ വാഗ്ദാനമായ ജനഹിതം നടപ്പിലാക്കാനാണ്. ആൾ ഇന്ത്യ റേഡിയോ പ്രക്ഷേപണം ചെയ്തത് ഇന്ത്യയിലെ ജനങ്ങൾ കേട്ടതല്ലേ!

താങ്കൾ എന്തിനാണ് അയർലന്റ് മോഡൽ നടപ്പാക്കണം എന്നാവശ്യപ്പെട്ടത്?

വർഷങ്ങളായി കത്തോലിക്കരും, പ്രോട്ടസ്റ്റന്റുകാരുമായി ആക്രമണത്തിലായിരുന്ന പ്രദേശങ്ങളിൽ ഗുഡ്ഫൈഡ്രേ എഗ്രിമെന്റ് പ്രകാരം സമാധാനം സ്ഥാപിതമായില്ലേ. സമർപ്പണം, വിട്ടുവീഴ്ചകളിലൂടെ ഇവിടെയും ഇന്ത്യൻ ഗവൺമെന്റിന് സമാധാനം നടപ്പിലാക്കാവുന്നതല്ലേ.

കാശ്മീരികൾക്ക് ഇന്ത്യയോടൊപ്പം നില്ക്കാനുള്ള ആഗ്രഹമല്ലേ ഇലക്ഷൻ സൂചിപ്പിക്കുന്നത്?

ഇലക്ഷൻ ഞങ്ങൾ ഒരിക്കലും ബഹിഷ്കരിച്ചിട്ടില്ല.

എത്രകാലം ഈ വേദനകൾ, കഷ്ടങ്ങൾ, ദുരിതങ്ങൾ ഒക്കെ ഇന്ത്യക്കാർ സഹിക്കണം?

സമാധാനം എന്ന പ്രക്രിയ ഒറ്റയടിക്ക് സ്ഥാപിക്കാൻ കഴിയില്ല. നിങ്ങൾക്കറിയാമോ മുൻപ് ഈദിന് മുമ്പ് 35 ദിവസം ഞാൻ വീട്ടുതടങ്കലിലായിരുന്നു. അപ്രതീക്ഷിത കർഫ്യൂകൾ, ബന്ദ്, ഹർത്താലുകൾ, സമരങ്ങൾ ഒക്കെ ഞങ്ങളുടെ ജീവിതത്തിന്റെ ഭാഗമായി. ഇന്ത്യൻ ഭരണഘടന വിഭാവന ചെയ്യുന്ന മൗലിക അവകാശങ്ങൾ എന്തുകൊണ്ട് കാശ്മീരികൾക്ക് ലഭ്യമാകുന്നില്ല.

ഞങ്ങൾ സമാധാനത്തിന് എതിരല്ല, ഇന്ത്യ നടത്തുന്ന സമാധാന ചർച്ചകളിലും പാകിസ്ഥാനുമായുള്ള ചർച്ചകളിലും ഞാൻ പങ്കെടുക്കുന്നുണ്ട്. രാഷ്ട്രീയ നെറികേടുകൾ, രാഷ്ട്രീയകളികൾ, അവസരവാദനയങ്ങൾ ഒക്കെ അവസാനിപ്പിച്ചാൽ മാത്രമേ സമാധാനം സാദ്ധ്യമാകൂ. കാശ്മീരി ജനതയുടെ സമാധാന ശ്രമങ്ങളെ ന്യൂഡൽഹി ദൗർബല്യമായി കരുതരുത്. പണ്ഡിറ്റുകളുടെ ജീവന് എന്തുകൊണ്ട് കാശ്മീരിൽ സംരക്ഷണം നല്കുന്നില്ല?

പണ്ഡിറ്റുകളോട് മടങ്ങിവരാൻ ഞങ്ങൾ അഭ്യർത്ഥിച്ചതാണ്. ശ്രീനഗറിലെ ശങ്കരാചാര്യക്ഷേത്രത്തിലെ പൂജാരി എത്രയോ വർഷങ്ങളായി പൂജ നടത്തുന്നു. അദ്ദേഹത്തോട് ചോദിക്കു. അമർനാഥ് യാത്രയുമായി ബന്ധപ്പെട്ടു പ്രശ്നങ്ങൾ കാശ്മീരികൾക്ക് നേരെയാണല്ലോ വിരൽ ചൂണ്ടുന്നത്?

യഥാർത്ഥ മുസൽമാൻ ഒരിക്കലും മറ്റ് മതത്തിനു നേരെ തോക്കെടുക്കില്ല. അമർനാഥ് ക്ഷേത്രത്തിലേക്ക് എത്രയോ വർഷങ്ങളായി തീർത്ഥാടകർ സുരക്ഷിതമായി സഞ്ചരിക്കുന്നു. മുസ്ലീങ്ങൾ അവരെ ആക്രമിച്ചോ? അറിയുന്ന പ്രശ്നമല്ലേയിത്. ഞാനൊരിക്കലും ദേശദ്രോഹിയായി പ്രവർത്തിക്കില്ല. ഞങ്ങൾ പ്രതീക്ഷിക്കുന്നതും പ്രവർത്തിക്കുന്നതും സമാധാനത്തിന് വേണ്ടി തന്നെയാണ്. ആ പ്രക്രിയയിൽ മരണം സംഭവിച്ചാൽ പോലും. ഇന്ത്യാക്കാർ ഒരിക്കലും സജാദ്ഗനി ലോണിനെ രാജ്യദ്രോഹിയായി കാണരുത്.

വെടിയുണ്ടകൾക്ക് മുന്നിലും പതറാത്ത ജനനേതാവ് മുഹമ്മദ് യുസഫ് തരിഗാമി

ശ്രീനഗറിലെ സൊണാവാറിലുള്ള എച്ച് 1 വസ്തിയിൽ വച്ച് സഖാവ് മുഹമ്മദ് യൂസഫ് തരിഗാമി എം എൽ എ യുമായി നടത്തിയ അഭിമുഖം.

അനന്ത്നാഗ് ജില്ലയിലെ തരിഗാം വില്ലേജിലാണ് ജനനം. ചെറുപ്പത്തിലെ തന്നെ ഇടതുപക്ഷ ആശയങ്ങളിൽ ആകൃഷ്ടനാവുകയും പാർട്ടിയിൽ അംഗത്വം നേടുകയും ചെയ്തു. കഴിഞ്ഞ മൂന്ന് നിയമസഭാ തിരഞ്ഞെടുപ്പുകളിലും കമ്യൂണിസ്റ്റ് പാർട്ടി ഓഫ് ഇന്ത്യ മാർക്സിസ്റ്റ് സ്ഥാനാർത്ഥിയായി വിജയിച്ചു. 2008 ലെ നിയമസഭാ ഇലക്ഷനിൽ കുൽഗാം മണ്ഡലത്തിൽ മതവർഗ്ഗീയതകൾക്കിടയിൽനിന്നും വൻഭൂരിപക്ഷം നല്കി ജനങ്ങൾ തിരഞ്ഞെടുത്തു. 2005, 2006, 2007, 2008 ഒക്കെ ലഷ്ക്കറെ തൊയിബ, ഹിസ്മുർമുജാഹിദ്ദീൻ തീവ്രവാദ സംഘടനകളുടെ ആക്രമണത്തിൽ നിന്നും അത്ഭുതകരമായി രക്ഷപ്പെട്ടു. കാശ്മീർ താഴ്‌വരയിൽ ഇസഡ് കാറ്റഗറി ലഭിക്കുന്ന അപൂർവ്വം രാഷ്ട്രീയ നേതാക്കളിൽ ഒരാൾ. ഇന്ന് പാർട്ടിയുടെ സംസ്ഥാന സെക്രട്ടറിയംഗമായും സെൻട്രൽ കമ്മിറ്റിയംഗമായും പ്രവർത്തിക്കുന്നു. ഒരു മകൾ ഉണ്ട്. ഒരാൺകുട്ടിയെ ദത്തെടുത്ത് വളർത്തുന്നു. സെക്യുലറിസത്തിന് വേണ്ടി വ്യക്തിജീവിതത്തിൽ ഇത്രത്തോളം ത്യാഗം സഹിച്ച മറ്റൊരു നേതാവും കാശ്മീർ താഴ്‌വരയിൽ ഇല്ല. അതുകൊണ്ടാണ് തീവ്രവാദികളും മതവിഘടനവാദികളും ഉയർത്തുന്ന വെല്ലുവിളികളെയും മറികടന്നു വീണ്ടും വീണ്ടും ജനങ്ങൾ അവസരം നല്കുന്നത്. കക്ഷി രാഷ്ട്രീയഭേദമെന്യേ എല്ലാവർക്കും പ്രിയങ്കരനാണ്. മുഹമ്മദ് യുസഫ് റഥോർ എന്ന തരിഗാമി.

കഴിഞ്ഞ 15 വർഷത്തെ കാശ്മീർ താഴ്‌വരയിലെ ജനപ്രതിനിധി എന്ന നിലയിൽ കാശ്മീർ പ്രശ്നത്തെ എങ്ങനെ കാണുന്നു?

വളരെക്കാലത്തെ പരിചയംകൊണ്ട് ഞാൻ മനസ്സിലാക്കിയിരിക്കുന്നത് പാകിസ്ഥാന്റെ ഇരട്ടത്താപ്പ് നയങ്ങളും പ്രവർത്തനങ്ങളുമാണ് ഇതിനെ സങ്കീർണ്ണമാക്കിയത് എന്നാണ്. ന്യൂഡൽഹിയിലും പാകിസ്ഥാനിലും നടന്ന വട്ടമേശ സമ്മേളനങ്ങളിൽ ഒക്കെ വിശദമായി പറഞ്ഞിട്ടുള്ളതാണ് പാകിസ്ഥാന്റെ അനാവശ്യ ഇടപെടലുകൾ കാശ്മീരിൽ നിർത്തണം, അതോടൊപ്പം കയറ്റുമതി തീവ്രവാദം, ട്രെയിനിങ് ക്യാമ്പുകൾ, മതമൗലിക വാദത്തെ പ്രോത്സാഹിപ്പിക്കുന്നത്, പിന്നെ ഐ എസ് എയുടെ പണം കൊണ്ടുള്ള കളികളും. കാശ്മീരികൾ തങ്ങളുടെ ഐഡന്റിറ്റി നഷ്ടപ്പെടുമോ എന്ന ഭയത്തിലാണ്. സ്വാതന്ത്ര്യത്തിനുശേഷം ആദ്യമായി ഭൂപരിഷ്കാരം നടപ്പിലാക്കിയ സംസ്ഥാനമാണിത് കേരളത്തിനുമുമ്പ്. പക്ഷേ, ഒക്കെ നഷ്ടപ്പെട്ടു. എന്തിനോ വേണ്ടി, ആർക്കോ വേണ്ടി, വിധ്വംസക പ്രവർത്തനങ്ങൾ.

കാശ്മീരികളുടെ സ്വാതന്ത്ര്യവാഞ്ഛയ്ക്ക് കാരണം ജവഹർലാൽ നെഹ്റുവിന്റെ ജനഹിതമാണ് എന്നാണല്ലോ?

അന്നത്തെ സാഹചര്യത്തിൽ നെഹ്റു എന്തുകൊണ്ട് ജനഹിതം എന്ന വാക്ക് ഉപയോഗിച്ചു എന്നറിഞ്ഞുകൂടാ. ഇന്നാകട്ടെ ജനഹിതത്തിന് മറ്റൊരു പ്രസക്തിയും ഇല്ല. കഴിഞ്ഞ മൂന്ന് ഇലക്ഷനുകളിലും ജനങ്ങൾ ജനാധിപത്യത്തിൽ എന്താഗ്രഹിക്കുന്നു എന്നു നോക്കിയോ? കാശ്മീരികൾക്ക് അറിയാം പിശാചിന്റെ സന്തതികളാണ് ജനഹിതത്തിനുവേണ്ടി വാദിക്കുന്നത്.

കഴിഞ്ഞ മൂന്ന് ഇലക്ഷനുകളിലും കമ്യൂണിസ്റ്റ് പാർട്ടിയുടെ സ്ഥാനാർത്ഥിയായി എങ്ങനെ വിജയിച്ചു. പ്രത്യേകിച്ച് മുസ്ലീം വിരുദ്ധനാണെന്ന് ജമാ -അത്തെ-ഇസ്ലാമി പോലുള്ള പാർട്ടികൾ പറയുമ്പോൾ?

എന്നെ ജനങ്ങൾക്ക് നന്നായിട്ടറിയാം. എന്റെ പാർട്ടിയുടെ ആശയങ്ങൾ, ലക്ഷ്യങ്ങൾ ഒക്കെ അവർക്കറിയാം. മതത്തിനു വേണ്ടിയല്ല സെക്യുലറിസത്തിന് വേണ്ടിയാണ് ഞാൻ നിലകൊള്ളുന്നതെന്നും. കഴിഞ്ഞ നവംബറിൽ ഇലക്ഷൻ സമയത്ത് അപകടം സംഭവിച്ച് ആശുപത്രിയിലായി. അന്നേരം കുൽഗ്രാമം മണ്ഡലത്തിലെ നാഷണൽ കോൺഫറൻസ്, കോൺഗ്രസ്, പി ഡി പി പാർട്ടിക്കാർ വിശ്വസിച്ചത് തരിഗാമിയുടെ കാലം കഴിഞ്ഞുവെന്ന്. പക്ഷേ, എന്നെ വീണ്ടും തിരഞ്ഞെടുത്തില്ലേ? അവർക്കു വേണ്ടി അവരിലൊരാളായിട്ടാണ് നില്ക്കുന്നത്. അസമത്വങ്ങൾ, മനുഷ്യാവകാശ ലംഘനങ്ങൾ, നീതി നിഷേധങ്ങൾ, സാമ്രാജ്യത്വ മേധാവിത്വങ്ങൾ ഇവയ്ക്കൊക്കെ എതിരെ ശബ്ദമുയർത്തുന്ന പാർട്ടിയുടെ നാമത്തിലാണ് ഞാൻ മത്സരിക്കുന്നത്. എന്റെ മരണംവരെയും ചെങ്കൊടിയുടെ ഉയർച്ചയ്ക്ക് വേണ്ടി മാത്രമായിരിക്കും എന്റെ പ്രവർത്തനങ്ങൾ.

പാകിസ്ഥാൻ പറയുന്നു ഇന്ത്യയുടെ അതിർത്തി മാറ്റിവരച്ചാൽ പ്രശ്നം തീരുമെന്ന്?

ഒരിക്കലും ഇല്ല. പാകിസ്ഥാന് യാതൊരു ആത്മാർത്ഥതയും ഇല്ല. കാശ്മീർ പ്രശ്നം തീർപ്പാക്കാൻ വെറുതേ ഇസ്ലാം സഹോദരന്മാരെ - രക്ഷിക്കാൻ എന്ന വ്യാജേന എന്തെല്ലാം നീതിനിഷേധങ്ങളാണ് ഈ താഴ്വരയിൽ നടത്തുന്നത്.

പല തീവ്രവാദികളും താങ്കളുടെ ആശയങ്ങൾ മനസ്സിലാക്കിയാണ് കീഴടങ്ങിയത് എന്ന് അറിഞ്ഞു ശരിയാണോ?

എന്റെ ആശയങ്ങൾ അല്ല എന്റെ പാർട്ടിയുടെ ആശയങ്ങളിലൂടെ പ്രവർത്തിക്കുന്നു. ഒരുപക്ഷേ, അവർക്ക് ഇഷ്ടപ്പെടുകയും തെറ്റ് മനസ്സിലാക്കി കീഴടങ്ങിയുമിരിക്കാം. താങ്കൾക്കറിയാമോ 1989 മുതൽ ഈ നിമിഷം വരെയും കാശ്മീരിലെ എല്ലാ തീവ്രവാദി ഗ്രൂപ്പുകളുടെയും ലക്ഷ്യം എന്നെ കൊല്ലുക എന്നതാണ്. യൂസഫ് തരിഗാമിയെ കൊല്ലാൻ

ഒരുപക്ഷേ, കഴിഞ്ഞേക്കാം. പക്ഷേ, എന്റെ പാർട്ടിയുടെ ആശയങ്ങളെയോ നയങ്ങളെയോ എന്റെ പ്രവർത്തനങ്ങളെയോ നശിപ്പിക്കാൻ കഴിയില്ല.

കാശ്മീരിൽ എങ്ങനെ സമാധാനം സ്ഥാപിക്കാം?

സമാധാനം അരികിലുണ്ട്. പക്ഷേ, ഇരുരാഷ്ട്രങ്ങളുടെയും ആത്മാർത്ഥതയില്ലായ്മ തടസ്സങ്ങൾ സൃഷ്ടിക്കുന്നു. അതിർത്തികൾ തുറന്ന് കൊടുക്കുക, ആർട്ടിക്കിൾ 370 പഴയപടി പുനഃസ്ഥാപിക്കുക. കൂടുതൽ സ്വയംഭരണം നല്കുക, അനാവശ്യ രാഷ്ട്രീയ ഇടപെടലുകൾ അവസാനിപ്പിക്കുക. വിഭജനം ഒന്നിനും പരിഹാരമല്ല. വിഭജിച്ചവർ ഒക്കെ ഒന്നിച്ച ചരിത്രമില്ലേ? അതിനർത്ഥം പാകിസ്ഥാനും ഇന്ത്യയും ഒന്നിക്കണം എന്നല്ല ഇരുരാജ്യങ്ങളുടെയും ജനങ്ങളുടെ മനസ്സുകളിൽ സൃഷ്ടിച്ചിരിക്കുന്ന മുറിവുകൾ, വിഭജനങ്ങൾ ഒക്കെ മാറണം.

1500 വർഷം പഴക്കമുള്ള സംസ്ഥാനത്തിന്റെ ആചാരങ്ങളുടെയും അനുഷ്ഠാനങ്ങളുടെയും പരാജയമല്ലേ പണ്ഡിറ്റുകളുടെ പലായനം?

പണ്ഡിറ്റുകളുടെ പ്രശ്നത്തിൽ ഞങ്ങളുടെ പാർട്ടി പറഞ്ഞിട്ടുള്ളതാണ് തീവ്രവാദികളുടെ പവർഗെയിമിന്റെ ഇരകളാണ് പണ്ഡിറ്റുകൾ. പക്ഷേ, ഇത് പ്രതിരോധിക്കാനായി അന്ന് ഭരണം നടത്തിയവർ യാതൊന്നും ചെയ്തില്ല. ബി ജെ പി എന്തിനുവേണ്ടി പണ്ഡിറ്റുകളുടെ പേരിൽ മുതലക്കണ്ണീർ ഒഴുക്കുന്നു. അവർ ഭരണത്തിൽ വന്നപ്പോൾ ഇവർക്കുവേണ്ടി എന്തെങ്കിലും ചെയ്തോ? കാശ്മീർ താഴ്‌വരയിലെ പല ക്ഷേത്രങ്ങളേയും സംരക്ഷിക്കുന്നത് സെക്യുലറിസത്തിൽ വിശ്വസിക്കുന്ന കാശ്മീരികളാണ്. പണ്ഡിറ്റുകളോട് മടങ്ങിവരാനായി ആവശ്യപ്പെട്ടിട്ടുണ്ട്. ഇനി മടങ്ങിവന്നാൽ ഇവരെ ആര് സംരക്ഷിക്കും, അടിസ്ഥാന സൗകര്യങ്ങൾ ഒരുക്കുമോ, ആചാരങ്ങൾ, അനുഷ്ഠാനങ്ങൾ ഒക്കെ തുടരാൻ അനുവദിക്കുമോ? അതോ വീണ്ടും മതതീവ്രവാദികൾ കൂട്ടക്കൊല നടത്തുമോ? ഉത്തരവാദപ്പെട്ടവർ ഇതിനൊക്കെ മറുപടി പറയേണ്ടതായിട്ടുണ്ട്. കാശ്മീരികൾ പാലും പണ്ഡിറ്റുകൾ പഞ്ചസാരയുമാണ്. രണ്ടും ഒന്നിച്ചാലേ കാശ്മീർ ചരിത്രം പൂർണ്ണമാകൂ.

കാശ്മീരികൾ അവസാനശ്വാസം വരെയും ഇന്ത്യയോടൊപ്പം നില്ക്കുമോ?

തീർച്ചയായും ഉറച്ചുനില്ക്കും. കാശ്മീരിനെക്കുറിച്ച് യാതൊന്നും അറിയാത്ത അവസരവാദികളുടെ അഭിപ്രായങ്ങൾക്ക് പ്രസക്തിയില്ല. നോക്കൂ എന്ത് മാത്രം ഭീഷണി, സമ്മർദ്ദങ്ങൾക്കിടയിലാണ് കാശ്മീരികൾ സെക്യുലറിസത്തെ നിലനിർത്താനായി പോളിങ് ബൂത്തിലേക്ക് പോയത്. 65% വോട്ടിങ് നടന്നതിൽ ചിലർക്ക് ഇതൊന്നും ഇഷ്ടപ്പെട്ടില്ല. വീട്ടമ്മമാർ മുതൽ പാടത്ത് പണിയെടുക്കുന്നവർ വരെ വിഘടനവാദത്തെ തള്ളിപ്പറഞ്ഞിരിക്കുകയാണ്. എങ്കിലും അവിടവിടെയായി സാത്താന്റെ സന്തതികൾ തലപൊക്കുന്നുമുണ്ട്.

ഇത്രയൊക്കെ നേടിയിട്ടും പൂർത്തിയാകാത്ത എന്തെങ്കിലും ആഗ്രഹം ബാക്കിയുണ്ടോ?

എനിക്കോ... ഇല്ല. ഒന്നുമല്ലാത്ത യൂസഫ് തരിഗാമിയെ ഇത്രത്തോളമാക്കിയത് എന്റെ പാർട്ടിയാണ്. കമ്യൂണിസ്റ്റ് പാർട്ടിയാണ് എന്റെ ശരീരം. ഇതിനെ ഉപേക്ഷിച്ച് മറ്റൊന്നും ഇല്ല. ജീവിച്ചാലും മരിച്ചാലും അടിച്ചമർത്തപ്പെട്ട, കഷ്ടപ്പെടുന്ന, പാവപ്പെട്ടവനോടൊപ്പം ഞാൻ കാണും.

മുൻ കേന്ദ്ര ഊർജ്ജവകുപ്പുമന്ത്രി, നാഷണൽ കോൺഫറൻസിന്റെ ചെയർമാൻ, മുൻ മുഖ്യമന്ത്രി, പ്രതിപക്ഷനേതാവ് എന്നീ നിലകളിൽ പ്രവർത്തിച്ച ഫറൂഖ് അബ്ദുള്ളയുമായി ശ്രീനഗറിലെ, സൊനവാറിലുള്ള വസതിയിൽ വച്ച് നടത്തിയ അഭിമുഖത്തിന്റെ പ്രസക്തഭാഗങ്ങൾ.

കാശ്മീരിലെ സിംഹം എന്നറിയപ്പെടുന്ന ഷേയ്ക്ക് അബ്ദുള്ളയുടെ മകനാണ് ഫാറൂഖ് അബ്ദുള്ള. 1936 ഒക്ടോബർ 21 ന് സൗറയിലാണ് ജനനം. മെഡിക്കൽ ബിരുദത്തിനുശേഷം പിതാവിന്റെ മരണത്തെതുടർന്ന് രാഷ്ട്രീയത്തിലിറങ്ങുകയും മുഖ്യമന്ത്രിയാവുകയും ചെയ്തു. ബ്രിട്ടീഷുകാരി മോളിയാണ് ഭാര്യ. മകൾ സാറാ വിവാഹം ചെയ്തിരിക്കുന്നത് അന്തരിച്ച കോൺഗ്രസ് നേതാവായ രാജേഷ് പൈലറ്റിന്റെ മകൻ സച്ചിൻ പൈലറ്റിനെ. മുൻ മുഖ്യമന്ത്രിയും മകനുമായ ഒമർ അബ്ദുള്ള വിവാഹം ചെയ്തിരിക്കുന്നത് സിഖ്മത വിശ്വാസക്കാരിയേയും.

1947 നവംബർ 2 ന് ആൾ ഇന്ത്യ റേഡിയോവിലൂടെ പ്രധാനമന്ത്രിയായ ജവഹർലാൽ നെഹ്റു നടത്തിയ പ്രസംഗത്തിൽ കാശ്മീരി ജനതയ്ക്ക് നല്കിയ ജനഹിതം എന്ന വാക്കാണോ അസ്ഥിരതയ്ക്കും തീവ്രവാദത്തിനും കാരണം?

തീർച്ചയായും അല്ല. ജനഹിതം എന്നത് പഴഞ്ചൻ വാക്കാണ്. ഇന്ന് ജനഹിതത്തിന് പ്രസക്തിയില്ല. കഴിഞ്ഞ ഇലക്ഷനിൽ കണ്ടില്ലേ ഭീഷണികൾ മറികടന്ന് കാശ്മീരികൾ ബൂത്തിലേക്ക് മാർച്ച് ചെയ്തത്. ജനാധിപത്യത്തിന് അനുകൂലമായി വോട്ട് ചെയ്തത്. അതിനർത്ഥം ജനങ്ങളുടെ ഹിതം ഹിന്ദുസ്ഥാനോടൊപ്പം നില്ക്കാനാണ്.

എങ്കിൽ പിന്നെ തീവ്രവാദം ശക്തിപ്പെടുന്നതോ?

കാശ്മീരിൽ മുമ്പും തീവ്രവാദപ്രസ്ഥാനങ്ങളും, തീവ്രവാദികളും ഉണ്ടായിട്ടുണ്ട്. 2000 ത്തിനുശേഷം നോക്കൂ. ഇറക്കുമതി ചെയ്യപ്പെടുന്ന തീവ്രവാദത്തിന്റെ ഇരകൾ അല്ലേ കാശ്മീരികൾ. തൊഴിൽരഹിതരായ യുവാക്കൾക്ക് പണം നല്കി സഹോദരനെയും മാതാപിതാക്കളെയും കൊല്ലാൻ പഠിപ്പിച്ചു സംഘടനകളുണ്ട്. കാലത്തിന്റെ ഒഴുക്കിൽ ഇതൊക്കെ തകർന്നില്ലേ? കാശ്മീരികൾ തീവ്രവാദത്തിനും ഭീകരവാദത്തിനും എതിരാണ്. സമാധാനം നിലനിർത്തണം എന്നാണ് കാശ്മീരികൾ ആഗ്രഹിക്കുന്നത്.

കാശ്മീരിലെ സമാധാന പ്രക്രിയയിൽ താങ്കളുടെ പാർട്ടിയായ നാഷണൽ കോൺഫറൻസിന്റെ റോൾ എന്താണ്?

കാശ്മീരിൽ വിഘടനവാദം ആരംഭിച്ച നാൾ മുതൽ സമാധാനത്തിനായി വിട്ടുവീഴ്ചയില്ലാതെ പ്രവർത്തിക്കുന്ന പാർട്ടിയാണ് ഞങ്ങളുടേത്. എന്റെ പിതാവ് ഷേക്ക് അബ്ദുള്ളയെ ഒറ്റുകാരനെന്ന് തീവ്രവാദികളും, സമാധാനത്തിനായി ശ്രമിച്ചിട്ട് ഇന്ത്യൻ ഗവൺമെന്റ് തടവിലാക്കുകയും ചെയ്തില്ലേ. ഞങ്ങളുടെ എത്രയോ നേതാക്കളും പാർട്ടി പ്രവർത്തകരും തീവ്രവാദികളുടെ തോക്കിനിരയായി, കുടുംബങ്ങളെ നശിപ്പിച്ചു മാതാപിതാക്കന്മാർ, സഹോദരങ്ങൾ, ജന്മദേശം പോലും. ഈ നിമിഷം വരെയും സമാധാനപ്രക്രിയ ശാശ്വതമായി നടപ്പിൽ വരുത്താൻ ആത്മാർത്ഥമായി ശ്രമിക്കുന്ന പാർട്ടിയാണ് ഞങ്ങളുടേത്.

ഇന്ത്യൻ ഗവൺമെന്റ് നല്കുന്ന കോടികൾ കൊണ്ട് കാശ്മീരിൽ ശാശ്വത സമാധാനം സാദ്ധ്യമാണോ?

പണംകൊണ്ട് ലോകത്ത് ഒരിടത്തും ശാശ്വത സമാധാനം സാദ്ധ്യമല്ല. സ്നേഹത്തിലൂടെ മാത്രമേ സമാധാനം സൃഷ്ടിക്കാൻ കഴിയൂ. ഇന്ത്യൻ ഗവൺമെന്റ് നല്കുന്ന കോടികൾ ഭൂരിഭാഗവും ചെലവഴിക്കുന്നത് ആർമി, സി ആർ പി എഫ് രഹസ്യസംവിധാനങ്ങൾ, മിലിട്ടറി ആയുധങ്ങൾ ഒക്കെ വാങ്ങാനും, തീവ്രവാദത്തിനിരയായ നിരാലംബരായ പാവങ്ങൾക്ക് പുതുജീവിതം നല്കാനുമാണ്. കഴിഞ്ഞ പി ഡി പി/ബി ജെ പി ഭരണം കാശ്മീരിനെ 60 വർഷം പുറകിലോട്ടാക്കിയില്ലേ. മുൻപ് കേന്ദ്ര ഗവൺമെന്റ് നല്കിയ പരമാവധി സഹായവും കൈപ്പറ്റിയിട്ട് ചെലവഴിക്കാതെ 24 കോടി മടക്കി നല്കാനായി പ്രധാനമന്ത്രി മൻമോഹൻജിയോട് അപേക്ഷിച്ച ഭരണകർത്താക്കളും ഉണ്ട്.

സെക്യൂലറിസത്തിനാണോ തീവ്രവാദത്തിനാണോ ജനങ്ങൾ മുൻതൂക്കം നല്കുന്നത്, ഹൂറിയത്ത് നേതാക്കൾ പറയുന്നു സെക്യുലറിസത്തിനും തീവ്രവാദത്തിനും എതിരാണെന്ന് സെയ്ദ അലി ഷാഗിലാനിയുടെ ശബ്ദത്തിന് എന്തുകൊണ്ടാണ് ഇപ്പോഴും കാശ്മീരികൾ വില കല്പിക്കുന്നത്.

നോക്കൂ സഹോദരാ, ജനങ്ങളുടെ ഹിതം കാശ്മീരിൽ സെക്യുലർ ഗവൺമെന്റ് ഭരണം നടത്തണം എന്ന് തന്നെയാണ്. അതുകൊണ്ടല്ലേ കോൺഗ്രസ് സഹായത്തോടെ ഞങ്ങൾ ഭരണം നടത്തിയത്. തീവ്രവാദത്തിന് കാശ്മീരികൾ എതിരാണ്. ഇസ്ലാം ഒരിക്കലും തീവ്രവാദം അനുവദിക്കുന്നില്ല. ചില സാഹചര്യങ്ങളിൽ സമ്മർദ്ദങ്ങൾക്കടിമപ്പെട്ട് കാശ്മീരികൾ തീവ്രവാദികളോട് മുമ്പ് അനുഭാവം പ്രകടിപ്പിച്ചിട്ടുണ്ട്. പഴയതൊന്നിനും ഇപ്പോൾ പ്രസക്തിയില്ല. സെയ്ദലി ഷാ ഗിലാനിയുടെ സൽക്കർമ്മങ്ങൾക്ക് കാശ്മീരികൾ അംഗീകാരവും അവസരവാദനയങ്ങൾക്ക് തിരിച്ചടിയും നല്കാറുണ്ട്.

താങ്കൾ മുഖ്യമന്ത്രിയായിരുന്ന 1986 - 90 കാലയളവിലല്ലേ മൂന്നരലക്ഷം കാശ്മീരി പണ്ഡിറ്റുകൾക്ക് മാതൃസ്ഥാനം നഷ്ടപ്പെടാനും, താങ്കൾ പറയുന്ന സെക്യുലറിസത്തിന് വിരുദ്ധമായ കാര്യങ്ങൾ നടന്നതും?

കാശ്മീരി പണ്ഡിറ്റുകൾക്ക് എതിരായി ഞാൻ ഒന്നും തന്നെ ചെയ്തിട്ടില്ല. ഫാറൂഖ് അബ്ദുള്ളയ്ക്കോ, നാഷണൽ കോൺഫറൻസിനോ ഇതിൽ പങ്കില്ല. കാശ്മീരി മുസ്ലീങ്ങളുടെ ശരീരത്തിന്റെ ഭാഗമായിരുന്നു പണ്ഡിറ്റുകൾ. ഒരിക്കലും, ഈ നിമിഷം വരെ അവർക്ക് എതിരായി ഒന്നും തന്നെ ചെയ്തിട്ടില്ല. പാകിസ്ഥാന്റെ സഹായത്തോടെ തീവ്രവാദികൾ നടത്തിയ ആക്രമണ പരമ്പരകളുടെ അവസാനരംഗമാണ് പണ്ഡിറ്റുകളുടെ പലായനം. എന്റെ ജീവിതത്തിൽ ഏറ്റവും വിഷമം വരുത്തിയ സംഭവം കൂടിയാണിത്. *അൽഫറാൻ ന്യൂസ് പേപ്പറിൽ* തീവ്രവാദികളുടെ ഭീഷണി വന്നപ്പോൾ തന്നെ ഞാൻ പറഞ്ഞതാണ് ആരും കാശ്മീർ താഴ്വര വിട്ടു പോകരുത് എന്ന്. പക്ഷേ, അനാവശ്യഭീതി സൃഷ്ടിച്ചെടുത്ത തീവ്രവാദ സംഘടനകൾ സ്വതന്ത്ര കാശ്മീർ എന്ന സ്വപ്നം സാക്ഷാൽക്കരിക്കാനായി മതത്തിന്റെ പേരിൽ നടത്തിയ നാടകമായിരുന്നു ഇത്. തീർച്ചയായും ഞാൻ ഇഷ്ടപ്പെടുന്ന മതനിരപേക്ഷതയ്ക്ക് വിരുദ്ധമായിരുന്നു ഈ സംഭവം. കാശ്മീരി പണ്ഡിറ്റുകളെ മടക്കിക്കൊണ്ടുവരാനായി എല്ലാ രാഷ്ട്രീയകക്ഷികളും തീവ്രവാദ സംഘടനകളും കാശ്മീരി പണ്ഡിറ്റുകളോട് ആവശ്യപ്പെട്ടിട്ടുണ്ട്. ഉചിതമായ തീരുമാനം കൈക്കൊള്ളുമെന്ന് ഞാൻ പ്രതീക്ഷിക്കുന്നു.

നിരപരാധികൾ കൊല്ലപ്പെടുന്നു, നിരവധിപേർ അപ്രത്യക്ഷരാകുന്നു. കൊലപാതകങ്ങൾ, കൂട്ട ബലാത്സംഗങ്ങൾ, ആചാരങ്ങൾ, അനുഷ്ഠാനങ്ങൾ ഒക്കെ തകരുന്നു - കാശ്മീരിൽ എങ്ങനെ സമാധാനം സൃഷ്ടിച്ചെടുക്കാം?

ഒക്കെ ശരി തന്നെ. ഇന്ത്യയും പാകിസ്ഥാനുമായി ഹൃദയം തുറന്ന് സംസാരിച്ചാൽ ഈ പ്രശ്നം തീരും. ഇരുരാഷ്ട്രങ്ങളും തമ്മിലുള്ള വലിയ പ്രശ്നങ്ങൾക്ക് താല്ക്കാലിക വിട നല്കിയിട്ട്, ചെറിയ പ്രശ്നങ്ങൾക്ക് മുൻതൂക്കം നല്കുക, കാശ്മീരികളുടെ വ്യക്തിത്വം ഇരുരാഷ്ട്രങ്ങളും മനസ്സിലാക്കുകയും ഈഗോ ഉപേക്ഷിച്ച് വേദനിക്കുന്ന കാശ്മീരികൾക്ക് വിശ്വാസം കൂടി നല്കിയാൽ സമാധാനം സ്ഥാപിക്കാം. അതിനായിട്ടാണ് മൻമോഹൻജിയുടെ ഗവൺമെന്റ് ശ്രമിക്കുന്നതും സധൈര്യം മുന്നോട്ടു പോകുന്നതും.

സമാധാനം വരുമ്പോൾ, ആസാദ് കാശ്മീർ യാഥാർത്ഥ്യമാകുമോ?

ആസാദ് കാശ്മീർ ഒരിക്കലും യാഥാർത്ഥ്യമാകില്ല സഹോദരാ! കാശ്മീരികൾ ഒരിക്കലും സ്വതന്ത്ര കാശ്മീരിനായി ആഗ്രഹിച്ചിട്ടില്ല. തെരുവുകളിലും മാധ്യമങ്ങളിലും കാണുന്ന ആസാദ് കാശ്മീർ പ്രയോഗങ്ങൾ ഒക്കെ പാകിസ്ഥാന്റെ സൃഷ്ടികളാണ്. കാശ്മീരിന് സ്വാതന്ത്ര്യം ലഭിച്ചാൽ

സ്വന്തമായി നില്ക്കാൻ കഴിയുമോ? പാകിസ്ഥാൻ ഒരിക്കലും കാശ്മീരികളെ സ്വീകരിക്കില്ല. പിന്നെ മുസ്ലീങ്ങളെ തമ്മിലടിപ്പിച്ച് കാശ്മീരിയത്തിനെ നശിപ്പിക്കുക. ആസാദ് കാശ്മീർ അനാവശ്യം. ഭൂരിപക്ഷം കാശ്മീരികൾക്കും ഇന്ത്യയോടൊപ്പം നില്ക്കാനാണ് ആഗ്രഹം എന്നല്ലേ കഴിഞ്ഞ ഇലക്ഷനുകൾ തെളിയിച്ചത്. കാശ്മീരിലെ സമാധാന പ്രക്രിയയിൽ ആശയപരമായി വൈരുദ്ധ്യങ്ങൾ ഉണ്ടെങ്കിൽപ്പോലും എല്ലാ പാർട്ടികൾക്കും ആഗ്രഹം ഒന്നു മാത്രമാണ് കാശ്മീർ ഹിന്ദുസ്ഥാന്റെ ഭാഗമായി തുടരുക. എന്റെ അഭിലാഷവും അത് തന്നെയാണ്.

സമാധാനത്തിനായി ജമ്മുകാശ്മീർ ലിബറേഷൻ ഫ്രണ്ട് ആയുധ സംസ്കാരം ഉപേക്ഷിക്കുന്നു.

2011, മാർച്ച് 27 ന് ശ്രീനഗറിന് സമീപം മൈസുമ്മയിലെ ജെ കെ എൽ എഫിന്റെ ഓഫീസിൽവച്ച് ജനറൽ സെക്രട്ടറിയും കോ-ചെയർമാനുമായ ഷേഖ് അബ്ദുൾ റഷീദുമായി നടത്തിയ അഭിമുഖത്തിലെ പ്രസക്തഭാഗങ്ങൾ.

കാശ്മീർ താഴ്വരയിൽ തീവ്രവാദത്തിലൂടെ ഒട്ടനവധി ഉഗ്രവാദികളെ സൃഷ്ടിച്ചെടുത്ത സംഘടന കാശ്മീരിന്റെ സ്വാതന്ത്ര്യത്തിനായി ആയുധ സംസ്കാരം ഉപേക്ഷിക്കാനും മഹാത്മാഗാന്ധി, കാറൽ മാർക്സ്, ബുദ്ധൻ, അംബേദ്കർ, നെൽസൺ മണ്ടേല എന്നിവരുടെ ആശയങ്ങളിലൂടെ സ്വതന്ത്ര കാശ്മീർ സ്ഥാപിക്കുമെന്നും നേതാക്കൾ. കഴിഞ്ഞതിനൊന്നും പ്രസക്തിയില്ലെന്നും അക്രമം ഇനി ഒരിക്കലും കാശ്മീർ താഴ്വരയിൽ നടത്തില്ലെന്നും പറയുന്നു. ഈ സമാധാന പ്രേമം കാപട്യമാണോ, യാഥാർത്ഥ്യമാണോയെന്നു വരുംചരിത്രത്തിന് മാത്രമേ പറയാൻ കഴിയൂ.

ഇന്ത്യക്ക് സ്വാതന്ത്ര്യം ലഭിച്ചത് മുതൽ കാശ്മീരിനെ ഇന്ത്യയുടെ ഭാഗത്ത് നിന്നും മോചിപ്പിക്കാനായി റാവൽപിണ്ടിയിൽ ആരംഭിച്ച ജനകീയ കൂട്ടായ്മയാണ് 1963 മെയ് 12 ന് തുടങ്ങിയ ജമ്മുകാശ്മീർ പ്ലിബിസിറ്റി ഫ്രന്റ്. കാശ്മീർ താഴ്വരയിൽ ആയുധ സംസ്കാരത്തിന് തുടക്കംക്കുറിച്ച സംഘടന. മേജർ അമാനുള്ളഖാൻ, ഗുലാംമുഹമ്മദ് മീർ, ഹാഷിം ഹുറേഷി, മക്ബുൽബട്ട്, അമാനുള്ളഖാൻ എന്നിവരുടെ നേതൃത്വത്തിലായിരുന്നു ആരംഭം. തുടർന്ന് സംഘടനയുടെ പേര് നാഷണൽ ലിബറേഷൻ ഫ്രന്റ് എന്നാക്കി. ഇന്ത്യ ചൈന പാകിസ്ഥാനുമായും പരിധിയിൽ കൂടുതൽ ബന്ധം ഇല്ലെന്നു പറയുന്ന സംഘടന ഇസ്ലാമിക ആശയങ്ങൾക്കാണ് അല്പം മുൻതൂക്കം നല്കുന്നതെന്നും, ദേശീയ രാഷ്ട്രത്തിനാണ് ഇപ്പോൾ പ്രാമുഖ്യം നല്കുന്നതെന്നും പറയുന്നു. 1955 ൽ സംഘടന പിളരുകയും യാസീൻ മാലിക്ക് ചെയർമാനായി മിതവാദികളുടെ ജെ കെ എൽ എഫ് കാശ്മീരിൽ പ്രവർത്തനം ആരംഭിച്ചു. മുസാഫറാബാദ് കേന്ദ്രീകരിച്ച് അമാനുള്ളഖാന്റെ നേതൃത്വത്തിൽ തീവ്രവാദികളുടെ വിഭാഗവും പ്രവർത്തിക്കുന്നു.

1990 ലെ മൂന്നരലക്ഷം കാശ്മീരി പണ്ഡിറ്റുകൾക്ക് മാതൃരാജ്യം ഉപേ

ക്ഷിക്കാൻ നിമിത്തമായ ജെ കെ എൽ എഫ്, മനുഷ്യരക്തം കൊണ്ട് കാശ്മീരി താഴ്വരയിൽ രക്തരക്ഷസ്സിന്റെ പ്രതിരൂപമായിത്തീർന്ന സംഘടന. 2005 ആയപ്പോഴേക്കും ഗൺ സംസ്കാരം ഉപേക്ഷിച്ച്, ഗാന്ധിസത്തിലേക്ക് മടങ്ങിവന്നു. ജമ്മുകാശ്മീർ സ്റ്റുഡന്റ് ലിബറേഷൻ ഫ്രന്റ്, വനിതാവിഭാഗം ഒക്കെ ഉണ്ട്. എല്ലാ 11 ഫെബ്രുവരി മക്ബുൽബട്ടിന്റെ രക്തസാക്ഷിത്വ ദിനമായി കാശ്മീർവാലിയിൽ ആചരിക്കുന്നു.

കാശ്മീരിലെ ഹന്ദ്വാര ജില്ലയിലെ ട്രാഹ്ഗാം വില്ലേജിലെ കർഷക മാതാപിതാക്കളുടെ പുത്രനാണ് ഇന്ത്യൻ ഗവൺമെന്റിനേയും ഇന്ത്യൻ ആർമിയേയും വെല്ലുവിളിച്ചുകൊണ്ട് 1971 – 1976 വരെ കഴിഞ്ഞത്. ബാരമുള്ളയിലെ സെന്റ് ജോസഫ് കോളേജിൽനിന്ന് ഡിഗ്രി എടുത്തശേഷം അബദ്ധവശാൽ ചെന്നെത്തിയത് തീവ്രവാദ ആശയങ്ങളിലും. കാശ്മീരിനെ മോചിപ്പിക്കാനുള്ള ശ്രമങ്ങളിൽ പങ്കുകൊള്ളുകയും ആയുധ പരിശീലനത്തിനായി നൂറുകണക്കിനു യുവാക്കളോടൊപ്പം അതിർത്തി കടക്കുകയും ചെയ്തു. തുടർന്ന് പാകിസ്ഥാനിൽ പിടിയിലാവുകയും മോചനത്തിനായി 30 ജനുവരി 1971 ന് ശ്രീനഗറിൽ നിന്ന് ജമ്മുവിലേക്ക് പോയി വിമാനം 30 യാത്രക്കാരുമായി ഹാഷിം, അഷറഫ് ബുറേഷിയും ചേർന്ന് തട്ടിയെടുത്ത് ലാഹോർ എയർപോർട്ടിൽ ലാന്റ് ചെയ്യിപ്പിച്ചു. മോചനം ലഭിച്ചെങ്കിലും 1976 ൽ നുഴഞ്ഞു കയറ്റത്തിനിടെ ഇന്ത്യൻ ആർമിയുടെ പിടിയിലാവുകയും, 1978 ൽ സുപ്രീംകോടതി വധശിക്ഷ വിധിക്കുകയും 11 ഫെബ്രുവരി 1984 ൽ ഡൽഹിയിലെ തിഹാർ ജയിലിൽ വച്ച് തൂക്കിക്കൊല്ലുകയും ചെയ്തു. അനേകം ആർമി ഭടന്മാരുടെ മരണത്തിനും കാശ്മീരി പണ്ഡിറ്റുകളുടെ നേർക്കുള്ള ആക്രമണങ്ങൾക്ക് നേതൃത്വം നല്കിയ തീവ്രവാദിയായിരുന്നു മക്ബുൽബട്ട്. യു കെയിലെ ബർമ്മിംഹാമിലെ ഡിപ്ലോമാറ്റിനെ 1984 ന് വധിച്ചുകൊണ്ടാണ് ജെ കെ എൽ എഫ് പ്രതികാരം നിറവേറ്റിയത്.

നിരപരാധികളെ നശിപ്പിച്ച ഈ സംഘടനയ്ക്ക് എങ്ങനെ ഗാന്ധിയൻ ആദർശങ്ങളിൽ വിശ്വസിക്കാൻ കഴിയുന്നു?

പഴയകാല പ്രവൃത്തികൾക്ക് ഇപ്പോൾ പ്രസക്തിയില്ല. 2005 നുശേഷം ഞങ്ങൾ ആയുധ സംസ്കാരം ഉപേക്ഷിക്കുകയും രാഷ്ട്രീയ പാർട്ടിയായി പ്രവർത്തിക്കുകയും ചെയ്യുന്നു. ഗാന്ധിയൻ ആദർശങ്ങൾ മാത്രമല്ല ശ്രീബുദ്ധൻ, കാറൽ മാർക്സ്, നെൽസൺ മണ്ഡേല എന്നിവരുടെ ആശയങ്ങളും ഉൾക്കൊണ്ടിട്ടുണ്ട്.

കാശ്മീർ താഴ്വരയിൽ ഗൺ സംസ്കാരം, വളർത്തിയ സംഘടനയ്ക്ക് ഇത്ര പെട്ടെന്ന് തീവ്രവാദം ഉപേക്ഷിക്കാൻ കഴിയുമോ?

ലോകത്തുള്ള പല സംഘടനകളും പരിവർത്തനത്തിന് വിധേയമായിക്കൊണ്ടിരിക്കുമ്പോൾ ഞങ്ങളും മാറ്റത്തിനായി ആഗ്രഹിച്ചു. അണികളുമായി സംസാരിച്ചു. കഴിഞ്ഞതൊന്നും ആവർത്തിക്കില്ലെന്ന് കാശ്മീർ ജന

തയ്ക്ക് ഉറപ്പുനല്കുകയും തീവ്രവാദം ഉപേക്ഷിക്കുകയും ചെയ്തു. പക്ഷേ, ഞങ്ങളുടെ ലക്ഷ്യം കാശ്മീരിനെ സ്വതന്ത്രമാക്കുക എന്നത് തന്നെ; സമാധാനത്തിലൂടെ.

കാശ്മീരിനെ എങ്ങനെ സ്വതന്ത്രമാക്കാനാണ്?

നോക്കൂ, ഇന്ത്യൻ ജനതയോടോ ഗവൺമെന്റിനോടോ ഞങ്ങൾക്ക് വിരോധമില്ല. ഞങ്ങൾ ആവശ്യപ്പെടുന്നത് 1948 ൽ യു എനിന് (UN) ഇന്ത്യ നല്കിയ ഉറപ്പ് പാലിക്കാനാണ്. എന്തുകൊണ്ടാണ് ജനഹിതം നടപ്പിലാക്കാൻ ശ്രമിക്കാത്തത്. ജവഹർലാൽ നെഹ്റു പലവട്ടം കാശ്മീരി ജനതയ്ക്കും ഇന്ത്യൻ രാഷ്ട്രീയ നേതൃത്വത്തിനും ഉറപ്പ് നല്കിയതല്ലേ ജനഹിതം!!

കാശ്മീർ സ്വതന്ത്രമാകുമോ?

തീർച്ചയായും. സ്വതന്ത്ര സ്വപ്നം സാക്ഷാൽക്കരിക്കാനായി ഇതുവരെ പതിനായിരങ്ങളാണ് ജീവത്യാഗം ചെയ്തിരിക്കുന്നത്, ഇതിനിരട്ടി പീഡനങ്ങൾക്ക് വിധേയമായി. നിങ്ങളുടെ ആർമിക്കോ മനുഷ്യാവകാശ ലംഘനങ്ങൾക്കോ രാഷ്ട്രീയ കാപട്യങ്ങൾക്കോ ഒന്നും സ്വാതന്ത്ര്യത്തെ തടയാൻ കഴിയില്ല. യാഥാർത്ഥ്യമാവുക തന്നെ ചെയ്യും.

സ്വാതന്ത്ര്യം ലഭിച്ചാൽ എങ്ങനെ കാശ്മീർ സ്വതന്ത്രരാഷ്ട്രമായി നില്ക്കും?

ജെ കെ എൽ എഫിന്റെ ആഗ്രഹം കാശ്മീർ സ്വതന്ത്രരാഷ്ട്രമായാൽ ഞങ്ങൾക്ക് നിശ്ചിതകാലത്തേക്ക് ഇന്ത്യയുടെ സഹായം വേണം. സാമ്പത്തികം, സാമൂഹികം, സുരക്ഷാ മേഖലകളിൽ ഹിന്ദുസ്ഥാന്റെ സഹായം ഞങ്ങൾക്ക് അത്യാവശ്യമാണ്. പാകിസ്ഥാനുമായി വൈകാരികത ഉണ്ടെന്നത് ശരിയാണ്. പക്ഷേ, കാശ്മീർ കൂടുതലായി സ്നേഹിക്കുന്നത് ഇന്ത്യയെയാണ്.

ജനഹിതം നടപ്പിലാക്കിയാൽ കാശ്മീരികൾ സ്വതന്ത്ര കാശ്മീരിനായി വോട്ട് ചെയ്യുമോ?

ഭൂരിഭാഗം കാശ്മീരികളുടെ മനസ്സിലും സ്വതന്ത്ര കാശ്മീർ എന്ന സ്വപ്നം ഇന്നും അവശേഷിക്കുന്നു. തീർച്ചയായും ജനഹിതം നടപ്പിലാക്കിയാൽ കാശ്മീർ സ്വതന്ത്രരാജ്യമാകും.

2002 ഇലക്ഷനിൽ 20%, 2008-09 ഇലക്ഷനിൽ 63 ശതമാനത്തിലധികം. ഇതിനർത്ഥം സ്വതന്ത്ര കാശ്മീരാണോ?

താങ്കളുടെ ശതമാന കണക്കുകളിൽ വിശ്വസിക്കുന്നില്ല. ഇത്ര ഉറപ്പാണേൽ ഇന്ത്യ ജനഹിതം നടപ്പിലാക്കട്ടെ!

കഴിഞ്ഞ ഇലക്ഷനുകളിൽ എന്തിനുവേണ്ടിയാണ് ആൾ പാർട്ടി ഹുറിയത്തുമായി ചേർന്ന് ഇലക്ഷൻ ബഹിഷ്കരിക്കാൻ ആഹ്വാനം ചെയ്തത്?

ഒരു വശത്ത് ഗാന്ധിസം പറയുന്നു, മറുഭാഗത്ത് നീതിനിഷേധങ്ങൾ പ്രോത്സാഹിപ്പിക്കുന്നു, വൈരുദ്ധ്യമല്ലേയിത്?

ഈ ലോകത്ത് സ്വാതന്ത്ര്യത്തേക്കാൾ വലുതായി ഒന്നും തന്നെയില്ല. ഗാന്ധിസത്തിൽ വിശ്വസിക്കുന്നതുകൊണ്ടാണ് വോട്ടിങ് ബഹിഷ്കരിക്കാനായി സമാധാനപരമായ ആഹ്വാനം നല്കിയത്. മറിച്ച് വേണ്ടിയാണെങ്കിൽ ഞങ്ങൾക്ക് പഴയതുപോലെ തീവ്രവാദം നടത്തിക്കൂടായിരുന്നോ;

കാശ്മീരി പണ്ഡിറ്റുകളോട് ചെയ്ത വഞ്ചനയ്ക്കുള്ള പരിഹാരമാണോ ഇപ്പോഴത്തെ പണ്ഡിറ്റ് പ്രേമം?

കഴിഞ്ഞ കാലങ്ങളിൽ കാശ്മീരിൽ പ്രവർത്തിച്ചിരുന്ന മറ്റ് തീവ്രവാദ ഗ്രൂപ്പുകൾ കാണിച്ചതുപോലെ ഞങ്ങളുടെ സംഘടന തെറ്റുകൾ ചെയ്തിട്ടുണ്ട്. പക്ഷേ, 2005 നുശേഷം പണ്ഡിറ്റുകൾ മടങ്ങിവരാനായി കൂടുതൽ വാദിക്കുന്ന സംഘടന കൂടിയാണ് ജെ കെ എൽ എഫ്. കാശ്മീരിൽ താമസിക്കുന്ന പണ്ഡിറ്റ് കുടുംബങ്ങൾക്ക് ഞങ്ങളുടെ സംഘടന സംരക്ഷണം കൊടുക്കുന്നുണ്ട്. അതോടൊപ്പം മനസ്സ് തുറന്ന് പണ്ഡിറ്റുകളോട് മടങ്ങിവരാനായി അപേക്ഷിക്കുകയും ചെയ്യുന്നു.

ഇന്ത്യൻ രഹസ്യാന്വേഷണ ഏജൻസി റിപ്പോർട്ടുകൾ സൂചിപ്പിക്കുന്നത് ജെ കെ എൽ എഫ് ഇപ്പോഴും രഹസ്യമായി തീവ്രവാദം പ്രോത്സാഹിപ്പിക്കുന്നു എന്നാണല്ലോ?

താങ്കൾക്ക് തെറ്റായ വിവരം തന്നത് ആരാണ്. ഞങ്ങൾ സമാധാനത്തിനുവേണ്ടിയാണ് നിലനില്ക്കുന്നത്. ആയുധ പരിശീലനം ലഭിച്ച കുറെ ചെറുപ്പക്കാർ സമാധാനത്തിന് വിരുദ്ധമായി പ്രവർത്തിച്ചപ്പോൾ പുറത്താക്കിയ ചരിത്രമാണ് ഞങ്ങളുടേത്. കാശ്മീരിൽ തീവ്രവാദം സൃഷ്ടിച്ചെടുത്ത മുറിവുകൾ ഉണക്കാനാണ് ഞങ്ങൾ ശ്രമിക്കുന്നത്. ഞങ്ങളുടെ ചെയർമാൻ യാസീൻ മാലിക് തന്നെ പറഞ്ഞിട്ടുള്ളതാണല്ലോ തീവ്രവാദത്തിനു കാശ്മീർ താഴ്വരയിൽ സ്ഥാനം ഇല്ലാ എന്ന്.

സമാധാനം എന്ന വിശുദ്ധ ലക്ഷ്യത്തിനാണോ താങ്കളുടെ സംഘടന പ്രവർത്തിക്കുന്നത്?

സഹോദരാ, ഞങ്ങളുടെ പ്രവർത്തകർ ഇന്നും ജയിലുകളിലുണ്ട്. എനിക്കുൾപ്പെടെ മുൻനിര നേതാക്കൾക്ക് ഒക്കെ തീവ്രവാദ ഭീഷണിയുണ്ട്. ഞങ്ങൾ ആഗ്രഹിക്കുന്നതും പ്രവർത്തിക്കുന്നതും അനശ്വര സമാധാനത്തിന് വേണ്ടിയാണ്. ഞങ്ങൾ ഒരിക്കലും ആഗ്രഹിക്കുന്നില്ല, കാശ്മീരിനെ സാത്താന്റെ താഴ്വര ആക്കാനായി.

എത്രകാലം ഈ വേദനകൾ, നിന്ദകൾ, പരിഹാസങ്ങൾ ഉപരിയായി ഭീതി നിറഞ്ഞ അന്തരീക്ഷം ഇന്ത്യൻ ജനത സഹിക്കണം?

ഇതൊക്കെ ആരെങ്കിലും അടിച്ചേല്പിച്ചതാണോ? കാശ്മീരിന്റെ ചരിത്രം താങ്കൾ പഠിച്ചുനോക്കൂ. സ്വതന്ത്രരാഷ്ട്രമായിരുന്ന കാശ്മീരിനെ

മഹാരാജാവ് ഹരിസിങ്ങിന്റെ ആവശ്യപ്രകാരം ഇന്ത്യയല്ലേ ആക്രമിച്ചു കീഴടക്കിയത്. ഞങ്ങളല്ലേ ഇതൊക്കെ സഹിക്കുന്നത്. ഇന്ത്യയിലെവിടെയെങ്കിലും കാശ്മീരിക്ക് സുരക്ഷിതമായി കഴിയാൻ പറ്റുമോ? തീവ്രവാദിയായിട്ടല്ലേ കാണുന്നത്. ഓരോ വർഷവും അപ്രത്യക്ഷരാകുന്ന നിരപരാധികളുടെ എണ്ണം അറിയാമോ? പീഡനങ്ങൾ, ഭീഷണികൾ, സമ്മർദ്ദങ്ങൾ എന്തെല്ലാം സഹിക്കുന്നു കാശ്മീരികൾ. പാകിസ്ഥാനെയോ ചൈനയെയോ കുറ്റം പറഞ്ഞിട്ട് കാര്യമില്ല. ജനഹിതം ഇന്ത്യ നടപ്പിലാക്കുക തന്നെ ചെയ്യണം.

ജമ്മുകാശ്മീർ തിരഞ്ഞെടുപ്പുകളും പാകിസ്ഥാന്റെ ഇടപെടലുകളും

സ്വാതന്ത്ര്യത്തിനുശേഷം പാകിസ്ഥാൻ കാശ്മീരിനെ ദുർബ്ബലപ്പെടുത്താനാണ് ശ്രമിച്ചത്. 1953 ൽ ഷേക് അബ്ദുള്ളയെ കാശ്മീർ പ്രധാന മന്ത്രി സ്ഥാനത്തുനിന്ന് പുറത്താക്കി സംസ്ഥാനത്തിന്റെ തലവനായി നിയമിച്ചു. ശേഷം മഹാരാജാ ഹരിസിങ്ങിന്റെ മകൻ ഡോ. കരൺസിങ്ങിനെ അറസ്റ്റ് ചെയ്തു. 1957 ൽ നടന്ന ആദ്യ നിയമസഭാ ഇലക്ഷനിൽ 68 സീറ്റ് നാഷണൽ കോൺഫറൻസ് നേടി. ഷേക് അബ്ദുള്ള മുഖ്യമന്ത്രിയായി. 1962 ൽ നടന്ന രണ്ടാം നിയമസഭാ ഇലക്ഷനിലും നാഷണൽ കോൺഫറൻസിന് 70 സീറ്റ് കിട്ടി. വീണ്ടും ഷേക് അബ്ദുള്ള മുഖ്യമന്ത്രിയായി സ്ഥാനമേറ്റു. 1972 ലെ ഇലക്ഷനിൽ കോൺഗ്രസ് 58 സീറ്റ് നേടി നാഷണൽ കോൺഫറൻസിന്റെ കുത്തക തകർത്തു. കാശ്മീരിന്റെ മണ്ണിൽ ആദ്യമായി ജമാത്ത്-ഇസ്ലാമി 5 സീറ്റ് നേടി. 1974 ഇന്ത്യൻ പ്രധാനമന്ത്രി ഇന്ദിരാഗാന്ധിയുമായി സന്ധി ചെയ്ത ഷേക് അബ്ദുള്ള 25 ഫെബ്രുവരി 1975 ന് വീണ്ടും മുഖ്യമന്ത്രിയായി സ്ഥാനമേറ്റു. 16 മാർച്ച് 1977 ന് കോൺഗ്രസ് പിന്തുണ പിൻവലിച്ചതോടെ മന്ത്രിസഭ നിലംപൊത്തി. തുടർന്ന് സംസ്ഥാനത്ത് ഗവർണർ ഭരണം ഏർപ്പെടുത്തി.

1977 ൽ നടന്ന ഇലക്ഷനിൽ നാഷണൽ കോൺഫറൻസിന്റെ കുത്തക തകരുകയും ജനതാപാർട്ടി 13 സീറ്റുകളും കോൺഗ്രസ് 11 സീറ്റുകളും നാഷണൽ കോൺഫറൻസ് 44 സീറ്റുകളും നേടി. 1982 ൽ ഷേക് അബ്ദുള്ളയുടെ മരണം കാശ്മീരിലെ ചർച്ചകൾക്ക് പ്രതിസന്ധികൾ സൃഷ്ടിച്ചു. തുടർന്ന് മകൻ ഡോ. ഫാറൂഖ് അബ്ദുള്ള പിൻഗാമിയായി തീർന്നു. 1983 ലെ ഇലക്ഷനിൽ കാശ്മീരി ദേശീയത ഓർമ്മിപ്പിച്ചുകൊണ്ട് ഇരട്ടമുഖം ഫാറൂഖ് അബ്ദുള്ള പ്രകടിപ്പിക്കുകയുണ്ടായി. 46 സീറ്റുകൾ നാഷണൽ കോൺഫറൻസിനും 26 സീറ്റ് കോൺഗ്രസിനും ലഭിച്ചു.

2 ജൂലായ് 1984 ൽ നാഷണൽ കോൺഫറൻസിലെ 12 അംഗങ്ങൾ പുതുതായി തുടങ്ങിയ അവാമി നാഷണൽ കോൺഫറൻസിൽ ചേരുകയും കോൺഗ്രസ് പിന്തുണയോടെ ജി എം ഷാ മുഖ്യമന്ത്രിയായി. പാകിസ്ഥാന്റെ സഹായത്തോടെ തീവ്രവാദ പ്രവർത്തനങ്ങൾ കാശ്മീർ താഴ്വരയിൽ വർദ്ധിക്കുകയും 6 ജൂലായ് 1984 ൽ ഇന്ത്യൻ എയർലൈൻസിന്റെ വിമാനം ശ്രീനഗറിൽനിന്ന് ഡൽഹിയിലേക്ക് സഞ്ചരിക്കവേ തട്ടിയെടുത്ത് ലാഹോറിൽ ലാന്റ് ചെയ്യുകയും വിമാനം നശിപ്പിക്കുകയും ചെയ്തു. വർഗ്ഗീയ ധ്രുവീകരണങ്ങൾക്കിടയിൽ 7 മാർച്ച് 1986 ന് മന്ത്രിസഭയെ പുറത്താക്കുകയും പ്രസിഡന്റ് ഭരണം ഏർപ്പെടുത്തുകയും ചെയ്തു. 6 സെപ്തംബർ 1986 ൽ പ്രസിഡന്റ് ഭരണം പിൻവലിച്ച കേന്ദ്രം രാജീവ് ഗാന്ധിയുടെ അഭ്യർത്ഥനയെത്തുടർന്ന് നാഷണൽ കോൺഫറൻസുമായി ചേർന്നു വീണ്ടും മന്ത്രിസഭ ഉണ്ടാക്കി. ഒരു വർഷം മാത്രം ആയുസ്സ് ഉണ്ടായിരുന്ന മന്ത്രിസഭ തകരുകയും 23 മാർച്ച് 1987 ൽ നടന്ന ഏഴാം നിയമസഭാതിരഞ്ഞെടുപ്പിൽ നാഷണൽ കോൺഫറൻസ് 40 സീറ്റുകളും കോൺഗ്രസ് 26 സീറ്റുകളും മുസ്ലീം യുണൈറ്റഡ് ഫോം 4 സീറ്റുകളും നേടി. 75% ജനങ്ങൾ തിരഞ്ഞെടുപ്പിൽ പങ്കെടുത്തതായി സംസ്ഥാന ഇലക്ഷൻ കമ്മീഷൻ.

17 ആഗസ്ത് 1988 ൽ പാക് പ്രസിഡന്റ് സിയാ-ഉൾ-ഹഖിന്റെ മരണം കാശ്മീർ താഴ്വരയിൽ ഇന്ത്യാവിരുദ്ധ കലാപത്തിന് തുടക്കംകുറിച്ചു. അതിർത്തിയിൽ എന്തും സംഭവിക്കാം എന്ന അവസ്ഥ. 18 സെപ്തംബർ 1988 ൽ ആദ്യമായി പാക് പരിശീലനം കിട്ടിയ തീവ്രവാദി അജാസ് ദറിനെ ഏറ്റുമുട്ടലിൽ വകവരുത്തി. 13 ജനുവരി 1989 ന് സിഖ് ജനതയുടെ ഗുരു ഗോവിന്ദ് സിങ്ങിന്റെ ജന്മദിനത്തിൽ ജമ്മുവിൽ ഹിന്ദു-സിഖ് കലാപം തുടങ്ങി. പാകിസ്ഥാൻ പഞ്ചാബിൽ പയറ്റിയ വർഗ്ഗീയതന്ത്രം ആദ്യമായിട്ടാണ് ഹൈന്ദവർക്കെതിരായി പരീക്ഷിച്ചത്. 28 സെപ്തംബർ 1989 ന് റാംബാൻ ജില്ലയിൽനിന്ന് വിഘടനവാദി നേതാവ് ഷബീർഷായെ അറസ്റ്റ് ചെയ്തു. 19 ജനുവരി 1990 ന് ഫാറൂഖ് അബ്ദുള്ള രാജിവച്ചു. തുടർന്ന് ഗവർണർ ജഗ്മോഹൻ ചുമതലയേറ്റു. ഫെബ്രുവരി-ഏപ്രിൽ 1990 ൽ വിഘടനവാദി നേതാക്കളായ എ എസ് ഗിലാനി, എ ജി ലോൺ, പ്രൊഫ. അബ്ദുൾ ഗനി, മൗലവി അബ്ബാസ്, ക്യാസി നസീർ എന്നിവരെ അറസ്റ്റ് ചെയ്തു. കാശ്മീരിലുണ്ടായ ക്രമസമാധാന പ്രശ്നങ്ങളെ തുടർന്ന് 25 മേയ് 1990 ൽ ഗവർണർക്ക് രാജിവയ്ക്കേണ്ടിവന്നു. തുടർന്ന് ജി സി സക്സേന ഗവർണറായി ചുമതലയേറ്റു.

ജൂലായ് 18 - 19, 1990 ഇന്തോ - പാക് ആദ്യ സെക്രട്ടറിതല ചർച്ച പാകിസ്ഥാനിൽ നടന്നു. ആഗസ്ത് 9 - 10, 1990 ന് രണ്ടാം സെക്രട്ടറിതല ചർച്ച ന്യൂഡൽഹിയിലും നടന്നു. 15 സെപ്തംബർ - 25 നവംബർ 1990 ൽ തീവ്രവാദികളുടെ സഹായത്തോടെ കാശ്മീരിൽ സംസ്ഥാന ഗവൺമെന്റ് ഉദ്യോഗസ്ഥർ 72 ദിന സമരം നടത്തി. 1991 ജനുവരിയിൽ ഇന്ത്യൻ പ്രധാനമന്ത്രി ചന്ദ്രശേഖർ കാശ്മീർ കാര്യം ചർച്ച ചെയ്യാനായി

തീവ്രവാദികളെ ക്ഷണിച്ചു. 19 ഫെബ്രുവരി 1991 ൽ നിബന്ധനകൾക്കനുസരിച്ചേ ചർച്ചയുള്ളൂ എന്ന് തീവ്രവാദി നേതാക്കൾ അറിയിച്ചതുകാരണം പരാജയപ്പെട്ടു.

12 മാർച്ച് 1993 ന് ജനറൽ കെ വി കൃഷ്ണറാവുവിനെ ഗവർണർ ആയി നിയമിച്ചു. 24 ഏപ്രിൽ 1993 ന് ഇന്ത്യൻ എയർലൈൻസ് വിമാനം തട്ടിയെടുത്ത് ലാഹോറിൽ ലാന്റ് ചെയ്യാൻ ആവശ്യപ്പെട്ടെങ്കിലും, എയർ ട്രാഫിക്ക് കൺട്രോൾ നിർദ്ദേശം നിരാകരിക്കുകയും അമൃതസർ എയർപോർട്ടിൽ ഇറങ്ങിയ വിമാനത്തിൽനിന്ന് ഹിസ്ബുൾ മുജാഹിദിന്റെ ഭീകരൻ ഒബൈദുള്ളയെ തന്ത്രപൂർവ്വം ഇന്ത്യൻ സേന വെടിവച്ചുകൊന്നു. 1994 മാർച്ച് 7–10 വരെ മെക്സിക്കോ, നൈജീരിയ, സെനഗൽ, കാനഡ, കൊളംബിയ, ഹംഗറി, ടർക്കി, വെനസ്വേല, ഇൻഡോനേഷ്യ അംബാസിഡർമാർ കാശ്മീർ താഴ്‌വര സന്ദർശിച്ചു. 1994 മാർച്ച് 21–29 വരെ അന്തർദ്ദേശീയ റെഡ്ക്രോസ് സംഘടനയിലെ നാലംഗങ്ങളും കാശ്മീർ സന്ദർശനം നടത്തി. 1994 ഏപ്രിൽ 27–30 വരെ ബ്രസീൽ, പെറു, അർജന്റീന, ടുണീഷ്യ, കുവൈറ്റ്, ഒമാൻ, കസാക്കിസ്ഥാൻ, ജോർദ്ദാൻ, മൊറാക്കോ, ഈജിപ്ത്, ഇറാൻ അംബാസിഡർമാരും കാശ്മീർ സന്ദർശിച്ചു. തുടർന്ന് ഇന്ത്യൻ പാർലമെന്റിൽ കാശ്മീർ ഇന്ത്യയുടെ അവിഭാജ്യ ഘടകമാണെന്ന പ്രഖ്യാപനം.

1996 ആഗസ്ത് 14 – 23 + 27, 6 സെപ്തംബർ 4 പ്രാവശ്യമായി നടന്ന നിയമസഭാ ഇലക്ഷനിൽ നാഷണൽ കോൺഫറൻസ് 59 സീറ്റുകളും ബി ജെ പി 8 സീറ്റുകളും കോൺഗ്രസ് 7, ജനതാദൾ 5, അവാമി ലീഗ് 1, സി പി എം 1, പാന്തേഴ്സ് പാർട്ടി 1 സീറ്റുകളും നേടി. 9 ഒക്ടോബർ 1996 ഡോ. ഫാറൂഖ് അബ്ദുള്ള വീണ്ടും മുഖ്യമന്ത്രിയായി സ്ഥാനമേറ്റു.

2002 ൽ നടന്ന ഒൻപതാം നിയമസഭാ തിരഞ്ഞെടുപ്പിൽ പി ഡി പി 16 സീറ്റുകളും കോൺഗ്രസ് 20 സീറ്റുകളും നാഷണൽ കോൺഫറൻസ് 28 സീറ്റുകളും പാന്തേഴ്സ് പാർട്ടി 4 സീറ്റുകളും സ്വതന്ത്രർ 13 പേരും വിജയിക്കുകയും ചെയ്തു. കോൺഗ്രസ് പിന്തുണയോടെ പി ഡി പി മന്ത്രിസഭ രൂപീകരിച്ച ആദ്യ മൂന്ന് വർഷം മുഖ്യമന്ത്രിയായി. മുഫ്തി മുഹമ്മദ് സെയ്ദും ശേഷം മൂന്നുവർഷം കോൺഗ്രസിന്റെ ഗുലാംനബി ആസാദും മുഖ്യമന്ത്രിമാരായി. 2008 ൽ നടന്ന പത്താം നിയമസഭ ഇലക്ഷനിൽ കോൺഗ്രസിന് പ്രതീക്ഷിച്ചത്ര സീറ്റുകൾ കിട്ടിയില്ല. നാഷണൽ കോൺഫറൻസ് 28 സീറ്റുകളും പി ഡി പി 21 സീറ്റുകളും ബി ജെ പി 11 സീറ്റുകളും കോൺഗ്രസ് 17 സീറ്റുകളും നേടി. കോൺഗ്രസിന്റെ പിന്തുണയോടെ ആദ്യമായി ഒമർ അബ്ദുള്ള മുഖ്യമന്ത്രിയായി. 2014 ൽ നടന്ന പതിനൊന്നാം നിയമസഭാ തിരഞ്ഞെടുപ്പിൽ സർവ്വേ ഫലങ്ങളെ നിഷ്പ്രഭമാക്കിക്കൊണ്ട് പി ഡി പി, ബി ജെ പി സഖ്യം കാശ്മീരിൽ മന്ത്രിസഭ രൂപീകരിച്ചു. 2014 മുതൽ 2016 വരെ പി ഡി പിയിലെ മുഫ്തി മുഹമ്മദ് സെയ്ദ് മുഖ്യമന്ത്രിയായി. 2016 ൽ അദ്ദേഹത്തിന്റെ മരണത്തെ തുടർന്ന് മകൾ മെഹ്ബൂബ മുഫ്തി മുഖ്യമന്ത്രിയായി. രാഷ്ട്രീയ അസ്ഥിരത, മത

ധ്രുവീകരണങ്ങൾ, ബി ജെ പിയുടെ രാഷ്ട്രീയ സിദ്ധാന്തങ്ങളുടെ പരാജയം, ഉപരിയായി മുസ്ലീം ജനവിഭാഗങ്ങളുടെ നിസ്സഹകരണം കൂടി ആയപ്പോൾ ബി ജെ പി പിന്തുണ പിൻവലിക്കുകയും ഭൂരിപക്ഷം നഷ്ടപ്പെട്ട മെഹ്ബൂബ ഗവൺമെന്റ് രാജിവയ്ക്കുകയും ചെയ്തു. ഇപ്പോൾ സംസ്ഥാനത്ത് ഗവർണർ ഭരണമാണ്.

1967 ലാണ് ആദ്യമായി ലോകസഭാ തിരഞ്ഞെടുപ്പ് ജമ്മുകാശ്മീരിൽ നടന്നത്. തുടർന്ന് നടന്ന തിരഞ്ഞെടുപ്പുകളിൽ ഭൂരിപക്ഷം കിട്ടിയ രാഷ്ട്രീയകക്ഷികളുടെ വിശദവിവരങ്ങൾ.

വർഷം	*പാർട്ടിക്ക് ലഭിച്ച സീറ്റുകൾ*	*ബാരമുള്ള*	*ശ്രീനഗർ*	*അനന്ത്നാഗ്*	*ലഡാക്ക്*	*ഉദംപൂർ*	*ജമ്മു*
1967	കോൺഗ്രസ് 05/06	INC	ജമ്മുകാശ്മീർ നാഷണൽ കോൺഫറൻസ് JKNC	INC	INC	INC	INC
1971	INC - 05 Independant - 01	INC	സ്വതന്ത്രൻ	INC	INC	INC	INC
1977	JKNC - 02 INC - 03 Independant - 01	JKNC	JKNC	INC	INC	INC	സ്വതന്ത്രൻ (Independant)
1980	JKNC - 03 INC - 01 Cong (u) - 01	JKNC	JKNC	JKNC	സ്വതന്ത്രൻ	INC (u)	INC (1)
1984	JKNC - 03 INC - 03	JKNC	JKNC	JKNC	INC	INC	INC
1989	JKNC - 03 INC - 02 Independant - 01	JKNC	JKNC	JKNC	സ്വതന്ത്രൻ	INC	INC
1991	-	തീവ്രവാദ ഭീഷണികളെ തുടർന്ന് ഇലക്ഷൻ നടന്നില്ല.					
1996	INC - 04 BJP - 01 JD - 01	INC	INC	JD	INC	BJP	INC
1998	JKNC - 03 BJP - 02 INC - 01	JKNC	JKNC	INC	JKNC	BJP	BJP
1999	JKNC - 04 BJP - 02	JKNC	JKNC	JKNC	JKNC	BJP	BJP
2004	JKNC - 02 PDP - 01 BJP - 02 Independant - 01	JKNC	JKNC	PDP	സ്വതന്ത്രൻ	BJP	BJP

2009	JKNC - 03 INC - 02 Independant - 01	JKNC	JKNC	JKNC	സ്വതന്ത്രൻ	INC	INC
2014	BJP - 03 PDP - 03	PDP	PDP	PDP	BJP	BJP	BJP
2019	BJP - 03 JKNC - 03	JKNC	JKNC	JKNC	BJP	BJP	BJP

INC (1) - ഇന്ത്യൻ നാഷണൽ കോൺഗ്രസ്

JKNC - ജമ്മു കാശ്മീർ നാഷണൽ കോൺഫറൻസ്

BJP - ഭാരതീയ ജനതാ പാർട്ടി

PDP - പ്രോഗ്രസീവ് ഡെമോക്രാറ്റീവ് പാർട്ടി

JD - ജനതാദൾ

INC (u) - ഇന്ത്യൻ നാഷണൽ കോൺഗ്രസ് വിഭാഗം

1996 ൽ ആണ് ഭാരതീയ ജനതാപാർട്ടിക്ക് ജമ്മുകാശ്മീരിൽ ജനകീയാംഗീകാരം ലഭ്യമായി തുടങ്ങിയത്. 2014 ൽ നടന്ന 11-ാം നിയമസഭാ ഇലക്ഷനിൽ സംസ്ഥാനത്ത് ആദ്യമായി പി ഡി പിയും ബി ജെ പിയുമായി ചേർന്ന് മന്ത്രിസഭ രൂപീകരിച്ചു. 2014, 2019 ലോകസഭാ തിരഞ്ഞെടുപ്പുകളിൽ കോൺഗ്രസിന് ഒരു സീറ്റുകളിലും വിജയിക്കാൻ പറ്റാതെ, കോൺഗ്രസ് വിമുക്ത ജമ്മുകാശ്മീരാക്കി മാറ്റാൻ കഴിഞ്ഞു. നിയമസഭാ/ലോകസഭാ ഇലക്ഷനുകൾ അട്ടിമറിക്കാനായി കോടികളാണ് പാകിസ്ഥാൻ ജമ്മുകാശ്മീരിൽ ചെലവഴിക്കുന്നത്. തീവ്രവാദികളുടെ ഭീഷണിയും സമ്മർദ്ദങ്ങളും ഒരുവശത്തും മറുഭാഗത്ത് പാകിസ്ഥാൻ കയറ്റിവിടുന്ന തീവ്രവാദികളും പ്രവർത്തിക്കുന്നു. അതുകൊണ്ടാണ് കേന്ദ്ര ഇലക്ഷൻ കമ്മീഷൻ എത്ര ശ്രമിച്ചിട്ടും തിരഞ്ഞെടുപ്പുകൾ പൂർണ്ണതയിൽ എത്താത്തത്.

അനുലേഖം

ഡോ. ഡി ജയദേവദാസ്

ഇന്ത്യൻ ഭരണഘടന ജമ്മുകാശ്മീരിനു നല്കിയിരുന്ന പ്രത്യേക പദവി ആഗസ്ത് 6 ന് ഇന്ത്യൻ പ്രസിഡന്റ് റദ്ദാക്കിയിരിക്കുന്നു. അന്നേ ദിവസം രാജ്യസഭ ചേർന്നപ്പോൾ ആഭ്യന്തരവകുപ്പുമന്ത്രി അവതരിപ്പിച്ച 370-ാം വകുപ്പു റദ്ദാക്കുന്നതിന് രാഷ്ട്രപതിയോട് ശുപാർശ ചെയ്യുന്ന പ്രമേയവും ജമ്മുകാശ്മീരിനെ വിഭജിക്കുന്നതിനുള്ള പുനസംഘടനാ ബില്ലും രാജ്യസഭ പരിഗണിക്കുന്നതിന് എടുത്ത ഘട്ടത്തിൽത്തന്നെ 370-ാം വകുപ്പും ജമ്മുകാശ്മീർ മേഖലകളിലെ സ്ഥിരതാമസക്കാർക്ക് പ്രത്യേക അവകാശം നല്കുന്ന 35 എ വകുപ്പും റദ്ദാക്കി രാഷ്ട്രപതി വിജ്ഞാപനം പുറപ്പെടുവിച്ചിരുന്നു. ഇത് ഭരണഘടനയുടെ നേർക്കുള്ള അപഹാസവും പാർലമെന്ററി ജനാധിപത്യത്തിന്റെ നഗ്നമായ ലംഘനവുമാണ്. ജമ്മുകാശ്മീരിന്റെ സംസ്ഥാനപദവി എടുത്തുകളയാനുള്ള ബില്ലും സർക്കാർ പാർലമെന്റിന്റെ ഇരുസഭകളിലും അവതരിപ്പിച്ചു. സംസ്ഥാനത്തെ ജമ്മുകാശ്മീർ എന്നും ലഡാക്ക് എന്നും രണ്ടു കേന്ദ്രഭരണ പ്രദേശങ്ങളായി വിഭജിക്കുന്നതിനുള്ള ബില്ലും പാർലമെന്റിന്റെ ഇരുസഭകളിലും അവതരിപ്പിച്ചു പാസാക്കി. ഇതോടെ ഇന്ത്യൻ സംസ്ഥാനങ്ങളുടെ എണ്ണം 28 ആയി കുറയുകയും കേന്ദ്രഭരണ പ്രദേശങ്ങളുടെ എണ്ണം 9 ആയി ഉയരുകയും ചെയ്തു.

റദ്ദായ വകുപ്പുകൾ

ജമ്മുകാശ്മീരിന് പ്രത്യേക സ്വയംഭരണം അനുവദിക്കുന്നതാണ് ഭരണഘടനയുടെ 370-ാം വകുപ്പ്. ഇതനുസരിച്ച് പ്രതിരോധം, വിദേശകാര്യം, വാർത്താവിനിമയം, ധനകാര്യം എന്നിവയുമായി ബന്ധപ്പെട്ട് ഇന്ത്യൻ പാർലമെന്റ് പാസാക്കുന്ന നിയമം മാത്രമാണ് ജമ്മുകാശ്മീരിനു ബാധക

മാവുക. മറ്റു വിഷയങ്ങളുമായി ബന്ധപ്പെട്ട് പാസാക്കുന്ന നിയമങ്ങൾക്കും നയങ്ങൾക്കും ജമ്മുകാശ്മീർ നിയമസഭയുടെ കൂടി അംഗീകാരം വേണം.

370-ാം വകുപ്പ് അനുവദിക്കുന്ന സ്വയംഭരണാധികാരപ്രകാരം ജമ്മു കാശ്മീരിന് പ്രത്യേക ഭരണഘടനയും പതാകയും അനുവദിക്കപ്പെട്ടു. പ്രത്യേക പൗരത്വനിയമവും വസ്തുനിയമവും ഉണ്ടായി. ജമ്മുകാശ്മീർ ഭരണഘടന അനുശാസിക്കുന്ന മൗലികാവകാശങ്ങളാണ് അവിടെ ബാധകമായിരുന്നത്. അടിയന്തരാവസ്ഥയോ സാമ്പത്തിക അടിയന്തരാവസ്ഥയോ അവിടെ ബാധകമല്ല. സംസ്ഥാനത്തിന്റെ അതിർത്തി പുനർനിർണ്ണയവും സാദ്ധ്യമാവുമായിരുന്നില്ല.

ജമ്മുകാശ്മീർ, ലഡാക്ക് മേഖലകളിലെ സ്ഥിരതാമസക്കാർക്ക് പ്രത്യേക അവകാശങ്ങൾ നല്കുന്നതാണ് 35 എ വകുപ്പ്. 1954 മേയ് ഒന്നിന് രാഷ്ട്രപതിയുടെ പ്രത്യേക ഉത്തരവിലൂടെയാണ് ഇത് ഭരണഘടനയിൽ ഉൾപ്പെടുത്തിയത്. സ്ഥിരതാമസക്കാർ ആരൊക്കെയാണ് എന്നു നിർവ്വചിക്കാനും അവർക്ക് പ്രത്യേക അവകാശങ്ങൾ നല്കാനും ഈ വകുപ്പിൽ വ്യവസ്ഥയുണ്ട്.

സംസ്ഥാന സർക്കാർ ജോലി, സ്ഥാവര വസ്തുക്കൾ സ്വന്തമാക്കാനുള്ള അവകാശം, സംസ്ഥാനത്തു സ്ഥിരതാമസമാക്കാനുള്ള അവകാശം, സംസ്ഥാന സർക്കാർ നല്കുന്ന സ്കോളർഷിപ്പ് ഉൾപ്പെടെയുള്ള അവകാശം എന്നിവ ഈ അനുച്ഛേദത്തിലുണ്ട്.

സ്ഥിരതാമസക്കാർ ആരാണെന്നു തീരുമാനിക്കാൻ ജമ്മുകാശ്മീർ നിയമസഭയ്ക്ക് പൂർണ്ണ അധികാരം നല്കപ്പെട്ടിട്ടുണ്ട്.

ഗൂഢവും നാടകീയവുമായ നീക്കങ്ങൾ

ആഗസ്ത് 6 ന് രാജ്യസഭയുടെ കാര്യപരിപാടിയിൽ സംസ്ഥാന പുനസംഘടനാബില്ലും കാശ്മീർ പ്രമേയവും ഉണ്ടായിരുന്നില്ല. ജമ്മുകാശ്മീരിൽ സാമ്പത്തികമായി പിന്നോക്കം നില്ക്കുന്നവർക്ക് സംവരണം ഉറപ്പാക്കിയുള്ള ബില്ലാണ് ഉൾപ്പെട്ടിരുന്നത്. ഈ ബിൽ അവതരിപ്പിക്കാനാണ് സഭാദ്ധ്യക്ഷൻ വെങ്കയ്യ നായിഡു ആഭ്യന്തരമന്ത്രി അമിത്ഷായെ ക്ഷണിച്ചത്. എന്നാൽ അമിത്ഷാ അവതരിപ്പിച്ചത്. 370-ാം വകുപ്പു റദ്ദാക്കിയുള്ള പ്രമേയവും സംസ്ഥാനത്തെ വിഭജിച്ചുകൊണ്ടുള്ള ബില്ലുമാണ്.

എന്തുകൊണ്ട് ജമ്മുകാശ്മീർ അനുഭവിച്ചുപോന്ന പ്രത്യേക ഭരണഘടനാപദവി തുടരണം എന്നറിയാൻ സംസ്ഥാനത്തിന് ഇന്ത്യയുമായുള്ള ഭരണഘടനാബന്ധത്തിന്റെ ചരിത്രം പരിശോധിക്കേണ്ടതുണ്ട്.

ഇന്ത്യയിലെ ബ്രിട്ടീഷ് ഭരണകാലത്ത് ജമ്മുകാശ്മീരിൽ ഒരു പരമ്പരാഗതമായ രാജവാഴ്ചയാണു നിലനിന്നിരുന്നത്. 1947 ഒക്ടോബർ 26 ന് പാകിസ്ഥാന്റെ പിന്തുണയോടെ ആസാദ് കാശ്മീർ സേന ജമ്മുകാശ്മീരിനെ ആക്രമിച്ചതോടെ മഹാരാജാവായ സെർ ഹരിസിങ്ങിന് മറ്റ് ഇന്ത്യൻ നാട്ടുരാജ്യങ്ങൾ സമർപ്പിച്ച അതേ കൂട്ടുച്ചേരൽ രേഖ (Instrument of accession) സമർപ്പിച്ചുകൊണ്ട് ഇന്ത്യയുടെ സഹായം തേടേണ്ടിവന്നു.

ഈ കൂട്ടുചേരലോടെ ഇന്ത്യക്ക് മറ്റു ഇന്ത്യൻ നാട്ടുരാജ്യങ്ങളിലെന്ന പോലെ ജമ്മുകാശ്മീരിന്റെയും പ്രതിരോധം, വിദേശകാര്യം, വാർത്താ വിനിമയം എന്നീ മേഖലകൾ ഇന്ത്യാ ഗവൺമെന്റിന്റെ അധികാരപരിധി ക്കുള്ളിലായി. ഇന്ത്യൻ ഭരണഘടനാനിർമ്മാണം പൂർത്തിയാവുമ്പോൾ ജമ്മുകാശ്മീർ പാർട്ട് ബി സംസ്ഥാനമായി ഉൾപ്പെടുത്തപ്പെടുകയും 1950 ൽ നിലവിൽ വന്ന ഇന്ത്യൻ ഭരണഘടനയുടെ ഒന്നാം ഷെഡ്യൂളിൽ 15-ാം സംസ്ഥാനമായി നിലവിൽ വരികയും ചെയ്തു.

ഇന്ത്യയുമായി ചേരുന്നതിന് ജമ്മുകാശ്മീർ തീരുമാനിച്ച പ്രത്യേക സാഹചര്യത്തിന്റെ അടിസ്ഥാനത്തിൽ, തങ്ങളുടെ സ്വന്തം ഭരണഘടനാ നിർമ്മാണസമിതിയിലൂടെ ജമ്മുകാശ്മീരിലെ ജനങ്ങളാണ് സംസ്ഥാന ത്തിന്റെ ഭരണഘടന എങ്ങനെ ആയിരിക്കണമെന്നും, ഇന്ത്യൻ യൂണി യന്റെ അധികാരമേഖല ഏതായിരിക്കുമെന്നും നിർണ്ണയിക്കേണ്ടത് എന്ന് ഇന്ത്യാ ഗവൺമെന്റ് പ്രഖ്യാപിച്ചിരുന്നു. അതായത് സംസ്ഥാനത്തെ സംബന്ധിച്ച് ഇന്ത്യൻ ഭരണഘടനയുടെ നിബന്ധനകളുടെ സ്വഭാവം ഇട ക്കാല സംവിധാനത്തിന്റെ സ്വഭാവത്തിലുള്ളതായിരുന്നു എന്നാണ് ഇതിന്റെ അർത്ഥം. സംസ്ഥാനത്തിന്റെ ഇന്ത്യയോടുള്ള കൂടിച്ചേരലിന്റെ നിയമപരമായ അവസ്ഥ മനസ്സിലാക്കുന്നതിന് ചില കാര്യങ്ങൾ എടുത്തു പറയേണ്ടതുണ്ട്. ഒന്നാമതായി 1947 ഒക്ടോബർ 26 ന് ഹരിസിങ് മഹാ രാജാവ് ഒപ്പിട്ട ലയന ഉടമ്പടി (Instrument of Accession) 1947 ൽ ഇന്ത്യൻ സ്വാതന്ത്ര്യനിയമം പാസായശേഷം ഇന്ത്യൻ യൂണിയനിൽ ചേർന്ന മറ്റ് അനേകം ഇന്ത്യൻ നാട്ടുരാജ്യങ്ങൾ ഒപ്പിട്ട ഉടമ്പടികളുടെ അതേരൂപ ത്തിലും ഭാവത്തിലുമുള്ളതായിരുന്നു. അതിന്റെ നിയമപരമായ പരിണി തഫലവും ഒരേരൂപത്തിലുള്ളതു തന്നെയാണ്. അങ്ങനെ ഇന്ത്യയോട് കൂടിച്ചേർന്ന ജമ്മുകാശ്മീരിന്റെ നടപടിയിലൂടെ ആ സംസ്ഥാനം നിയമ പരമായും പിന്മാറാൻ അസാദ്ധ്യമായതരത്തിലും ഇന്ത്യൻ ഭൂവിഭാഗത്തിന്റെ ഭാഗമായിത്തീരുകയും, ഇന്ത്യാ ഗവൺമെന്റ് കൂടിച്ചേരൽ കരാറിൽ വ്യക്ത മാക്കിയിട്ടുള്ള എല്ലാ വിഷയങ്ങളിന്മേലും ഭരണ നടപടികൾ സ്വീകരി ക്കാൻ അധികാരമുള്ളതായിത്തീരുകയും ചെയ്തു.

കൂടിച്ചേരൽ നടപടിയിലൂടെ ജമ്മുകാശ്മീർ ഇന്ത്യൻ ഭൂവിഭാഗത്തിന്റെ ഭാഗമാണെന്ന് ഭരണഘടനയുടെ 1-ാം വകുപ്പിൽ അസന്ദിഗ്ദ്ധമായി പ്രഖ്യാ പിച്ചുകൊണ്ട് നിയമപരമായ നിലനില്പു നല്കി. അങ്ങനെ കാശ്മീരിന്റെ ഭരണഘടനാ പദവി സ്വയം ബാധകമാകുന്ന വകുപ്പുകളായി വകുപ്പ് 1 ഉം 370 ഉം ആയിത്തീർന്നു.

ഈ നിബന്ധനകൾ പ്രായോഗികമാക്കുന്നതിന് ജമ്മുകാശ്മീർ ഗവൺമെന്റുമായി ആലോചിച്ച് ഇന്ത്യൻ പ്രസിഡന്റ് 1950 ലെ ഭരണഘ ടന (ജമ്മുകാശ്മീരിൽ പ്രയോഗ്യമായ) നിയമം ഏർപ്പെടുത്തുകയുണ്ടായി. യൂണിയൻ ഗവൺമെന്റിന്റെ നിയമനിർമ്മാണ അധികാരത്തിൽപ്പെടുന്ന പ്രതിരോധം, വിദേശകാര്യം, വാർത്താവിനിമയം എന്നീ മേഖലകളിൽ പ്പെടുന്ന വിഷയങ്ങൾ സുവ്യക്തമാക്കുന്നതിനായിരുന്നു ഈ നിയമം

കൊണ്ടുവന്നത്. ജമ്മുകാശ്മീർ ഭരണഘടനാ നിർമ്മാണസമിതി ഇന്ത്യയുമായുള്ള ആ സംസ്ഥാനത്തിന്റെ ലയനത്തെ അംഗീകരിക്കുകയും, സംസ്ഥാനവും കേന്ദ്രവും തമ്മിലുള്ള ഭാവിബന്ധത്തെ സംബന്ധിച്ചുള്ള 1954 ലെ ഡൽഹി കരാറിനെ സംബന്ധിച്ച തീരുമാനത്തെ സ്വീകരിക്കുകയും ചെയ്തു. ഇതനുസരിച്ച് ഇന്ത്യൻ പ്രസിഡന്റ് ഭരണഘടന (ജമ്മുകാശ്മീരിനു പ്രയോഗ്യമായ) ഓർഡർ 1954 പാസാക്കുകയുണ്ടായി. ഇത് 1954 മെയ് 14 ന് പ്രാബല്യത്തിലാവുകയും ചെയ്തു. ഈ നിയമം ഡൽഹി കരാർ നടപ്പിൽവരുത്തുകയും 1950 ലെ ഉത്തരവ് റദ്ദാക്കുകയും ചെയ്തു. 1954 ലെ ഉത്തരവ് അനുസരിച്ച് യൂണിയൻ പാർലമെന്റിന്റെ അധികാര പരിധിയിലുള്ള എല്ലാ നിയമനിർമ്മാണങ്ങളും ജമ്മുകാശ്മീരിനും ബാധകമാക്കുകയുണ്ടായി.

ഇന്ത്യാ ഗവൺമെന്റിന്റെ ഉദാരമായ സമീപനത്തിനുവിരുദ്ധമായി കാശ്മീരിലെ പാകിസ്ഥാൻ അനുകൂല വിഭാഗം ആ സംസ്ഥാനത്തിന്റെ ഭാവി നിർണ്ണയിക്കുന്നതിന് ജനഹിത പരിശോധന (പ്ലിബിസൈറ്റ്) വേണമെന്ന ആവശ്യവുമായി മുന്നോട്ടുപോയി. ജമ്മുകാശ്മീർ ദേശീയവാദിയായ ഷെയ്ക് അബ്ദുള്ള ഈ പ്രക്ഷോഭങ്ങളിൽ ഉൾപ്പെടുകയും ചെയ്തു. ഇതിന്റെ പേരിൽ 1955 ൽ അദ്ദേഹം കരുതൽ തടങ്കലിലായി. 1964 ൽ അദ്ദേഹം മോചിപ്പിക്കപ്പെടുകയും എന്നാൽ ഒരു ചെറിയ ഇടവേളയ്ക്കുശേഷം 1965 ൽ ഡി ഐ ആർ പ്രകാരം വീണ്ടും അറസ്റ്റു ചെയ്യപ്പെടുകയും ചെയ്തു. 1971 ൽ ഷെയ്ക്ക് അബ്ദുള്ള സ്വതന്ത്രനായി. ഇതേത്തുടർന്ന് 1975 ഫെബ്രുവരിയിൽ ജനഹിത പരിശോധനാ മുന്നണിയുമായി ഇന്ത്യാ ഗവൺമെന്റ് ഒരു കരാർ ഒപ്പുവയ്ക്കുകയും ജനഹിത പരിശോധനാവാദം ഉപേക്ഷിക്കപ്പെടുകയും ചെയ്തു.

എന്നാൽ മേല്പറഞ്ഞ 1975 ലെ ഇന്ദിരാ - ഷേക് - അബ്ദുള്ള കരാറിലെ വ്യവസ്ഥകളെ സംബന്ധിച്ച് വീണ്ടും വിവാദങ്ങൾ ഉയർന്നതിനാൽ, ഒരു പ്രസിഡൻഷ്യൽ ഓർഡറിലൂടെ ഈ കരാർ നടപ്പിലാക്കാൻ പിന്നീട് സാധിച്ചിട്ടില്ല.

ചുരുക്കത്തിൽ ഇന്ത്യൻ യൂണിയനുമായി ബന്ധപ്പെട്ട് ജമ്മുകാശ്മീർ സംസ്ഥാനത്തിന്റെ ഭരണഘടനാ പദവിയുടെ സവിശേഷ അവസ്ഥകളിതാണ്:

1. ജമ്മുകാശ്മീരിനെ സംബന്ധിച്ച ഇന്ത്യൻ പാർലമെന്റിന്റെ അധികാര പരിധി ഭരണഘടനയുടെ യൂണിയൻ ലിസ്റ്റിലും കൺകറന്റ് ലിസ്റ്റിലും വിവരിച്ചിട്ടുള്ള വിഷയങ്ങളിൽമേൽ മാത്രമാണ്; മറ്റു സംസ്ഥാനങ്ങളെ സംബന്ധിച്ച് അവശിഷ്ട അധികാരങ്ങൾ പാർലമെന്റിൽ അർപ്പിതമായിരിക്കുമ്പോൾ ജമ്മുകാശ്മീരിനെ സംബന്ധിച്ച് അവശിഷ്ട അധികാരങ്ങൾ സംസ്ഥാന നിയമസഭയ്ക്കാണ്.
2. ഭരണഘടന (ജമ്മുകാശ്മീരിനു പ്രയുക്തമായ ഓർഡർ) 1986 പ്രകാരം 249-ാം വകുപ്പ് ജമ്മുകാശ്മീരിനും ബാധകമാക്കുകയുണ്ടായി. രാജ്യ

സഭ പാസാക്കിയ പ്രമേയമനുസരിച്ച് (ഭരണഘടനാ ഉത്തരവ് 129) പാകിസ്ഥാൻ, ചൈന എന്നീ രാജ്യങ്ങളിൽ നിന്നുമുണ്ടാകാവുന്ന ആക്രമണങ്ങൾക്കെതിരെ രാജ്യത്തിന്റെ അതിർത്തി സംരക്ഷിക്കുന്നതിനുള്ള ഇന്ത്യാ ഗവൺമെന്റിന്റെ അധികാരം ജമ്മുകാശ്മീരിലേക്കും വ്യാപിപ്പിക്കുകയുണ്ടായി.

3. പാർലമെന്റിന് സംസ്ഥാന നിയമസഭയുടെ അനുമതി കൂടാതെ നിയമ നിർമ്മാണ അധികാരമില്ലാത്ത ചില കാര്യങ്ങളുടെമേൽ ഇന്ത്യൻ പാർലമെന്റിന്റെ പ്ലീനറി അധികാരം ഇല്ലാതാക്കപ്പെട്ടിട്ടുണ്ട്. സംസ്ഥാന ഭൂപ്രദേശത്തിന്റെ പേര് മാറ്റുക (വകുപ്പ് 3) സംസ്ഥാനത്തിന്റെയോ അതിന്റെ ഏതെങ്കിലും ഭാഗത്തിന്റെയോ കൈവശാവകാശത്തെ ബാധിക്കുന്ന അന്താരാഷ്ട്ര കരാറിലോ ഉടമ്പടിയിലോ ഏർപ്പെടുക (വകുപ്പ് 253) എന്നിവ ഇതിനുദാഹരണമാണ്.

ഇതുപോലെ കേന്ദ്ര ഗവൺമെന്റിന്റെ എക്സിക്യൂട്ടീവ് അധികാരത്തിന്മേലും ഇത്തരം ചില ഭരണഘടനാപരമായ കൈവിലങ്ങലുകളുണ്ട്. ഇത് മറ്റു സംസ്ഥാനങ്ങൾക്കില്ലാത്തതും ജമ്മുകാശ്മീർ സംസ്ഥാനത്തിന് അനുവദിച്ചിട്ടുള്ളതുമായ സ്വയംഭരണാവകാശത്തെ പരിരക്ഷിക്കുന്നതിനുവേണ്ടിയാണ്.

1. സംസ്ഥാനത്തിന്റെ ഭരണപരമായ വിന്യാസത്തെ ബാധിക്കുന്ന ഒരു തരത്തിലുള്ള തീരുമാനവും ഇന്ത്യാ ഗവൺമെന്റ് കൈക്കൊള്ളാൻ പാടുള്ളതല്ല.
2. 365-ം വകുപ്പനുസരിച്ച് യൂണിയൻ ഗവൺമെന്റ് നല്കുന്ന നിർദ്ദേശങ്ങൾ പാലിച്ചില്ല എന്ന അടിസ്ഥാനത്തിൽ സംസ്ഥാനത്തിന്റെ ഭരണഘടന സസ്പെന്റ് ചെയ്യാൻ യൂണിയൻ ഗവൺമെന്റിന് ഒരു അധികാരവുമില്ല.
3. 356, 357 വകുപ്പുകളുമായി സംസ്ഥാനത്തിന്റെ ഭരണഘടനായന്ത്രത്തിന്റെ സസ്പെൻഷൻ 1964 ലെ ഭരണഘടനാ ഭേദഗതി നിയമപ്രകാരം ജമ്മുകാശ്മീർ ഗവൺമെന്റിനും ബാധകമാണ് എന്നാൽ ഇതിന്റെ അർത്ഥം ജമ്മുകാശ്മീർ സംസ്ഥാനത്തിന്റെ ഭരണയന്ത്രത്തിന്റെ പരാജയം എന്നാണ് മറിച്ച് ഇന്ത്യൻ ഭരണഘടനയുടെ പാർട്ട് 4 ൽ പറഞ്ഞിട്ടുള്ള പരാജയം അല്ല.

ജമ്മുകാശ്മീരിന്റെ കാര്യത്തിൽ രണ്ടുതരം പ്രഖ്യാപനങ്ങളാണ് ഉണ്ടായിട്ടുള്ളത്. (1) ജമ്മുകാശ്മീർ ഭരണഘടനയുടെ സെക്ഷൻ 92 ന്റെ അടിസ്ഥാനത്തിലുള്ള "ഗവർണർ ഭരണം" (2) ഇന്ത്യൻ ഭരണഘടനയുടെ 356-ാം വകുപ്പുപ്രകാരമുള്ള "പ്രസിഡന്റ് ഭരണം."

ജമ്മുകാശ്മീരിൽ ഇന്ത്യൻ ഭരണഘടനയുടെ 360-ാം വകുപ്പിൽ പ്രതിപാദിക്കുന്ന സാമ്പത്തിക അടിയന്തരാവസ്ഥ പ്രഖ്യാപിക്കാൻ പാടില്ല.

മൗലികാവകാശങ്ങളും രാഷ്ട്രനിർദ്ദേശകതത്ത്വങ്ങളും

രാഷ്ട്രനയനിർദ്ദേശകതത്ത്വങ്ങളെ സംബന്ധിക്കുന്ന ഭരണഘടനയുടെ 4-ാം പാർട്ടിലെ നിബന്ധനകൾ ജമ്മുകാശ്മീരിനു ബാധകമല്ല. 19-ാം വകുപ്പിലെ നിബന്ധനകൾ 25 വർഷത്തേക്ക് ജമ്മുകാശ്മീരിനും ബാധകമായിരുന്നു. നിയമനം, സ്വത്തുസമ്പാദനം, പാർപ്പിടാവകാശം എന്നിവ സംസ്ഥാനത്തെ സ്ഥിരം താമസക്കാർക്ക് അനുവദിച്ചിട്ടുണ്ട്. ഇതിനായി 35 എ വകുപ്പ് ഭരണഘടനയിൽ ഉൾപ്പെടുത്തിയിട്ടുണ്ട്. 19 (1) (5) വകുപ്പും 31 (2) വകുപ്പും ജമ്മുകാശ്മീരിൽ പ്രാബല്യത്തിലാണ്.

ചുരുക്കത്തിൽ നാം മനസ്സിൽ വയ്ക്കേണ്ട കാര്യങ്ങൾ ഇവയാണ്:

1. ജമ്മുകാശ്മീർ സംസ്ഥാനത്തിൽ അനുവദിച്ചിരുന്ന പ്രത്യേക അവകാശവും സ്വന്തം ഭരണഘടനയും ഇടക്കാല പ്രാബല്യം മാത്രം ഉള്ളതാണ്.
2. നിരവധി പ്രസിഡൻഷ്യൽ ഉത്തരവുകളിലൂടെയും പാർലമെന്റു നടപടി ക്രമങ്ങളിലൂടെയും ഈ സവിശേഷ അവകാശങ്ങൾ നിലവിലില്ലാതായിരിക്കുന്നു.
3. സാഹചര്യം പക്വമാവുമ്പോൾ സുതാര്യവും ജനാധിപത്യപരവുമായ മാർഗ്ഗങ്ങളിലൂടെ ഇനിയും അവശേഷിക്കുന്ന പ്രത്യേകപദവിയും നിയമങ്ങളും അവസാനിക്കപ്പെടേണ്ടതായിരുന്നു.

ഇവിടെ സംഭവിച്ചത് ഒരു മുന്നറിയിപ്പുമില്ലാതെ ഒരു പ്രഭാതത്തിൽ കാശ്മീർ ജനതയുടെ അവകാശം അട്ടിമറിച്ചുകൊണ്ട് പ്രസിഡന്റിന്റെ പ്രഖ്യാപനം വരുന്നു. രാജ്യസഭയുടെ വിഷയക്രമത്തിലില്ലാത്ത റദ്ദാക്കൽ പ്രമേയവും വിഭജനനിർദ്ദേശവും രാജ്യസഭയിൽ അവതരിപ്പിച്ചു പാസാക്കുന്നു.

ഇത് ജനാധിപത്യവിരുദ്ധവും നിയമപ്രക്രിയയെ അവഹേളിക്കലും വിഘടനവാദപരവും മതമൗലികവാദപ്രേരണയുടെ പ്രതിഫലനവും ആണ്. ഇന്ത്യൻ ജനാധിപത്യത്തിന്റെ ഭാവിക്ക് ഈ ഏകാധിപത്യ നടപടി നല്കുന്നത് അപകടസൂചനയും മുന്നറിയിപ്പുമാണ്.

9 789389 410174

Printed by Libri Plureos GmbH in Hamburg,
Germany